ഗ്രീൻ ബുക്സ്

വി.കെ.എൻ. - കഥയും കാലവും

ഡോ. എൻ.പി. വിജയകൃഷ്ണൻ

എഴുത്തുകാരൻ, അധ്യാപകൻ, ഗവേഷകൻ.
1969ൽ പാലക്കാട് ജില്ലയിലെ കുലുക്കല്ലൂരിൽ ജനനം.
അച്ഛൻ: പി.പി. ശങ്കരനാരായണ പൊതുവാൾ.
അമ്മ: എൻ.പി. പാറുക്കുട്ടി പൊതുവാൾസ്യാർ.
പട്ടാമ്പി കോളേജിൽനിന്ന് എം.എ. ജയിച്ചു.
ഒളപ്പമണ്ണക്കവിതകളെക്കുറിച്ചുള്ള ഗവേഷണത്തിന്
കോഴിക്കോട് സർവ്വകലാശാലയിൽനിന്ന് ഡോക്ടറേറ്റ് ലഭിച്ചു.
1993 മുതൽ കേരളീയ കലകളെക്കുറിച്ചും
സാഹിത്യത്തെക്കുറിച്ചും എഴുതി വരുന്നു.
കലാനിരൂപണങ്ങളും ജീവചരിത്രങ്ങളുമടക്കം
ഇരുപത്തിയഞ്ചു പുസ്തകങ്ങൾ പ്രസിദ്ധീകരിച്ചു.

പത്നി: സജി. മകൻ: നിരഞ്ജൻ.

മേൽവിലാസം: *പൊതുവാട്ടിൽ,*
മുളയങ്കാവ്, പി.ഒ. കുലുക്കല്ലൂർ-679 337
ഫോൺ: 9446941432
ഇമെയിൽ : npvkrishnan@gmail.com

വി.കെ.എൻ.

കഥയും കാലവും

ഡോ. എൻ.പി. വിജയകൃഷ്ണൻ

ഗ്രീൻ ബുക്സ്

green books private limited
little road, ayyanthole, thrissur- 680 003
ph: 0487-2361038
website: www.greenbooksindia.com
e-mail: info@greenbooksindia.com

(malayalam)
v.k.n. kathayum kaalavum
(biographical notes)
by
dr. n.p. vijayakrishnan

first published december 2012

cover design : rajesh chalode
cover photo : pavithran angadippuram

branches:
thrissur 0487-2422515
palakkad 0491-2546162
kannur 0497-2763038

isbn : 978-81-8423-218-9

GBPL/465/2012

മുഖക്കുറി

മലയാളിക്കു പ്രിയങ്കരനായ വി.കെ.എന്നിനെക്കുറിച്ചുള്ള ആസ്വാദനമാണ് എൻ.പി. വിജയകൃഷ്ണന്റെ 'വി.കെ.എൻ. കഥയും കാലവും'. വി.കെ.എന്നെ അറിയുക എന്നത് വിപുലവും വിസ്തൃതവുമായ ഒരു സാംസ്കാരികാനുഭവമാണ്. ആ അനുഭവത്തിലേക്ക് ഈ പുസ്തകം ഒരു പ്രവേശികയാകുന്നു. ഭാഷയിലും ആഖ്യാനത്തിലും ഗ്രാമ്യവും നിഷ്കളങ്കവുമായ ആർജ്ജവം പുലർത്തിയ വി.കെ.എൻ. കൃതികളിലൂടെയുള്ള യാത്ര, അദ്ദേഹവുമായുള്ള സംഭാഷണങ്ങൾ, രസകരമായ വി.കെ.എൻ. അനുഭവങ്ങൾ എന്നിങ്ങനെ ഈ പുസ്തകത്തെ ആകർഷകമാക്കുന്ന വിവിധ ഘടകങ്ങളുണ്ട്. വി.കെ.എന്നിലൂടെ ദീർഘകാലം സഞ്ചരിച്ച ലേഖകന്റെ അനുഭവസമ്പത്ത് ഈ കൃതിക്ക് അന്യാദൃശ്യമായ ചാരുത പകരുന്നു.

കൃഷ്ണദാസ്
മാനേജിങ് എഡിറ്റർ

വി.കെ.എൻ. നിനവിൽ വരുമ്പോൾ

ഏത് അർത്ഥത്തിലും മാനദണ്ഡത്തിലും എഴുത്തിലെ അതികായൻ തന്നെയായിരുന്നു വി.കെ.എൻ അദ്ഭുതാദരങ്ങളോടെ വി.കെ.എൻ ഇന്നും ഓർമ്മിക്കപ്പെടുന്നു. മലയാളത്തിൽ വി.കെ.എൻ പഠനങ്ങൾ നന്നേ കുറവാണ്. അദ്ദേഹത്തിന് സമീപസ്ഥനാകാൻ നിരൂപകർക്ക് സാധിച്ചിട്ടില്ല. കാലം വി.കെ.എന്നിനെ വിലയിരുത്തും.

വി.കെ.എന്നുമായി വർഷങ്ങളോളം നിരന്തരം ഇടപഴകാനുള്ള അപൂർവ്വസൗഭാഗ്യം എനിക്കുണ്ടായി. അദ്ദേഹവുമായി സംസാരിച്ച ദിവസങ്ങളിൽ ആ സംഭാഷണം ഡയറിക്കുറിപ്പായി എഴുതിവച്ചിരുന്നുവെങ്കിൽ വേറിട്ടൊരു വി.കെ.എൻ. പുസ്തകം രൂപപ്പെടുത്താമായിരുന്നു എന്ന് ഇപ്പോൾ തോന്നുന്നു. മണിക്കൂറുകൾ നീളുന്ന വിവിധ വിഷയസംബന്ധിയായ വർത്തമാനങ്ങൾ രേഖപ്പെടുത്തുക എന്നതും വിഷമംതന്നെ. സംസാരങ്ങളിൽ പലതും വി.കെ.എൻ എന്നെ വിശ്വസിച്ച് പറഞ്ഞതുമാണ്. ആ നിലയ്ക്ക് അവ എന്റെ സ്വകാര്യഅനുഭവമായി നിലനിൽക്കട്ടെ.

വി.കെ.എൻ ജീവിച്ചിരിക്കുമ്പോൾ അദ്ദേഹത്തിന്റെ കൃതികളെ വിശകലനം ചെയ്തുകൊണ്ട് ചില ലേഖനങ്ങൾ എഴുതുകയുണ്ടായിരുന്നുവെന്ന് വി.കെ.എൻ പറഞ്ഞിട്ടുണ്ട്. അദ്ദേഹവുമായി രണ്ടു തവണ ഔദ്യോഗിക അഭിമുഖം നടത്തി. മരിച്ചപ്പോൾ ഒന്നിലധികം അനുസ്മരണലേഖനങ്ങൾ എഴുതുകയുണ്ടായി. നേരിട്ടും ഫോണിലൂടെയുമായിരുന്നു അധികം വർത്തമാനങ്ങൾ എങ്കിൽകൂടി ഇടയ്ക്ക് കത്തിടപാടുകളും ഉണ്ടായിരുന്നു. അവ സൂക്ഷിച്ചുവച്ചു. വി.കെ.എൻ ഓർമ്മയായതിനുശേഷം പത്നി വേദവതിഅമ്മയുമായി വി.കെ. എന്നിനെക്കുറിച്ചു സംസാരിച്ചത് പ്രസിദ്ധീകരിച്ചു. ഇവ സമാഹരിച്ചാൽ വി.കെ.എന്നിനെപ്പറ്റി ചെറിയ പുസ്തകത്തിനുള്ള സാധ്യത ഉണ്ടെന്നു തോന്നി. ഒരു ഓർമ്മപ്പുസ്തകം. അഭിമുഖം-പഠനം-ഓർമ്മ-കത്തുകൾ എന്നീ ഭാഗങ്ങളിലൂടെ വി.കെ.എൻ സ്നേഹികൾക്ക് അദ്ദേഹത്തിന്റെ സ്മരണ പുതുക്കാനുള്ള ഒരു അവസരം എന്ന എളിയ വിചാരമാണ് ഈ പുസ്തകത്തിനു പിന്നിലുള്ളത്. തന്റെ പുസ്തകങ്ങൾ തന്നെയാണ് വി.കെ.എന്നിനുള്ള

അനശ്വര സ്മാരകം. വി.കെ.എന്നിന്റെ അനശ്വരതയ്ക്കു മുന്നിലുള്ള അക്ഷരപ്രണാമമായി ഈ സമാഹാരത്തെ കാണുന്നു. ഈ പുസ്തകത്തിന് അവതാരിക എഴുതിയ മലയാളത്തിന്റെ മഹാചിത്രകാരൻ നമ്പൂതിരിയോടുള്ള കടപ്പാട് വലുതാണ്. ഇതിന്റെ പ്രസിദ്ധീകരണം ഏറ്റെടുത്ത ഗ്രീൻബുക്സിന് നന്ദി.

ശ്രീ. എസ്. ജയചന്ദ്രൻനായർ, കെ.സി. നാരായണൻ, ഡോ. പി.ബി. ലൽകാർ, സിദ്ധാർത്ഥൻ പരുത്തിക്കാട്, ഡോ. കെ.പി. മോഹനൻ, ടി. ബാലകൃഷ്ണൻ, കമൽറാം സജീവ്, ഡോ. കെ. ശ്രീകുമാർ എന്നിവർ പല കാലങ്ങളിലായി ഈ ലേഖനങ്ങൾ പ്രസിദ്ധപ്പെടുത്തി. അവർക്ക് പ്രത്യേക നന്ദി.

ഡോ. എൻ.പി. വിജയകൃഷ്ണൻ

■

അവതാരിക

നമ്പൂതിരി

വർഷങ്ങൾക്കുമുമ്പാണ്. കോഴിക്കോട്ട് ഒരു നാടകോത്സവത്തിന്റെ ഭാഗമായി ടൗൺഹാളിൽ ചിത്രപ്രദർശനം. ദേവൻ മുഖാന്തിരം മദിരാശിയിൽനിന്ന് ചിത്രങ്ങളൊക്കെ വരുത്തിയിട്ടുണ്ട്. രാത്രി പ്രദർശനം കാണാൻ എത്തിയവരുടെ തിരക്കിൽ സുമുഖനും അതികായനുമായ ഒരാൾ നടന്നുവരുന്നു. അദ്ദേഹം ദേവനോട് സംസാരിക്കുന്നതു കണ്ടു. എനിക്ക് ആളെ മനസ്സിലായി. കേട്ടറിവു മാത്രമുള്ള സാക്ഷാൽ വി.കെ.എൻ.

'മാതൃഭൂമി'യിൽ ചേർന്ന ശേഷമാണ് വി.കെ.എന്നുമായുള്ള ബന്ധം തുടങ്ങുന്നതും വിപുലപ്പെടുത്തുന്നതും. അദ്ദേഹത്തിന്റെ കഥകൾ വരും. വായിക്കുമ്പോൾ എന്തെന്നില്ലാത്ത വ്യത്യാസം തോന്നി. അതുവരെ വായിച്ച കഥകൾ പോലെയൊന്നുമല്ല. നർമ്മത്തിന്റെ അടിയൊഴുക്കിൽ ജീവിതം വരച്ചിടുന്ന കഥകൾ. നമുക്ക് വരയ്ക്കാൻ ഒരു പ്രത്യേക രസം. പ്രത്യേക സുഖം. അങ്ങനെ വി.കെ.എൻ. കഥകൾക്ക് ആനന്ദിച്ചു വരച്ചു. വരകൾ വി.കെ.എന്നിനും ഇഷ്ടമായി. പലതവണ നേരിൽ കണ്ടു. ഞങ്ങൾ തമ്മിലൊരു ഹൃദയബന്ധം വന്നു. അത് വളർന്നു. ഹാസത്തിലൊളിപ്പിച്ച സൗഹൃദ കത്തുകൾ അയച്ചു. അതിലൊക്കെയുള്ള സ്നേഹത്തിന്റെ ലാളിത്യം അദ്ഭുതപ്പെടുത്തിയിട്ടുണ്ട്. മാതൃഭൂമി വിട്ട ശേഷം 'കലാകൗമുദി'യിലും 'മലയാള'ത്തിലും 'ഭാഷാപോഷിണി'യിലും വി.കെ.എന്നിനുവേണ്ടി ധാരാളം വരയ്ക്കാൻ സാധിച്ചു. ഭാഗ്യം എന്നേ പറയാവൂ. ഭാഷയിലും ആഖ്യാനത്തിലും ആർക്കും അനുകരിക്കാൻ സാധിക്കാതെ ഉയർന്നുനിൽക്കുന്ന ഈ മഹാസാഹിത്യകാരനുവേണ്ടി പലകാലങ്ങളിൽ വരയ്ക്കാൻ കഴിഞ്ഞുവല്ലോ. നമ്പൂതിരിക്കു വരയ്ക്കാൻ വേണ്ടി മാത്രം ഒരു നോവൽ എഴുതി എന്ന് വി.കെ.എൻ. പറഞ്ഞതായി അദ്ദേഹവുമായി വളരെ അടുപ്പമുള്ള സുഹൃത്ത് സൂചിപ്പിക്കുകയുണ്ടായി. അനന്തരം എന്ന നോവൽ സമർപ്പിച്ചത് 'നമ്പൂതിരി'ക്കാണ് എന്നത് വികാരാധീനനാക്കി.

വി.കെ.എൻ. ധാരാളം എഴുതി. ഏതാണ്ട് അമ്പതോളം പുസ്തകങ്ങൾ. അതെല്ലാം നന്നായി വായിക്കപ്പെട്ടു. വി.കെ.എൻ. 'ഹര'മായ വായനക്കാർ തന്നെയുണ്ട്. യഥാർത്ഥത്തിൽ ഹാസസാഹിത്യമല്ല വി.കെ.എന്നിന്റെത്. ഇത്രയും ഗൗരവത്തിൽ എഴുതിയ വേറെ എഴുത്തുകാരുണ്ടോ? വി.കെ.എന്നിന് വഴങ്ങാത്ത വിഷയങ്ങളില്ല. എല്ലാ മേഖലയിലും നിറഞ്ഞ ജ്ഞാനം. അതുകൊണ്ടായില്ലല്ലോ. അത് കഥയിൽ വിളക്കിച്ചേർക്കാനുള്ള എഴുത്തുവിദ്യ അറിയണമല്ലോ. വിമർശനത്തിന് ഹാസം അടിസ്ഥാനമാക്കിയാൽ വിജയിക്കും. നമ്പ്യാരുടെയൊക്കെ ഭാഷാപഴക്കവും ഹാസ്യവും കേമമാണല്ലോ. നമ്പ്യാർ ജനിച്ച ലക്കിടിയിൽ നിന്ന് ഭാരതപ്പുഴ കടന്നാൽ തിരുവില്വാമലയായി. കലയ്ക്ക് വളക്കൂറുള്ള മണ്ണുകൂടിയാണ് തിരുവില്വാമലയിലേത്. പാലക്കാട് മണി അയ്യരുടെയും വെങ്കിച്ചൻ സ്വാമിയുടെയും കലാമണ്ഡലം അപ്പുക്കുട്ടിപ്പൊതുവാളുടെയുമൊക്കെ നാട്.

ഹാസസാഹിത്യം എന്നൊരു വകുപ്പിൽ വി.കെ.എന്നിനെ മാറ്റി നിർത്തുന്നത് ശരിയല്ല. വി.കെ.എൻ. കൃതികളിലൊക്കെ അഗാധമായ ഒരു വേദനയുടെ സ്വരമുണ്ട്. ഹാസം അതിന്റെ യഥാർത്ഥതലത്തിൽ വി.കെ.എന്നിനെപ്പോലെ പ്രയോഗിച്ചവർ വേറെ ഇല്ല. ഇ.വി. കൃഷ്ണപ്പിള്ളയുടെയും സഞ്ജയന്റെയുമൊക്കെ ഹാസ്യത്തിന്റെ എത്രയോ ഉയരത്തിലാണ് വി.കെ.എന്നിന്റെ ഹാസം. സാധാരണ ജീവിതത്തിലെ വിഷയങ്ങൾ തന്നെയാണ് വി.കെ.എൻ. കാണുന്നത്. അതിനു മറ്റൊരു മാനം നൽകുകയാണ്. വി.കെ.എന്നിന്റെ രചനകളിലെല്ലാം ഒരു മാനുഷികമൂല്യം ഉണ്ട്. വിദേശസാഹിത്യം അസ്സലായി വായിച്ചയാളാണ് വി.കെ.എൻ. എന്നിട്ടും അദ്ദേഹത്തിന്റെ കൃതികൾ തനി 'കേരളീയ'മായി നിലനിൽക്കുന്നു. അപഹരണമോ സ്വാധീനമോ അതിൽ ഇല്ല. വി.കെ.എന്നിനു മാത്രം അവകാശപ്പെട്ട നർമ്മമാണത്. സർ. ചാത്തു, പയ്യൻസ്, ചാത്തൻസ് എല്ലാവരും ജീവനുള്ള കഥാപാത്രങ്ങളായി തലയെടുപ്പോടെ നിൽക്കുന്നു. നാഗരിക കഥാപാത്രങ്ങളിലും ഒരു ഗ്രാമീണത സൃഷ്ടിക്കാൻ വി.കെ.എന്നിനു കഴിയുന്നു. കാലഗണനയെ ലംഘിച്ച എഴുത്തുകാരൻ കൂടിയാണ് വി.കെ.എൻ. പൗരാണിക സംഭവത്തെ പുതിയ കാലവുമായി ഇണക്കാൻ അദ്ദേഹത്തിനു കഴിയുന്നു. 'മഹാഭാരതം' പുതിയ കാലത്തിലേയ്ക്ക് സമർത്ഥമായി മാറ്റി എഴുതാൻ വി.കെ.എന്നിനു കഴിഞ്ഞു. 'ദുഃഷ്യന്തൻമാഷി'ലൂടെ ശാകുന്തളത്തിന് പുതുകാലത്തിന്റെ വ്യാഖ്യാനം നൽകി. പണ്ട് നളചരിതത്തെയും ഇങ്ങനെ മാറ്റി എഴുതിയിട്ടുണ്ട് വി.കെ.എൻ. അപ്പോഴും ഭദ്രമായ ആഖ്യാനമാകും.

സർ. ചാത്തുവിലും പയ്യനിലുമൊക്കെ വി.കെ.എന്നിന്റെ അംശം ഇല്ലേ എന്നു തോന്നിയിട്ടുണ്ട്. വി.കെ.എന്നിന്റെ വലുപ്പവും കുസൃതിയുമൊക്കെയുള്ള കഥാപാത്രങ്ങൾ. ഇതൊക്കെയായിട്ടും, ഒരു കാലഘട്ടത്തിന്റെ വലിയ എഴുത്തുകാരനായി നിലനിന്നിട്ടും വി.കെ.എൻ. കൃതികൾ വേണ്ടപോലെ പഠിക്കപ്പെട്ടിട്ടില്ല. വി.കെ.എന്നിനെ തൊടാൻ പേടിപോലെയായിരുന്നു നിരൂപകരുടെ നില. അങ്ങിങ്ങ് ചില പഠനങ്ങൾ വന്നിട്ടില്ല എന്നല്ല. അതിലൊന്നും വി.കെ.എന്നിന്റെ വലുപ്പം അതിന്റെ ആഴത്തിൽ അറിയാനുള്ള ശ്രമം നടന്നിട്ടില്ല. വി.കെ.എന്നിനെ പല കോണുകളിൽ നിന്ന് നോക്കിക്കാണാനുള്ള ഒരു പുസ്തകം കാലത്തിന്റെ ആവശ്യമാണ്. വി.കെ.എന്നുമായി അടുത്ത് ഇടപഴകാൻ അപൂർവ അവസരം ലഭിച്ച എൻ.പി. വിജയകൃഷ്ണൻ വി.കെ.എന്നിനെക്കുറിച്ച് ഒരു പുസ്തകം എഴുതുന്നു. വി.കെ.എന്നിനെക്കുറിച്ച് വിജയകൃഷ്ണൻ പല കാലങ്ങളിലായി എഴുതിയ ആറ് പഠനങ്ങൾ ഈ പുസ്തകത്തിൽ ഉണ്ട്. അധികമാരും സഞ്ചരിയ്ക്കാത്ത, വി.കെ.എന്നിന്റെ എഴുത്തിലെ കഥകളിലെ പ്രമേയങ്ങളെയും പരിഭാഷകൊണ്ടുണ്ടാക്കുന്ന മാനത്തെയും കാർഷിക സംസ്കൃതിയുടെ സ്വാധീനത്തെയും വിജയകൃഷ്ണൻ വിസ്തരിച്ച് എഴുതുന്നുണ്ട്. വി.കെ.എൻ. 'നന്ന്' എന്ന് സാക്ഷ്യപ്പെടുത്തിയ പഠനങ്ങൾ കൂടിയാണിത്.

എത്രയോകാലം വി.കെ.എന്നിനെ കേട്ടിരിക്കാൻ വിജയകൃഷ്ണനു സാധിച്ചു. അതെല്ലാം രേഖപ്പെടുത്തിയിരുന്നെങ്കിൽ അപൂർവമായ ഒരു വി.കെ.എൻ. പുസ്തകം ലഭിക്കുമായിരുന്നു. അങ്ങനെയൊരു ലക്ഷ്യം ഉണ്ടായിരുന്നില്ല ഇരുവർക്കും. വി.കെ.എന്നുമായി രണ്ടുതവണ 'ഔദ്യോഗിക'മായ അഭിമുഖം ഉണ്ടായി. അതും വേറിട്ട രീതിയിലായിരുന്നു. വി.കെ.എന്നിനെ 'കേട്ടി'രുന്നതിന്റെ വഴക്കം ഈ വർത്തമാനങ്ങളിലുണ്ട്. അതിനൊരു സ്വാഭാവികത ഉണ്ട്.

വി.കെ.എന്നിന്റെ വേർപാട് സമയത്ത് എഴുതിയ ഓർമ്മക്കുറിപ്പുകളിൽ നിന്ന് അവർ തമ്മിലുണ്ടായിരുന്ന അടുപ്പം മനസ്സിലാക്കാം. വി.കെ.എന്നിനെ അവസാന കാലത്ത് പരിചരിയ്ക്കാൻ വരെ വിജയകൃഷ്ണന് സാധിച്ചു. ഏറെ വി.കെ.എൻ നേരങ്ങളെക്കുറിച്ചും നേരമ്പോക്കുകളെക്കുറിച്ചും എഴുതുമ്പോൾ ശരിയായ വി.കെ.എൻ ചിത്രം ലഭിക്കുന്നു.

വി.കെ.എൻ. വിജയകൃഷ്ണന് അയച്ച കത്തുകളിൽ നിന്നും മറ്റൊരു വി.കെ.എൻ. ചിത്രം ലഭിക്കുന്നു. അതിലും അവർ തമ്മിലുള്ള അടുപ്പത്തിന്റെ കാഴ്ചകാണാം. വേദവതി അമ്മയെ മാറ്റി നിർത്തിയുള്ള വി.കെ.എൻ. വിചാരം പൂർണ്ണമാവില്ല. വേദവതി അമ്മ

കണ്ട വി.കെ.എൻ എങ്ങനെയായിരുന്നു? നല്ലൊരു വാർത്തമാനത്തിലൂടെ ആ ചിത്രവും ലഭിക്കുന്നു.

തിരുവില്വാമലയിലെ പഴയ തറവാടുവീട്ടിലെ ചെറിയ മുറിയിലിരുന്നാണ് വി.കെ.എൻ. ലോകത്തെ വീക്ഷിച്ചത്. എല്ലാ രാജ്യങ്ങളെയും അവിടേയ്ക്ക് ആവാഹിക്കാനുള്ള പ്രാപ്തി വി.കെ.എന്നിനുണ്ടായിരുന്നു. അദ്ദേഹം ഒരിക്കലും അധികാരസ്ഥാനത്തിനു വേണ്ടി ഓടിനടന്നില്ല. മുന്നിൽ വന്ന ഒന്നോ രണ്ടോ സ്ഥാനം പേരിനു വേണ്ടി സ്വീകരിച്ചു എന്നുമാത്രം. വി.കെ.എന്നിന്റെ മഹത്ത്വം അതാണ്. കേരള സാഹിത്യ അക്കാദമി പുരസ്കാരപത്രം നാലാക്കി മടക്കി പഴയ ഇരുമ്പുപെട്ടിയ്ക്കടിയിൽ സൂക്ഷിച്ചയാളാണ് വി.കെ.എൻ. പെട്ടിക്കറ പിടിച്ച ആ പ്രശസ്തി പത്രം കാണാനിട വന്ന സന്ദർഭം വിജയകൃഷ്ണൻ എഴുതിയത് വായിച്ചപ്പോൾ വി.കെ.എന്നിന്റെ മഹത്ത്വത്തെ ഒന്നുകൂടി വാഴ്ത്താൻ തോന്നി.

വായനക്കാരുമായി കൃത്യമായ അകലം പാലിച്ചായിരുന്നു വി.കെ.എന്നിന്റെ ജീവിതം. അതുകൊണ്ടുതന്നെ വി.കെ.എൻ ചിലരുടെ കുറ്റപ്പെടുത്തലുകൾക്കും വിധേയമായി. വി.കെ.എൻ. സാഹിത്യത്തോട് ആർക്കും അലോഹ്യമില്ല. വി.കെ.എൻ. അധികം ആരെയും അടുപ്പിച്ചിരുന്നില്ല. ആ നിലയ്ക്കുള്ള സൗഹൃദങ്ങൾ കുറവായിരുന്നു. വിജയകൃഷ്ണനോട് വി.കെ.എന്നിന് വലിയ വാത്സല്യമായിരുന്നു. ആ നിലയ്ക്ക് വി.കെ.എന്നുമായി നിരന്തരമായി ഇടപഴകിയതിന്റെ ഗുണം ഈ പുസ്തകത്തിന്റെ ഉള്ളടക്കത്തിലുണ്ട്. സാഹിത്യത്തെയും സംസ്കാരത്തെയും പോഷിപ്പിക്കുന്ന പ്രസാധകർകൂടിയാണ് തൃശൂരിലെ 'ഗ്രീൻബുക്സ്.' അവർതന്നെ ഈ വി.കെ.എൻ. പുസ്തകത്തിന്റെ പ്രസാധനം ഏറ്റെടുത്തത് ഉചിതമായി. ഈ കൃതി അവതരിപ്പിക്കാൻ കഴിഞ്ഞതിൽ വളരെ സന്തോഷിക്കുന്നുണ്ട്.

■

വി.കെ.എൻ.

കഥയും കാലവും

വി.കെ.എൻ. സംസാരിക്കുന്നു

വീണ്ടും യുദ്ധം. രാമേശ്വരം എന്നു തെറ്റിദ്ധരിച്ച് അലാവുദ്ദീൻ ഖിൽജി ഭാരതപ്പുഴയ്ക്കക്കരെ ലെക്കിടിയാണ് എത്തിയത്.

ഖിൽജി ഒരു നായരോട് ചോദിച്ചു:

"പുഴയ്ക്കക്കരെ ഏതാണ് സ്ഥലം?"

നായർ പറഞ്ഞു:

"തിര്ലാമല."

അവിടെന്തുണ്ട് വിശേഷം?

വി.കെ.എൻ

ഇന്റുള്ളോ നിലവിളിച്ച് റെയിൽവഴി കിഴക്കോട്ടോടിയ ഖിൽജി ആർക്കോണം എത്തിയാണ് മരിച്ചത്. ഡൽഹിയിൽ വിമാനം ഇറങ്ങുമ്പോഴേക്കും തീർത്തും ചത്തിരുന്നു.

ഇതാണ് വി.കെ.എൻ.ന്റെ ആത്മകഥ.

വീടിന്റെ പൂമുഖത്ത് വി.കെ.എൻ ഇരിക്കുന്നു. ആ മുഖത്ത് സദാ ഒരു കുസൃതിച്ചിരിയുണ്ട്. അഭിമുഖത്തിന് വരുന്ന 'നീചരെ' ഒഴികെ എല്ലാവരെയും അദ്ദേഹം സ്വീകരിക്കും. അതിരുകളില്ലാത്ത ഫലിതപകർച്ചയോടെ വി.കെ.എൻ വർത്തമാനം തുടങ്ങും. കൃഷി, കച്ചവടം, ജ്യോതിഷം, കഥകളി, ചരിത്രം, രാഷ്ട്രീയം, സ്പോർട്സ് എല്ലാം വിഷയമായിവരും.

വി.കെ.എൻ ജീനിയസ്സാണ്. ജനുയിൻ റൈറ്ററാണ് എന്ന് ആർക്കും സത്യസന്ധമായി പറയാം. വി.കെ.എൻ.നെ നിഷേധിക്കാൻ ആർക്കും കഴിഞ്ഞിട്ടില്ല. മലയാളത്തിൽ ഒറ്റപ്പെട്ട എഴുത്ത് എന്നു പറയാവുന്നവയാണ് വി.കെ.എൻ കൃതികൾ. സ്വന്തമായ ഭാഷയുണ്ടാക്കി എന്നതാണ് അദ്ദേഹത്തിന്റെ മഹത്വം. ഭാഷയെ കബളിപ്പിച്ച് എഴുതാൻ വി.കെ.എന്നേ അറിയൂ. ഒരു വി.കെ.എൻ ഭാഷ മലയാളത്തിൽ ഒറ്റപ്പെട്ടുനില്ക്കുന്നു. മലയാളത്തിന് വി.കെഎൻ. വിസ്മയമാവുന്നു. വി.കെ.എന്നുമായി വർത്തമാനം പറഞ്ഞതിൽനിന്ന് ചില കൗതുകങ്ങൾ.

വി.കെ.എൻ ഇപ്പോൾ അധികം എഴുതാറില്ല. ദേഹസുഖം പോരാ എന്ന ഒറ്റ കാരണമേയുള്ളൂ. അദ്ദേഹം പറയുന്നു.

“കഥ വരാൻ പ്രയാസമൊന്നുമില്ല. അന്നന്നത്തെ പത്രം വായിച്ചാൽ മതി. ധാരാളം വിഷയങ്ങളുണ്ട്. ‘ജയപ്രദയും രേണുകാ ചൗധരിയും വെടി നിർത്തി’ എന്നാണ് പത്രവാർത്ത. ഞാനൊരു കത്തെഴുതി. ലറ്റർ ടു ദി എഡിറ്റർ. ജയപ്രദ നിർത്തിയിരിക്കാം. പക്ഷേ, രേണുകാ ചൗധരി. നോ, അത്രയ്ക്കു ഫയർബ്രാൻഡാണ് അവർ. ‘ഇങ്ങനെയുള്ള ചിന്തകളാണ് പിന്നെ കഥയായി വരിക.”

ആദ്യകാലകഥകളിലെ ആഖ്യാനശൈലിക്ക് പിന്നീട് മാറ്റം വരികയുണ്ടായി. ഭാഷ കൂടുതൽ തീക്ഷ്ണമായി. ഇക്കാര്യം സൂചിപ്പിച്ചപ്പോൾ അദ്ദേഹം പറഞ്ഞു.

“ഡൽഹിയിൽ എത്തിയപ്പോൾ ധാരാളം വായിച്ചു. വായന കൊണ്ടു വന്നിട്ടുള്ള മാറ്റമാവാം. മനഃപൂർവമല്ല.”

ഇന്നത്തെ ഭാഷാപ്രയോഗങ്ങളെക്കുറിച്ചായി പിന്നീട് വർത്തമാനം.

“നല്ല ഭാഷ ഇല്ലാതായി വരികയാണ്.

ഛർദ്ദിക്ക് ശർദ്ദിൽ എന്നൊക്കെയാണ് ഭാഷയെ മാറ്റുന്നത്. ഇലക്ട്രോണിക് മാധ്യമങ്ങളിലെ ഭാഷ വളരെ കൃത്രിമമാണ്. നല്ല പ്രകടനമാണ് കാഴ്ചവെച്ചത്.

-ചൂണ്ടൽ നേന്ത്രവാഴക്കുലയാണ് കാഴ്ചവെച്ചത്.

എന്നാണ് വാർത്താവായന. നല്ല കളിയായിരുന്നു എന്നു പറഞ്ഞാൽ മതി. നല്ല ഭാഷ പറയാനും എഴുതാനും കഴിവുള്ളവർ ചുരുക്കമാണ് ഇ.എം.എസ്സിന്റേത് നല്ല ഗദ്യമാണ്.”

കഥയിൽനിന്ന് കഥകളിയിലെത്തി സംസാരം. വി.കെ.എൻ.ന്റെ പല കഥകളിലും കഥകളി വിഷയമാണ്. നളചരിതം ആട്ടക്കഥയെ പുതിയ കാല പ്രമാണത്തിലാക്കി ‘നളചരിതംമൂലം’ എന്നൊരു നോവലൈറ്റ് വി.കെ.എൻ എഴുതിയിട്ടുണ്ട്. കഥകളിയെക്കുറിച്ച് വി.കെ.എൻ കുറെ ഫലിതം പറഞ്ഞു.

“ഇന്ത്യാ-ചൈന യുദ്ധകാലത്ത് ചൈനയുടെ കടന്നുകയറ്റം തടയാനായി കഥകളി വേഷത്തെ ഉപയോഗിച്ചിട്ടുണ്ട്. ചോന്നാടിക്കാരെ വിളിക്കാനായിരുന്നു അവസാനത്തെ കയ്യ്. നാണ്വാര് ചോന്നാടി കെട്ടി രണ്ടു കൈയിലും പന്തം പിടിച്ച് അലറിയപ്പോൾ ഏതോ അൺകൺവെൻഷണൽവെപ്പനാണതെന്ന് കരുതി. ചൈന ഏകപക്ഷീയമായി വെടിനിർത്തി. അല്ലെങ്കിൽ ഇന്ത്യയുടെ ചരിത്രംതന്നെ മാറുമായിരുന്നു.

കഥകളിയിലെ ‘നിണം’ കാണാൻ വള്ളുവനാട്ടിലെ സ്ത്രീകൾ ചെന്നിരിക്കും. അവിഹിത ഗർഭിണികളാവും. നിണങ്ങട് കണ്ടാൽ അത് പോയിക്കിട്ടും.”

തിരുവില്വാമലക്കാരായ വെങ്കിച്ചസ്വാമിയെക്കുറിച്ചും അപ്പുക്കുട്ടി പൊതുവാളെക്കുറിച്ചും വി.കെ.എൻ പറയുകയുണ്ടായി.

“വെങ്കിച്ചസ്വാമി പ്രസന്നനായിരുന്നു. എപ്പോഴും പെരുമനത്തു നിന്നാണ് തിരുവില്വാമലയിലേക്ക് മേളങ്ങൾ വന്നത്. പരിഷ്കരണം ഇവിടെവെച്ചായിരുന്നു മദ്ദളം അരയിലിട്ട് കൊട്ടാമെന്നാക്കിയത് സാമിയാണ്. എന്നാലും പ്രശ്നമുണ്ട്. അപ്പുക്കുട്ടി പൊതുവാളുടെ ഷഷ്ഠിപൂർത്തി സമ്മേളനത്തിൽ ഡോ. പി.കെ. വാരിയർ പറഞ്ഞു.

“മദ്ദളം കൊട്ടുന്നവർ സൂക്ഷിക്കണം. ഹെർണിയ വരാൻ സാധ്യതയുണ്ട്.”

പാലക്കാട്ടു ചേരി അമൃതശാസ്ത്രികളുടെ ലവണാസുരവധം നല്ലൊരു ആട്ടക്കഥയാണെന്ന് വി.കെ.എൻ പറയുന്നു. ആട്ടക്കഥയിൽനിന്ന് കവിതയിലെത്തി. പി. കുഞ്ഞിരാമൻനായരിൽനിന്നാണ് തുടങ്ങിയത്. ഹാസസാഹിത്യം കൂട്ടിയ മോഹിനിയാട്ടത്തിലെ രസികനായ നട്ടുവൻ, വി.കെ.എൻ - മലഞ്ചരിവിലെ ചന്ദനമരം പുഞ്ചിരിപ്പൂവറുതിയറിയാത്ത ജീവിതം പതയുന്ന സാഹിത്യലഹരിയാക്കി മാറ്റിയ വി.കെ.എൻ എന്നൊക്കെയാണ് പി. കവിയുടെ കാല്പാടുകളിൽ എഴുതിയിട്ടുള്ളത്. പി.ക്ക് വി.കെ.എന്നെയും വി.കെ.എന്ന് പി.യെയും ഇഷ്ടം.

“കുഞ്ഞിരാമൻനായർ ഓർഗനൈസ്ഡ് ആയിരുന്നില്ല. പക്ഷേ, അദ്ദേഹം എഴുതിയപോലെ ആർക്കും എഴുതാൻ വയ്യ; കവിതയും ഗദ്യവും.

പൂജയില്ലാത്തൊരമ്പലം
ശാന്തമായൊഴുകും പുഴ

ഇങ്ങനെ കുഞ്ഞിരാമൻനായരുടെ അഷ്ടാക്ഷരി മനോഹരമാണ്.

കവിത്രയത്തിൽ കുമാരനാശാൻ തന്നെയാണ് മുന്നിൽ. പിന്നെയുണ്ടായവരിൽ പ്രഥമൻ വൈലോപ്പിള്ളിയാണ്. ‘കുടിയൊഴിക്കൽ’ മലയാളത്തിലെ ഗംഭീരകാവ്യമാണ്.

ഞങ്ങളെ പാട്ടിനു കൂട്ടുകുടം തുടി
കിണ്ണം തംബുരുവോടക്കുഴലും
ഞങ്ങടെ പാട്ടിൽ തേനും പാലും
തെങ്ങിളനീരും നറുമുന്തിരിയും
എന്നാൽ ധനുവിന്നിരവിൽ തണുവിൻ
പുന്നാഗങ്ങളിലഞ്ഞികൾ,
പാലകളൊന്നായ് പൂത്ത്
വിഷത്തീയരച്ചൊരു ചന്ദന
ഗന്ധമെടുത്തു വിലക്കെ

എന്നെഴുതിയ വൈലോപ്പിള്ളി മഹാകവിതന്നെ. ഇതൊന്നും വിവർത്തനം ചെയ്യാൻ പറ്റില്ല.

വൃത്തി വെൺകളിയിട്ടൊരെൻ
ഗേഹഭിത്തി നിന്നു വിറച്ചു തരിക്കെ
തൂണുമുഷ്ടി ചുരുട്ടവെ സാന്ധ്യ
തൂനിലാ വിളക്കാന്തി ജ്വലിക്കെ

'തൂണുമുഷ്ടിചുരുട്ടുന്നത് അംബരചുംബിതകാവ്യബിംബമാണ് കുട്ടികൃഷ്ണമാരാരുടെ ഭാരതപര്യടനം' തർജമ ചെയ്തപ്പോൾ വളരെ ചുരുങ്ങി. മലയാളഗദ്യത്തിന്റെ പ്രശ്നമാണത്.

വിവർത്തനത്തെക്കുറിച്ച് പറഞ്ഞുവന്നപ്പോൾ വി.കെ.എൻ കൃതികളുടെ വിവർത്തനത്തെപ്പറ്റി ചോദിച്ചു. സിൻഡിക്കേറ്റും ചാത്തൻസും, പയ്യൻകഥകളും, വി.കെ.എൻ തന്നെ പരിഭാഷപ്പെടുത്തിയിട്ടുണ്ട്. 'അധികാരം' വിവർത്തനം ചെയ്യാനൊരുങ്ങിയതാണ്. കുറച്ചായി. മുഴുമിപ്പിച്ചില്ല. 'ഇതൊക്കെ വിദേശത്താണ് പോവുക' എന്നാണ് അദ്ദേഹത്തിന്റെ കണക്കുകൂട്ടൽ. വി.കെ.എന്റെ കഥകളിൽ ധാരാളം തർജമകളുണ്ട്. കഥാപാത്രങ്ങളുടെ സംസാരത്തിന് എഴുത്തുകാരൻ തർജമ പറയുകയെന്ന എഴുത്തുരീതി മലയാളത്തിൽ വി.കെ.എന്റേതു മാത്രമാവുന്നു. മലയാളം കഥയിലെ കഥാപാത്രങ്ങൾ ഇംഗ്ലീഷ് സംസാരിക്കുമ്പോൾ അതിന് മലയാള വിവർത്തനം എന്നതാണ് വി.കെ.എൻ ശൈലി അസ്സൈൻ ഏ കേരള ചാപ്പ് ടു മി ആൻഡ് ഗെറ്റ് ലോസ്റ്റ് (ഒരു മലയാളം മുൻഷിയെ ഇങ്ങോട്ടയയ്ക്ക്. എന്നിട്ട് നിയ്യ് ഭസ്മാവ്). ലോസ്ട് ഇൻകിസ്സിങ് (നിരീക്കണെന്ത്യേ ഒപായല്ല ഉമ്മത്തല്) യൂ നോ, ഇൻസൾട്ട് ക്യാൻ ഡിസ്ട്രോയ് ആൻ ആർട്ടിസ്റ്റ് (ആർട്ടിസ്റ്റവന് ആട്ടാകുന്നു പ്രചോദനം). കർമണ്യേവാധികാരസ്തേ, മാഫലേഷു കദാചന (ജലപാനമില്ലാതെ തൊഴിലാളി അഹോരാത്രം പണിയെടുക്കയേ വേണ്ടൂ. കൂലി ചോദിച്ചാൽ തട്ടിക്കളയും.)

ഇത്തരം പ്രയോഗങ്ങൾ വി.കെ.എൻ കഥകളിൽ മാത്രമേ വായിക്കാൻ കഴിയൂ. ഈ പരിഭാഷകൾ വായിച്ച് നമ്മൾ അറിയാതെ മനസ്സിൽ ചിരിക്കുന്നു. ഈ സംഗതിയുടെ വിദ്യ വി.കെ.എൻ പറഞ്ഞു.

"അത് യാദൃച്ഛികമായി വരികയാണ്. പിന്നെ അതൊരു ശൈലിയായി. ഒന്നുമറിച്ച് ചിന്തിക്കുക. Consumptionന് ഉപഭോഗം എന്നർത്ഥം. Deputy f...ഉം (ഭോഗം) ഉപഭോഗമാകുന്നു. അപ്പൊ എന്താ തോന്ന്ണ്ച്ചാൽ അത്. ച്ചാൽ ഇപ്ലത്തെ ദൈവം അപ്ലക്കപ്ലെ."

വി.കെ.എന്റെ കഥകളിൽ ധാരാളം കവിതകളുണ്ട്. മലയാളത്തിലെ കവികളെപ്പറ്റി അദ്ദേഹം കഥയിൽ പരാമർശിക്കും. കവികളുടെ മാത്രമല്ല മറ്റു എഴുത്തുകാരുടെയും പേരുകൾ വി.കെ.എൻ കഥകളിൽ കാണാം. പ്രാചീനമധ്യകാലകവിതകൾ മുതൽ ആധുനികകവിത വരെ വി.കെ.എൻ തന്റെ കഥകളിൽ അനുകൂലമായ അന്തരീക്ഷമുണ്ടാക്കാൻ പ്രയോഗിച്ചിട്ടുണ്ട്. അവയിൽ വിവർത്തനങ്ങളും ഹാസ്യാനുകരണവും സ്വന്തം കവിതയുമുണ്ട്.

മേടത്തിൽ വിഷുവാം നാൾക്കു
പുലർച്ചെ ബസ്സുകേറി ഞാൻ
പോയി വാതാലയേശനെ
കണ്ടു നാലു പറഞ്ഞിടാൻ.
ഭഗോതി പഴയന്നൂർക്കാവു-
മൂത്രാളിക്ഷേത്രവും തഥാ
അക്കിക്കാവുകളും ചുറ്റി
മഞ്ഞുളാല്ക്കലുമെത്തി ഞാൻ

തുടങ്ങി വി.കെ.എൻ കവിതയും എഴുതിയിട്ടുണ്ട്.

പലായദ്ധ്വം പലായദ്ധ്വം
രേ രേ ദുഷ്കവി കുഞ്ജരഃ
വേദാന്തവനസഞ്ചാരി
ആയാത്യുദ്ദണ്ഡകേസരി
(ആയിരം മീറ്ററോടട്ടെ
ദുഷ്കവി പൊട്ടയാനകൾ
വേദാന്ത വനവീരപ്പൻ
വരുന്നുദ്ദണ്ഡ സിമ്മത്താൻ)

എന്നാണ് വി.കെ.എൻ പരിഭാഷ

പുതിയ കവിതയുടെ നിലവാരം കുറയുകയാണെന്ന് വി.കെ.എൻ പറയുന്നു.

“ആരും വായിക്കുന്നില്ല. വായനയില്ലാത്തതാണ് കവിത ഉണ്ടാവാതിരിക്കാൻ കാരണം. കാളിദാസൻ പൂരിപ്പിച്ച സമസ്യ ഓർമ്മവരുന്നു. അവസാനത്തെ രണ്ട് വരികൾക്ക് പതിനാറു വരാഹൻ കിട്ടി.

ഭോജനം ദേഹി രാജേന്ദ്ര
ഘൃതപൂപസമന്വിതം
മഹഷശ്ചരച്ചന്ദ്ര
ശ്ചന്ദ്രികാധവളം ദധി

ഏഴാച്ചേരി രാമചന്ദ്രൻ അസ്സൽ കവിയാണ്. കുഞ്ഞപ്പ പട്ടാനൂരിന്റേയും ശ്രീരേഖയുടേയും നല്ല കവിതയാ. ഗാനതാളബോധമുള്ള കവി നളചരിതമെഴുതിയ ഉണ്ണായിവാരിയരായിരുന്നു. തന്റെ മുതലാളിയായ ശങ്കുണ്ണിപ്പണിക്കരാണ് ഇന്നോളമുണ്ടായ കവികളിൽ കാർക്കോടകൻ എന്നു ധരിച്ചുവശായ അടിച്ചുതളി നങ്ങേമ അതിനെതിരായി എന്തു പറഞ്ഞാലും.

കവിതയിൽനിന്ന് നോവലിലേക്കും കഥയിലേക്കും വർത്തമാനം നീളുന്നു.

“മലബാറിലേ ഇന്ദുലേഖ എഴുതാൻ പറ്റൂ.”

അക്കാലം അവിടെ ബ്രിട്ടീഷ് ഭരണമായിരുന്നു. ചന്തുമേനോൻ നമ്പൂതിരിമാരെ ഫ്ളാറ്റാക്കിവിട്ടില്ലേ. ഒരു നമ്പൂരിക്കും തിരിച്ചുചോദിക്കാൻ ധൈര്യമുണ്ടായില്ല. സി.വി.രാമൻപിള്ളയുടെ നോവൽ വാൾട്ടർ സ്കോട്ടിന്റെ മാതൃകയിലാണ്. മാർത്താണ്ഡവർമ ഇന്ദുലേഖയ്ക്കു മുമ്പ് എഴുതിയതാണെന്നും വൈകി പ്രസിദ്ധീകരിച്ചതാണെന്നും കേൾക്കുന്നുണ്ട്. പിന്നെ എസ്.കെയുടെ നോവലുകൾ വന്നു. കേശവദേവ്, കാരൂർ, തകഴി ഇവരൊക്കെ നോവലും കഥയുമെഴുതി. എന്നാലും മുമ്പൻ ഉറൂബ് തന്നെ. പിന്നെ ഇന്ത്യൻ പശ്ചാത്തലത്തിൽ രാഷ്ട്രീയ നോവൽ വന്നു. കാർഷികതയിൽനിന്ന് ഇൻഡസ്ട്രീസിലേക്ക്. അതായത് നെല്ലിൽനിന്ന് ഓടിലേക്ക്. ഈ മാറ്റങ്ങൾക്കിടയിൽ സംഘട്ടനം ഉണ്ടാവാതെ പറ്റില്ല. (ഇവിടെ ഉദ്ദേശിക്കുന്നത് തന്റെ നോവലുകളാണെന്ന് വി.കെ.എൻ ഓർമ്മപ്പെടുത്തുകയുണ്ടായി.) ഡൽഹിയിലിരുന്ന് കാക്കനാടൻ, എം.പി. നാരായണപിള്ള, എം. മുകുന്ദൻ ഇവരൊക്കെ നന്നായി എഴുതി. ടി.കെ.ശങ്കരനാരായണൻ അഗ്രഹാരം പശ്ചാത്തലമാക്കി എഴുതുന്ന കഥകളും ശ്രദ്ധേയമാണ്."

വി.കെ. എന്നോളം ചരിത്രാവബോധം പുലർത്തിയ മറ്റൊരു എഴുത്തുകാരനില്ല. രാഷ്ട്രീയചരിത്രമാണ് പല നോവലുകളിലെയും ഇതിവൃത്തം. പിതാമഹനിൽ ചരിത്രം തിരുത്തി പുതിയൊരു ചരിത്രവും ചരിത്രപുരുഷന്മാരെയും വി.കെ.എൻ സൃഷ്ടിക്കുന്നുണ്ട്. കേരള ചരിത്രരചനയെക്കുറിച്ചുള്ള വിവാദവും വർത്തമാനവിഷയമായി. അദ്ദേഹം പറഞ്ഞു.

History has a geographical edge.

കയ്യൂർ സമരം നോക്കൂ. അപ്പുറത്ത് കർണാടകമാണ്. ചരിത്രം എങ്ങനെ എഴുതണമെന്ന് ആരും ആരോടും നിർദ്ദേശിക്കുന്നത് ഉചിതമല്ല. കേരള ചരിത്രത്തിൽ വി.ടി. ഭട്ടതിരിപ്പാട് അവശേഷിക്കും. വേറെ പലരും ഒരു ചിരിയിലും."

കേളീയതയ്ക്കുണ്ടായ മാറ്റത്തെക്കുറിച്ച് വി.കെ.എൻ പറയുന്നു. "കേരളീയരുടെ ഡ്രസ്സിൽ വല്ലാത്ത മാറ്റം വന്നു. ഇപ്പോഴത്തെ പെൺകുട്ടികൾക്ക് ദാവണി എന്താണെന്നറിയില്ല. ചുരിദാറിനോടാ കമ്പം. മുണ്ടുടുക്കാനറിയാത്ത ആൺകുട്ടികൾ. നിക്കറിൽനിന്ന് പാന്റിലേക്ക്. എൺപതുറുപ്പികയ്ക്ക് നല്ല മല്ല് കിട്ടും. ഇരുനൂറിന്റെ പോളിസ്റ്ററിലാണ് താല്പര്യം.

ഉച്ചഊണിന് സമയമായി. വി.കെ.എന്റെ കഥാപാത്രങ്ങൾ ഭക്ഷണപ്രിയരാണ്. ഭക്ഷണവുമായി ബന്ധപ്പെട്ട രൂപകങ്ങൾ വി.കെ.എൻ കൃതികളിലുണ്ട്. പയ്യൻ കഥകളിലാണ് ഇത് കൂടുതൽ കാണുന്നത്. പയ്യന് ഭക്ഷണത്തോട് വല്ലാത്ത ആസക്തിയാണ്. മരണത്തിനുപോലും കടിഞ്ഞാണിടാൻ കഴിയാത്ത ആസക്തി. ഒരു പയ്യൻകഥ ഇങ്ങനെയാണ് അവസാനിക്കുന്നത്.

“പത്തുമണിക്ക് ഉറങ്ങാൻ കിടന്നു. ജീവിതത്തിൽ കൃതകൃത്യത അനുഭവപ്പെട്ടു. ചെയ്യേണ്ടതെല്ലാം ചെയ്തിരിക്കുന്നു. തിന്നേണ്ടതെല്ലാം തിന്നിരിക്കുന്നു. ഇനി മരിക്കാം. ഇതൊരു ചാൻസാണ്.

മരിക്കാൻ കിടന്നു. യഥാസമയം മരിച്ചു.

പുലർച്ചെ ശവമെടുത്തു.

വീട്ടുകാർ കേൾക്കാത്തത്ര ദൂരത്തായപ്പോൾ പയ്യൻ ശവമഞ്ചവാഹകനോട് ചോദിച്ചു.

“അവിടെയും രാവിലെ ഇഡ്ഡലി തന്നെയല്ലേ?”

വി.കെ.എൻ പറയുന്നു:

“സദ്യ വല്ലാത്ത പാഴ്ചെലവാണ്. സദ്യ നിയന്ത്രിക്കാറായിരിക്കുന്നു. പണ്ടൊക്കെ പുടമുറികല്യാണത്തിനോ പിറന്നാൾക്കോ ഒക്കെയേ സദ്യയുണ്ടാവൂ. അതിന് രണ്ടു ദിവസം മുമ്പ് വയറിളക്കി തയ്യാറാവും. ഇന്ന് ഭക്ഷണരീതിയേ മാറി. നാട്ടിൻപുറത്തും ഫാസ്റ്റ് ഫുഡ് സംസ്കാരം വരും. ഇന്ത്യ കാർഷിക രാജ്യമാണ്. കേരളത്തിൽ കൃഷി പാഴ്ചെലവാണ്. ഒരു ഹെക്ടറിൽനിന്നു എന്ത് കിട്ടുന്നുവോ അത്രയും ഇൻവെസ്റ്റ് ചെയ്യണം. പാടത്ത് പണിക്ക് ആളുകളെ കിട്ടാനില്ല. കൃഷിയുള്ളവന് കൃഷിയിറക്കുന്നതിനേക്കാൾ ലാഭം അരിവാങ്ങലാണ്. തമിഴ്നാട്ടിൽ കൃഷി പുരോഗമിക്കുന്നു. അവിടെ കാർഷിക തൊഴിലാളികളും മിച്ചമുണ്ട്. അവരിവിടെ വന്നുപണിയെടുക്കുന്നു. അവരുടെ ദുബായ് ആണ് കേരളം.”

ഈ വർത്തമാനം ദേശീയ രാഷ്ട്രീയത്തിലും സ്വാതന്ത്ര്യ സുവർണ ജൂബിലിയിലും എത്തി.

“ഇന്ത്യയുടെ സമ്പദ്‌വ്യവസ്ഥ നോക്കുക. സാമ്പത്തിക അപചയത്തിന്റെ ഒരു മുദ്ര കീറിയ നോട്ടുകളാണ്. ഒന്നിന്റെയും രണ്ടുറുപ്പികയുടെയും കീറിയ നോട്ട് ചെറിയ പ്ലാസ്റ്റിക് കവറിലിട്ട് പിൻചെയ്യുന്ന വിനിമയരീതി വന്നുകഴിഞ്ഞു. ലുധിയാനയിൽ ഇതൊരു ചെറുകിട വ്യവസായമാണ്. സർദാർജിമാർക്ക് ബുദ്ധിയുണ്ട്. സാഹിത്യത്തിലും ഇന്ത്യ മോശമല്ലേ? ലാറ്റിനമേരിക്കയിലേക്ക് ഈ നൂറ്റാണ്ടിൽ അഞ്ച് നോബൽസമ്മാനങ്ങളാണ് പോയത്. അർജന്റീന, ബ്രസീൽ, മെക്സിക്കോ, ചിലി, കൊളംബിയ. ഈ രാജ്യങ്ങളിലെ സാമ്പത്തികസ്ഥിതിയെന്താണ്? സ്വാതന്ത്ര്യസമരപെൻഷൻ ഇന്ത്യയിലൊഴികെ വേറൊരു രാജ്യത്തുമില്ല. ഇപ്പോൾ പെൻഷൻ സംഖ്യ കൂട്ടി. ഇനി ഇവന്മാരുടെ ആശ്രിതർക്കും കിട്ടിത്തുടങ്ങും. മറ്റു ചില സമരങ്ങൾ സ്വാതന്ത്ര്യസമരമാക്കാനുള്ള പരിപാടിയുണ്ട്. വന്ദേമാതരം സ്പോൺസർ ചെയ്യുന്നത് കോൾഗേറ്റാണ്. നല്ല ദേശീയത, ബ്രിട്ടന്റെ സമ്പദ്‌വ്യവസ്ഥ തകരാൻ തുടങ്ങി. ഇന്ത്യ ഭരിക്കുക അവർക്ക് ഭാരമായി തുടങ്ങി. യുദ്ധമൊക്കെയാണ് കാരണം. ഇന്ത്യയ്ക്ക് സ്വാതന്ത്ര്യം കൊടുക്കാൻ അവർ സ്വയം മുന്നോട്ടുവന്നതാണ് കഥ.

കോൺഗ്രസ് പിരിച്ചുവിടാൻ ഗാന്ധി അന്നേ പറഞ്ഞതാണ്. കാലം കുറെ വൈകിയെന്നു മാത്രം. ഇവിടെ ഗാന്ധിയെ അയാൾ എന്നു വിളിച്ചതാണ് ചർച്ച. സംസ്കൃതത്തിൽ സഃ എന്നതിന് സാന്ദർഭികമായി അയാൾ എന്നു പറയും. സ ആഗതഃ എന്നൊക്കെയാവാമെന്നു തോന്നുന്നു. രക്ഷോ ധാതു വിൽനിന്ന് രക്ഷിക്കുന്നത് അർഥം വരുന്നവിധത്തിൽ 'രാക്ഷസൻ' എന്നൊക്കെ പ്രയോഗിച്ചാലത്തെ കാര്യം എന്താവും."

വർത്തമാനം പറഞ്ഞിരിക്കുന്നതിനിടയിൽ മൂന്ന് ചെറുപ്പക്കാർ വി.കെ.എൻ.നെ പരിചയപ്പെടാൻ വന്നു. ഗൾഫുകാരാണ് കുഴൽ പ്പണത്തെക്കുറിച്ചും കസ്റ്റംസിനെക്കുറിച്ചും ഒക്കെയായി കൂട്ടംകൂടൽ. അവരോട് വി.കെ.എൻ പറഞ്ഞു.

"പണം വെക്കാൻ സ്ഥലമില്ലെങ്കിൽ ഇവടെ കൊടുത്താമതി. ധാരാളം സ്ഥലംണ്ട്." (വന്നവർ മുക്തകണ്ഠം ചിരിച്ചു).

കുറെകാലത്തിനുശേഷമാണ് വി.കെ.എന്ന് ഒരു അവാർഡ് കിട്ടുന്നത്. മുട്ടത്തുവർക്കി അവാർഡ്. മറ്റുള്ളവർക്ക് കിട്ടിയിട്ടുള്ള പല അവാർഡു കളും വി.കെ.എന്ന് മുമ്പേ കിട്ടേണ്ടതുമാണ്. ഓരോന്ന് പറയുന്ന കൂട്ട ത്തിൽ അവാർഡുകളെക്കുറിച്ചും പറഞ്ഞു.

"വൈലോപ്പിള്ളിയും ഇടശ്ശേരിയും ഉള്ളപ്പോൾ ജി. ശങ്കരക്കുറുപ്പി നാണ് ജ്ഞാനപീഠം കിട്ടിയത്. പിന്നെയൊക്കെ ശൈവമായിരുന്നു. ശങ്കരൻകുട്ടി പൊറ്റക്കാട്ടിന്, ശിവശങ്കരപിള്ളയ്ക്ക്.

വി.കെ.എൻ കഥകളിൽ നായർവിദ്വേഷമുണ്ടോ? പകർത്തിയെഴുതാൻ വി.കെ.എന്നെ സഹായിക്കുന്ന ശ്രീനിവാസന് സംശയം.

"കുഞ്ചൻനമ്പ്യാർ നായരെ വെട്ടിനുറുക്കിയ ആളാണ്. നായന്മാരിൽ പല ജാതിയുണ്ട്. കിരിയത്തിൽ, പള്ളിച്ചാൻ, അത്തിക്കുറുശ്ശി, നമ്പൂരി കല്പിച്ചുകൊടുത്ത ശൂദ്രര് നായര്, കിരിയത്തിൽ നായർ = അരിവെപ്പു കാരൻ എന്ന് ലോഗൻ നായന്മാരെപ്പറ്റി എഴുതിയിട്ടുണ്ട്. യഥാർഥത്തിൽ നായർ മതി. ഒരുപിടി ആളുകൾക്ക് നമ്മൾ പൂജകബഹുവചനം കൊടു ത്തിട്ടുണ്ട്. അതുപോലെ ഗുപ്തന്മാർ. ഗോപ്യമായി വെക്കുന്നവർ. ചാണ ക്യന്റെ സി.ബി.ഐ. പാലക്കാട്ട് കടമ്പഴിപ്പുറത്ത് ഇക്കൂട്ടരുണ്ട്. ഇപ്പോൾ തിരുവനന്തപുരത്താണ് ചുക്കിട്ട് സാഹിത്യം കാച്ചുന്ന വിദ്യ.

വി.കെ.എന്നോട് ചില ഒറ്റച്ചോദ്യങ്ങൾ ചോദിച്ചു. ഒറ്റവാക്കിൽ ഉത്തരം കിട്ടിയില്ല.

- പുറത്തിറങ്ങാറേയില്ലല്ലോ?

  പ്രശ്നോത്തരി പേടിച്ചിട്ടാണ്.

- ഇപ്പോൾ നടക്കുന്ന പോസ്റ്റ് മോഡേൺ...

  അങ്ങനെയൊരു സാധനമില്ല.

എല്ലാവർക്കും തിരക്കാണ്. വി.കെ.എൻന് ഒരു തിരക്കുമില്ല. വീട്ടിൽ സ്വസ്ഥം. വായന. പ്രസംഗിക്കാൻ പോകാറില്ല. തിരക്കിനെക്കുറിച്ച് വി. കെ.എൻ പറഞ്ഞു.

"**എ**വിടെയും തെരക്കാണ്. ശബരിമലയിലെ തിരക്കൊഴിവാക്കാൻ പുന്നപ്ര വയലാറിൽ പുഷ്പാർച്ചന ചെയ്തുപോകണം എന്ന നില യൊക്കെ വന്നുകൂടായ്കയില്ല. തിരക്കിൽ ചില സൗകര്യങ്ങളുമുണ്ട്. പമ്പയിലെ ചന്ദനത്തിൽ സ്ലേറ്റ് ചെയ്താൽ കോട്ടയത്തെത്തും. എല്ലാ കൃഷ്ണക്ഷേത്രങ്ങളിലും, വിശിഷ്യ ഗുരുവായൂര് സ്ത്രീജനത്തിരക്ക് കൃഷ്ണന്റെ ബാലവേലയെ അനുസ്മരിച്ചാണ്. തരാവാനുള്ള ത്വരയും.

- ബന്ദ്....

നിരോധിച്ചത് നന്നായി. മുദ്രാവാക്യം വിളിക്കാർക്കും ആശ്വാസമായി. ഇനി നിശാധർണ, ശയനപ്രദക്ഷിണം ഒക്കെ ആവാം.

- കേന്ദ്രത്തിലെ ഭാവി ഭരണം എങ്ങനെയാവും?

കോൺഗ്രസും ബി.ജെ.പിയും കൂടിച്ചേർന്ന് ഭരിക്കാൻ സാധ്യത യുണ്ട്.

നക്കീരൻ പത്രാധിപർക്ക് തമിഴ്നാട് സർക്കാർ അവാർഡ് കൊടു ക്കാൻ പോകുന്നതിനെപ്പറ്റി വി.കെ.എൻ പറഞ്ഞു.

"**ക**ഥയ്ക്കോ കവിതയ്ക്കോ?"

ആമുഖമില്ലാത്ത ചില വി.കെ.എൻ. അനുഭവങ്ങൾ

മഹാഭാരതമാണ് മനസ്സിൽ. കുഞ്ഞുക്കുട്ടൻ തമ്പുരാന്റെ പരിഭാഷയ്ക്ക് അതിരില്ല. മഹാഭാരതത്തിന്റെ സമകാലികതയിലൂടെ ഇങ്ങനെ പോകാം. എഴുതാൻ തുടങ്ങിയാൽ ശരിയാവും. ഇടക്കാലത്തെ മൗനത്തിനുശേഷം ദുഷ്യന്തൻമാഷിലൂടെ തിരിച്ചുവരവ് നടത്തിയതിന്റെ ഊർജ്ജം വി.കെ. എന്നിനെ തുടർന്നെഴുതാൻ പ്രേരിപ്പിച്ചിരുന്നു. ദുഷ്യന്തൻമാഷ് എന്ന കഥ യെക്കുറിച്ച് തിക്കോടിയൻ നല്ലതു പറഞ്ഞു എന്നറിഞ്ഞതും വി.കെ. എന്നിനെ സന്തോഷിപ്പിച്ചു. ആയിടെ വി.കെ.എൻ വിളിച്ചു. ടെലി ഫോണിൽ വിസ്തരിച്ച് കഥ പറഞ്ഞു. എഡിറ്റോറിയൽ എഴുതുന്ന വിദു രനെക്കുറിച്ചൊക്കെ അന്നു പറഞ്ഞുചിരിച്ചു. നേരിൽ കണ്ടപ്പോൾ പറഞ്ഞു.

ഈ കഥകള് ഏശണമെങ്കിൽ നമ്പൂതിരി വരയ്ക്കണം. നമ്പൂതിരി വരയ്ക്കണമെങ്കിൽ മലയാളത്തില് എഴ്തണം. ജയചന്ദ്രൻനായരെ വിളിക്കാം. ഒരു ലക്കത്തിന് ഇത്രവച്ച് തന്നാൽ ഒട്ടും അധികമാവില്ല എന്നും പറയാം. ഒട്ടും മുഷിയില്ല എന്നായിക്കോട്ടെ.

ഭാരതകഥകൾ മലയാളത്തിൽ വന്നുതുടങ്ങിയ സമയം.

വി.കെ.എൻ വിളിച്ചു.

"ഞാൻ ചിത്രമെഴുത്താണ് ആദ്യം നോക്കുന്നത്. ഗംഭീരാവ്ണ്ണ്ട്. എന്താ ഭീഷ്മരൊക്കെ. ഇങ്ങനെയാണെങ്കിൽ ഇനി എഴ്തണതൊക്കെ ജയചന്ദ്രൻനായർക്ക് എന്ന് നിരീക്കണ്ടേരും."

പിന്നൊരു ദിവസം തിരുവില്വാമലയിൽ ചെന്നപ്പോൾ വി.കെ.എൻ പറഞ്ഞു.

"ഇപ്പോൾ എന്തിനെഴുതുന്നു എന്നു ചോദിച്ചാൽ ഒരു ഉത്തരമുണ്ട്. നമ്പൂതിരിക്ക് വരയ്ക്കാൻ. നമ്പൂതിരി വരയ്ക്കണോട്ത്തയ്ക്കേ എഴ്ത്ണുള്ളൂ. പിന്നെ മാതൃഭൂമിയിൽ മാഡ്മാൻ എന്നെഴുതി വരയ്ക്കുന്ന മദനനും വരയ്ക്കാൻ കൊടുക്കാം. ഭാഷാപോഷിണിയിൽ നാരായണനും കൊടുക്കാം. അവിടെയും ഇപ്പോൾ നമ്പൂതിരി വരയ്ക്കുന്നുണ്ട്.

വർത്തമാനം വീണ്ടും നമ്പൂതിരിയിൽ എത്തുകയാണ്. എന്താ വര. ഭാഷാപോഷിണിയില് വരയും വാക്കും കേമാവ്ണ്ണ്ട്. ദാ വിമാനം കണ്ട്

അന്ധാളിച്ചതിന്റെ വിവരണം ഗംഭീരായ്ട്ടുണ്ട്. നമ്പൂരിക്ക് എന്തു സുഖാണ്? ധരിക്കാൻ ഒരു ചാക്കു മതി. അതുമിട്ട് ഏത്യേം പോവാം. ദാ, ഇന്നലെ നമ്പൂരി ടെലിഫോൺ ചെയ്തിരുന്നു.

നമ്പൂതിരിയോടൊപ്പം കൊല്ലങ്ങൾക്കുമുമ്പ് തിരുവില്വാമലയിൽ ചെന്നു. പിന്നൊരിക്കൽ വി.കെ.എൻ പറഞ്ഞു – നമ്പൂരിക്ക് ഐശ്വര്യം കൂട്വാണ്.

തിരുവില്വാമലയിൽ പ്രവാസി ട്രസ്റ്റിന്റെ ചിത്രകലാ ക്യാമ്പ് നടക്കുകയാണ്. നമ്പൂതിരിയാണ് ക്യാമ്പ് ഡയറക്ടർ. വീട്ടിൽ ചെന്നപ്പോൾ വി.കെ.എൻ ആദ്യം പറഞ്ഞത് ഇതാണ്. ഇന്നലെ വൈകുന്നേരം നമ്പൂതിരി വന്നേർന്നു. വി.കെ.എന്നുമായുള്ള നിരന്തരസമ്പർക്കത്തിൽനിന്ന് എനിക്കറിയാൻ കഴിഞ്ഞ ഒരു സൗഹൃദരഹസ്യമുണ്ട്. ആർട്ടിസ്റ്റ് നമ്പൂതിരിയെ അദ്ദേഹം വിശ്വസിക്കുന്നു; സ്നേഹിക്കുന്നു. അതിനും അപ്പുറത്ത് അവർ തമ്മിൽ ഹൃദയബന്ധമുണ്ട്. സൗഹൃദങ്ങളോട് അകലം പാലിക്കുന്ന, ഉള്ള സൗഹൃദങ്ങളിൽ അപൂർവ്വം പേരെപ്പറ്റി മാത്രം പരാമർശിക്കുന്ന വി.കെ.എന്നിന്റെ വർത്തമാനങ്ങളിൽ പലപ്പോഴും നമ്പൂതിരി കടന്നുവരാറുണ്ട്. നമ്പൂതിരിയെ ഭംഗിയായി കളിയാക്കാനും വി.കെ.എന്നിനറിയാം. അവിടെ, ആ ചിരിയിൽ ആദരം കലർന്ന സ്നേഹവാത്സല്യമുണ്ടെന്ന് എനിക്കു തോന്നിയിട്ടുണ്ട്. നമ്പൂതിരിയെ കണ്ടു സംസാരിച്ച സന്ദർഭങ്ങൾ ഞാൻ പലപ്പോഴും വി.കെ.എന്നിനോട് പറയാറുമുണ്ട്. അതെല്ലാം കേൾക്കുന്നതിനിടയിൽ രസകരമായ കമന്റുകൾ വന്നുകൊണ്ടിരിക്കും. നമ്പൂതിരിയുടെ വരയും വി.കെ.എന്നിന്റെ രചനയും തമ്മിലുള്ള പാരസ്പര്യത്തെക്കുറിച്ച് ഒരിക്കൽ ഞാനെഴുതിയപ്പോൾ വി.കെ.എൻ പറഞ്ഞു.

അത് നമ്പൂരിക്കേ വയ്ക്കൂ.

വി.കെ.എന്നിന്റെ പഴയകാല കഥകൾക്കും പുതിയ കഥകൾക്കും നമ്പൂതിരി വരയ്ക്കുന്നതിലെ വ്യത്യാസം സൂക്ഷ്മമായി ചിന്തിച്ചിട്ടുണ്ടോ എന്നതിനെക്കുറിച്ച് ഞങ്ങൾ ഒരിക്കൽ സുദീർഘമായി സംസാരിച്ചു. ചാത്തുവൊക്കെ വി.കെ.എന്നിന്റെ ഉള്ളിലെ സങ്കല്പം കൃത്യമായി നമ്പൂതിരി സാധിച്ചതിനെക്കുറിച്ച് അദ്ദേഹം വാചാലനായി.

ആരാണ് വി.കെ.എന്നിന്റെ അടുത്ത സുഹൃത്ത് എന്ന ചോദ്യത്തിന് അനുഭവത്തിൽനിന്നുള്ള ഉത്തരം ആർട്ടിസ്റ്റ് നമ്പൂതിരി എന്നതായിരിക്കും. 'അനന്തരം' എന്ന നോവൽ 'വരയുടെ പരമശിവനായ വാസുദേവൻ നമ്പൂതിരി'ക്കാണ് വി.കെ.എൻ സമർപ്പിച്ചിട്ടുള്ളത്. വി.കെ.എൻ പുസ്തകപരമ്പരയിലെ ഒറ്റപ്പെട്ട സംഭവമാണിത്. ഇനിയും പുറത്തിറങ്ങാനുള്ള ഒരു സമാഹാരത്തിന് നമ്പൂതിരി മുഖക്കുറിപ്പ് എഴുതണമെന്ന് വി.കെ.എൻ ആഗ്രഹിച്ചു. അത് എഴുതിച്ചുവാങ്ങാൻ എന്നെ ഏല്പിക്കുകയുണ്ടായി. ഇടയ്ക്കിടയ്ക്ക് നമ്പൂതിരിയുടെ കിട്ടിയോ എന്നന്വേഷിക്കും. നമ്പൂതിരിയുമതേ തനിക്ക് ഏറ്റവും അധികം ചാരിതാർത്ഥ്യം തോന്നുന്നത്

വി.കെ.എൻ കഥാപാത്രങ്ങളെ സൃഷ്ടിക്കുമ്പോഴാണെന്ന് ആവർത്തിക്കാറുണ്ട്.

വി.കെ.എന്നിന് അസുഖമാണെന്നറിഞ്ഞപ്പോൾ ആദ്യമായി സഹായിച്ചതും നമ്പൂതിരി തന്നെയാണ്. സുഹൃത്തിന്റെ, സഹോദരന്റെ ഹൃദയം നിറഞ്ഞ സഹായം. സഹായം എന്ന വാക്കിന് ഇവിടെ പ്രസക്തിയില്ല. തനിക്കു ലഭിച്ച അവാർഡ് തുകയിൽനിന്ന് നല്ലൊരു ശതമാനം നമ്പൂതിരി വി.കെ.എന്നിന് ചികിത്സിക്കാൻ നല്കുകയുണ്ടായി. ഇത് ഒരിക്കലും പരസ്യമാക്കാൻ അദ്ദേഹം ഇഷ്ടപ്പെടുന്നുണ്ടാവില്ല. എങ്കിലും ആത്മബന്ധത്തിന്റെ ആഴമറിയാൻ ഈ വിളിച്ചുപറയൽ കൂടാതെ വയ്യ. വി.കെ.എന്നിന്റെ കണ്ണുനിറയുന്നത് ഞാൻ ആദ്യമായി കാണുന്നതും അന്നാണ്. നമ്പൂതിരിയുടെ സ്നേഹത്തിനു മുന്നിലുള്ള ആനന്ദത്തിന്റെ കണ്ണുനീർ.

വി.കെ.എന്നിന്റെ രോഗവിവരമറിഞ്ഞ് ഒമാനിൽനിന്ന് മധുവും സുഹൃത്തുക്കളും ചികിത്സാചെലവിനായി ഒരു തുക അയച്ചുകൊടുത്തിരുന്നു.

താൻ എഴുതുന്നതിനെ പൊലിപ്പിക്കാൻ നമ്പൂതിരിയുടെ വര എന്ന് വി.കെ.എന്നും തനിക്ക് മനസ്സറിഞ്ഞ് വരയ്ക്കാൻ വി.കെ.എൻ കഥ എന്ന് നമ്പൂതിരിയും. വി.കെ.എൻ തനിക്കയച്ച കത്തുകൾ ആത്മരേഖയിൽ നമ്പൂതിരി പ്രസിദ്ധപ്പെടുത്തിയതിൽ ഈ ആത്മബന്ധത്തിന്റെ സാക്ഷ്യങ്ങളുണ്ടല്ലോ.

വി.കെ.എന്നിന്റെ രോഗനില ആശങ്കയുണർത്തുന്ന വേളകളിലെല്ലാം അക്കാര്യം നമ്പൂതിരിയെ അറിയിച്ചിരുന്നു. ഇടയ്ക്കിടയ്ക്ക് വിവരം തരണമെന്ന് അദ്ദേഹം എന്നോട് ആവശ്യപ്പെട്ടു. അധികസ്ഥിതി വന്ന ഒരവസ്ഥയിൽ ഞാൻ അദ്ദേഹത്തെ വിളിച്ചു. പിറ്റേന്നുതന്നെ മകനേയും കൂട്ടി അദ്ദേഹം വി.കെ.എന്നിന്റെ വീട്ടിലെത്തി. പക്ഷേ, വി.കെ.എന്നിന് നമ്പൂതിരിയെ തിരിച്ചറിയാൻ കഴിഞ്ഞില്ല. മകൾ രഞ്ജനയും മരുമകൻ കൃഷ്ണകുമാറും അന്നവിടെ ഉണ്ടായിരുന്നു. നമ്പൂതിരി വരുമ്പോൾ അച്ഛനുണ്ടാവുന്ന സന്തോഷം അവർക്കറിയാം. അതിനുമപ്പുറം പത്നിക്കും മരുമകൾ രമയ്ക്കും ഉണ്ടായ വിഷാദമോ?

നമ്പൂതിരി വന്നുപോയാൽ ഒരാഴ്ചക്കാലം അതിന്റെ ചാരിതാർത്ഥ്യവുമായി കഴിയുന്ന അച്ഛനെ ഈ അവസ്ഥയിൽ കാണേണ്ടിവന്നതിന്റെ സങ്കടം. എത്ര ഹൃദയവേദനയോടെയാവും നമ്പൂതിരി അന്ന് വടക്കേ കൂട്ടാല വീടിന്റെ പടിയിറങ്ങിയിട്ടുണ്ടാവുക?

മലയാള കവിതയുടെ ഗതിവിഗതികൾ സൂക്ഷ്മമായി നിരീക്ഷിച്ച മനസ്സായിരുന്നു വി.കെ.എന്നിന്റേത്. പല പകലുകൾ ഞങ്ങൾ മലയാള കവിതയിലെ പുതുപ്രവണതകളെക്കുറിച്ചും പാരമ്പര്യത്തെക്കുറിച്ചുമെല്ലാം വിശദമായും ഹാസ്യാത്മകമായും ചർച്ച ചെയ്തിട്ടുണ്ട്. മലയാള കവിതയിലുള്ള വി.കെ.എന്നിന്റെ ജ്ഞാനം അദ്ഭുതാവഹമായിരുന്നു. പ്രാചീന

കവിതകൾ തൊട്ട് ആധുനിക കവിതകൾ വരെ അദ്ദേഹത്തിന് മനഃപാഠമാണ്. എഴുത്തച്ഛനേക്കാൾ ഗാംഭീര്യം നമ്പ്യാരാണെന്ന് വി.കെ.എൻ വാദിച്ച് വിലയിരുത്തും. നമ്പ്യാരുടെ പദക്കസർത്ത് വി.കെ.എന്നിനെ സ്വാധീനിച്ചിട്ടുണ്ട്. ഒരിക്കൽ അദ്ദേഹം പറഞ്ഞു: "ഇപ്പോൾ നമ്പ്യാർ കൃതികൾ ഒന്നുകൂടി വായിക്കുകയാണ്. എന്താ കവിത്വം? ആട്ടക്കഥയിൽ ഉണ്ണായിവാരിയരെയും തുടർന്ന് ഇരയിമ്മൻതമ്പിയെയുമായിരുന്നു വി.കെ. എന്നിന് പഥ്യം. നാലാംദിവസത്തിലെ ചില പദങ്ങൾ വി.കെ.എൻ ചൊല്ലിച്ചിരിക്കും. ആയിടെ, കാളിദാസനെ വായിക്കുവാൻ വി.കെ.എൻ ദിവസങ്ങൾ ചെലവാക്കുകയുണ്ടായി. അപ്പോഴെല്ലാം തുടർച്ചയായ ടെലിഫോൺ വിളികളാണ്. 'ഋതുസംഹാരം' വിചാരിച്ചപോലെയല്ല. സമാന്തരമായി ഞാനും കാളിദാസകൃതികൾ വായിക്കാൻ തുടങ്ങിയിരുന്നു. ഋതുസംഹാരത്തിലെ കാലാവസ്ഥാഭേദങ്ങളെ കാളിദാസൻ കമനീയമാക്കുന്നതു സംബന്ധിച്ച്, മേഘസന്ദേശത്തിലെ കല്പനാചാതുര്യത്തെക്കുറിച്ച് ഞങ്ങൾ സുദീർഘം സംസാരിച്ചിട്ടുണ്ട്.

'ഉണ്ണുനീലിസന്ദേശമായിരുന്നു വി.കെ.എന്നിന്റെ മറ്റൊരു ഹരം. അതിലെ ഭൂമിശാസ്ത്രവർണ്ണന, തച്ചുശാസ്ത്രവർണ്ണന എല്ലാം വി.കെ. എന്നിന് ആസ്വാദ്യവിഷയങ്ങളായിരുന്നു.

ആശാൻകൃതികളെക്കുറിച്ച് ഞങ്ങൾ സംസാരിച്ചതിനു കണക്കില്ല. ഓരോ കൃതികളും വേറിട്ടെടുത്തു ചർച്ച ചെയ്യും. കുട്ടികൃഷ്ണമാരാർ ലീലയെ ഒരു ഡിറ്റക്റ്റീവിന്റെ സാമർത്ഥ്യത്തോടെ അപഗ്രഥിച്ചവിധം നർമ്മമധുരമായി വി.കെ.എൻ പറയും.

'ലീലയിലെ ഘടന പതിവിലാസി ചെയ്കിലും' എന്നു തുടങ്ങുന്ന ശ്ലോകത്തിൽ ആശാന്റെ രചനാസാമർത്ഥ്യമെല്ലാം ഉള്ളടങ്ങിയിട്ടുണ്ടെന്ന് വി.കെ.എൻ നിരീക്ഷിക്കും. വള്ളത്തോളിന്റെ 'അച്ഛനും മകളും' മാത്രമേ വി.കെ.എന്നിനു ബോധിച്ചുള്ളൂ. 'ശിഷ്യനും മകനും' എന്ന കൃതിയിലെ ശ്ലോകങ്ങളെല്ലാം അദ്ദേഹം ചൊല്ലും. 'എന്റെ ഗുരുനാഥൻ' വെറും പ്രസ്താവനയല്ലേ എന്നൊരിക്കൽ ചോദിച്ചപ്പോൾ അതായി വർത്തമാനം. പിറ്റേന്ന് വി.കെ.എൻ വിളിച്ചു: എന്റെ ഗുരുനാഥനെക്കുറിച്ച് പിന്നെ ആലോചിച്ചപ്പോൾ ഒന്ന് എഴുതി. ശ്രീകുമാറിന് അയച്ചിട്ടുണ്ട്.

ഒറ്റശ്ലോകങ്ങളിൽ മിക്കതും വി.കെ.എന്നിന് നിശ്ചയമായിരുന്നു. ചേലപ്പറമ്പിന്റെ, വെൺമണി മഹന്റെ ശ്ലോകങ്ങൾ അദ്ദേഹം ആസ്വദിച്ചുചൊല്ലുമായിരുന്നു.

വൈലോപ്പിള്ളിയാണ് വി.കെ.എന്റെ കവി എന്നു പലപ്പോഴും തോന്നിയിട്ടുണ്ട്. മലയാളകവിതയിലെ ഒരു സംഭവമായി കുടിയൊഴിക്കലിനെക്കുറിച്ച് അദ്ദേഹം ആവർത്തിച്ചിട്ടുണ്ട്. വർഗസമരങ്ങളെക്കുറിച്ചും അതിന്റെ ചരിത്രത്തെക്കുറിച്ചുമൊക്കെ ഉന്നത ജ്ഞാനവാനായിരുന്ന വി.കെ.എന്നിന് കുടിയൊഴിക്കൽ ബോധിച്ചതിൽ അദ്ഭുതമില്ല.

വൈലോപ്പിള്ളിയുടെ സ്വഭാവവും കവിതയുടെ പ്രമേയവുമായുള്ള ഇഴയടുപ്പത്തെക്കുറിച്ചും ഞങ്ങൾ ചർച്ച ചെയ്തിരുന്നു.

ഇടശ്ശേരിയുടെ ലളിതജീവിതം വക്കീൽ ഗുമസ്തന്റെ ജോലി ഇവയെക്കുറിച്ചൊക്കെ വി.കെ.എൻ പറയുമായിരുന്നു. ഇടശ്ശേരിക്ക് ഒരു സ്വീകരണം. സ്വീകരണഘോഷയാത്രയ്ക്കിടയിലാണ് തന്റെ ഒരു 'കക്ഷി'യെ ഇടശ്ശേരി കാണുന്നത്. അതിനിടയ്ക്ക് അയാളെ വിളിച്ച് ഇന്ന ദിവസത്തേക്ക് കേസുവച്ചിട്ടുണ്ടെന്ന് ഇടശ്ശേരി പറഞ്ഞത് വി.കെ.എന്നിനു മാത്രമായ ചാതുര്യത്തോടെ വിവരിക്കുന്നത് കേട്ടിരിക്കാനുള്ള ഭാഗ്യമുണ്ടായിട്ടുണ്ട്. 'കറുത്ത ചെട്ടിച്ചിക'ളാണ് വി.കെ.എന്നിന്റെ സ്വന്തം ഇടശ്ശേരിക്കവിത. തമിഴ്നാട്ടിലെ തായമ്പകയുടെ ആരംഭം എന്ന് നിരീക്ഷണലേഖനത്തിന് 'കറുത്ത ചെട്ടിച്ചികൾ' എന്നാണ് കെ.സി. നാരായണൻ പേരു കൊടുത്തിരിക്കുന്നത്. ഇടശ്ശേരിയുടെ പൊന്നാനിയോളം ചെന്നെത്തുക ഈ തായമ്പക സംസ്കാരത്തെക്കുറിച്ച് ചർച്ച ചെയ്തപ്പോൾ വി.കെ. എൻ പറഞ്ഞു: "നാരായണന്റെ നിരീക്ഷണം കൊള്ളാം."

പി. കുഞ്ഞിരാമൻനായരുടെ കവിതകൾ വി.കെ.എന്നിന് ഇഷ്ടമായിരുന്നുവെങ്കിലും അതിനെക്കുറിച്ച് അധികം സംസാരമുണ്ടായിട്ടില്ല. പി.യും ഇടശ്ശേരിയും വൈലോപ്പിള്ളിയുമിരിക്കുമ്പോൾ ജി.ക്ക് ജ്ഞാനപീഠം കൊടുത്തതിലെ കാവ്യനീതിയെ വി.കെ.എൻ ചോദ്യംചെയ്തിട്ടുണ്ട്. ജി. കവിതകളോടുള്ള വിപ്രതിപത്തി അദ്ദേഹം പലയാവർത്തി പറഞ്ഞിട്ടുമുണ്ട്. അക്കിത്തം കവിതകളും വി.കെ.എന്നിന്റെ ആസ്വാദനപരിധിയിൽപ്പെട്ടിരുന്നു. ഒളപ്പമണ്ണ നമ്പൂരിമണ്ഡപത്തിലിരിക്കുമ്പോൾ നിന്നോളാമെന്ന ഭാവത്തിലിരിക്കുന്ന ഗുരുവായൂരപ്പനെക്കുറിച്ച് ഒളപ്പമണ്ണ എഴുതിയതിലെ നർമ്മം: വി.കെ. ഗോവിന്ദൻനായരുടെ 'വാകച്ചാർത്തു' ശ്ലോകത്തിലെ പരിഹാസഹാസ്യം; വിഷ്ണുനാരായണൻ നമ്പൂതിരി കവിതയിലെ ദാർശനികത, സുഗതകുമാരി കവിതയിലെ വായനാസുഖം എല്ലാം ചർച്ചാവിഷയമായിരുന്നു. ഉജ്ജയിനിയിലെ രാപകലുകൾക്ക് കേന്ദ്ര സാഹിത്യ അക്കാദമി അവാർഡ് കിട്ടിയപ്പോൾ വി.കെ.എൻ പറഞ്ഞു: "അർഹിക്കുന്ന പുസ്തകമാണ്."

ഒളപ്പമണ്ണയ്ക്ക് കേരള സാഹിത്യ അക്കാദമിയുടെ ഫെലോഷിപ്പ് ലഭിച്ച കാലം. പുരസ്കാരദാന സമ്മേളനത്തിന് വി.കെ.എന്നിനേയും ക്ഷണിച്ചിരുന്നു. വി.കെ.എൻ തമാശയിൽ പറഞ്ഞു. "ഒളപ്പമണ്ണ ഇത്രയും ഫെലോഷിപ്പ് തുക വാങ്ങുന്നതുകണ്ട് സന്തോഷിക്കാനുള്ള കരുത്തില്ലാത്തതുകൊണ്ട് പോണ്ല്ല്യ."

മലയാള കവിതയിൽ നർമ്മമുണ്ടോ? ഒരിക്കൽ ഞങ്ങൾ അതും സംസാരിച്ചു. കക്കാടിന്റെ ചില കവിതകളെക്കുറിച്ചൊക്കെ പറഞ്ഞു. ഒടുവിൽ അല്പമെങ്കിലും ബാക്കിനില്ക്കുന്നത് അയ്യപ്പപ്പണിക്കരിലാണെന്ന നിഗമനത്തിലെത്തി.

വി.സി. കൃതികളോട് പ്രത്യേകിച്ച് 'ഒരു വിലാപ'ത്തോട് വി.കെ.എന്നിന് കടുത്ത പക്ഷപാതമായിരുന്നു. 'നാദാന്തബ്രഹ്മനിഷ്ഠാവഴിയിലകപ്പെട്ടാലും' എന്നു തുടങ്ങുന്ന ഒരു വിലാപത്തിലെ ശ്ലോകത്തിന്റെ ആന്തരഗൗരവത്തെപ്പറ്റി ഞങ്ങൾ പല സന്ദർഭങ്ങളിലായി സംസാരിച്ചിട്ടുണ്ട്. ഈയൊരു രചനാകരുത്ത് ബാലചന്ദ്രൻ ചുള്ളിക്കാടിന്റെ കവിതകളിലാണ് കാണുന്നതെന്നായി പിന്നീടുള്ള വർത്തമാനം. ബാലചന്ദ്രന്റെ 'താതവാക്യ'ത്തെ മുൻനിർത്തി ഞങ്ങൾ ഇത് ചർച്ചചെയ്തു. 'നിന്നമ്മതന്നണുവിൽ' എന്നു തുടങ്ങുന്ന, താതവാക്യത്തിലെ ശ്ലോകത്തിന്റെ സമ്പന്നത വി.കെ.എന്നിന് ബോധിച്ചു. പുതുകവികളിൽ വി.കെ.എൻ കണ്ടത് പി.പി. രാമചന്ദ്രനെ മാത്രം. രാമചന്ദ്രനെക്കുറിച്ച് അറിഞ്ഞപ്പോൾ വി.കെ.എൻ പറഞ്ഞു. 'ഡോമിനന്റ് മൈനോരിറ്റി'യാണ് പിഷാരടിമാർ.

ചെറുകാടിന്റെ എഴുത്തും ജീവിതവും വി.കെ.എന്നിന് ആദരവിഷയമാണ്. 'ജീവിതപ്പാത'യിലെ ചില മുഹൂർത്തങ്ങൾ അദ്ദേഹം വിവരിക്കും. തിക്കോടിയന്റെ 'അരങ്ങു കാണാത്ത നടൻ' ആത്മകഥയിലെ അസൽകൃതികളിലൊന്ന് എന്ന് വി.കെ.എൻ പറയും. നോവലിനെക്കുറിച്ചും കഥകളെക്കുറിച്ചുമൊക്കെ ഞങ്ങൾ സംസാരിച്ചിട്ടുണ്ട്. കോവിലന്റെ 'തട്ടകം' പരമ്പരയായി വന്നകാലത്ത് വി.കെ.എൻ ആസ്വദിക്കുകയുണ്ടായി. സാറാ ജോസഫിന്റെ 'ആലാഹയുടെ പെൺമക്കൾ' തരക്കേടില്ലെന്ന് വി.കെ.എൻ പറഞ്ഞിട്ടുണ്ട്. എം.ടിയുടെ 'വാരാണസി' വന്നകാലത്തും വി.കെ.എൻ വായിക്കുകയുണ്ടായി. ചില അഭിപ്രായവ്യത്യാസങ്ങൾ അദ്ദേഹം പറഞ്ഞിരുന്നു. ഒ.വി. വിജയൻ വി.കെ.എന്നിന്റെ വർത്തമാനങ്ങളിലെ നിത്യകഥാപാത്രമായിരുന്നു. വിജയന്റെ രാഷ്ട്രീയദർശനം, കാർട്ടൂൺ തുടങ്ങിയവയെക്കുറിച്ചൊക്കെ വി.കെ.എൻ പറഞ്ഞു. ഒ.വി. വിജയൻ കേരളത്തിൽ വരുന്നത് ഫീച്ചറാക്കുന്നവരെക്കുറിച്ചൊക്കെ വി.കെ.എൻ സരസമായി വിവരിച്ചിരുന്നു.

വി.കെ.എന്നിന് ബഷീർ പുരസ്കാരം. പുരസ്കാരദാനം ഇടപ്പള്ളിയിൽവച്ച് നടത്താനായിരുന്നു പ്രവാസി ട്രസ്റ്റിന്റെ തീരുമാനം. വി.കെ.എൻ ധീരമായി പറഞ്ഞു. വരാൻ ബുദ്ധിമുട്ടാവും. മകൾ വന്നു വാങ്ങും. സംഘാടകർ വിഷമത്തിലായി. തിരുവില്വാമലയിൽവച്ച് നടത്താമെന്നായി. അതോടനുബന്ധിച്ച് ചിത്രകലാ ക്യാമ്പും നടത്തുന്നു. നമ്പൂതിരി, സി.എൻ.കരുണാകരൻ, പ്രസാദ്, അജയകുമാർ, കലാധരൻ തുടങ്ങി പ്രഗത്ഭരുണ്ട്. അവർ വി.കെ.എൻ പ്രമേയങ്ങളെ ആസ്പദമാക്കി വരയ്ക്കും. വി.കെ.എൻ കഥാപാത്രങ്ങൾക്ക് വരയിലൂടെ പുനർജനി. ഏതൊരു എഴുത്തുകാരനാണ് ഈ ചിത്രോത്സവത്തിൽ പങ്കുകൊള്ളാതിരിക്കുക? അഥവാ ആരാണ് അവിടെ വി.കെ.എന്നിന്റെ സാന്നിധ്യം ആഗ്രഹിക്കാതിരിക്കുക? ഒരു കിലോമീറ്ററിന്റെ ദൂരപരിധി മാത്രമായിരുന്നിട്ടും വി.കെ.എൻ പോയില്ല.

അവാർഡ് ദാനം വീട്ടിൽവച്ചു മതി എന്നായി വി.കെ.എൻ. മറ്റു കാര്യങ്ങൾ മുറപോലെ ഓഡിറ്റോറിയത്തിൽ നടന്നോട്ടെ. വി.കെ.എൻ നിശ്ചയിച്ചാൽ നിശ്ചയിച്ചതാണ്. സംഘാടകരുടെ പ്രയാസം ഊഹിക്കാമല്ലോ. എങ്ങനെയെങ്കിലും വി.കെ.എന്നിനെ പിന്തിരിപ്പിക്കണം. വി.കെ.എൻ വിളിച്ചു. ഞാൻ പോകുന്നില്ല. വയ്യ. വൈക്കം മുഹമ്മദ് ബഷീറിന്റെ പേരിലുള്ള അവാർഡ് തന്നതിന് പ്രവാസി ട്രസ്റ്റിനെ അഭിനന്ദിക്കുന്നു എന്ന് എഴുതിത്തരാം. വിജയകൃഷ്ണനൻ അത് വായിച്ചാൽ മതി. അതിലെ അനൗചിത്യത്തെക്കുറിച്ച് ഏറെ പറഞ്ഞു. ഇതിനു വരുന്നവരെല്ലാം സന്ദർശകരായാലുള്ള വീട്ടിലെ ബുദ്ധിമുട്ടിനെപ്പറ്റി പറഞ്ഞപ്പോൾ ഒരു വിധം സമ്മതിച്ചു. ഇതിനിടെ ചില ഡോക്യുമെന്ററിയൊക്കെ ചിലർ പ്ലാൻ ചെയ്യുന്നുണ്ട്. അതൊന്നും നടക്ക്ല്ല്യ. വി.കെ.എൻ പറഞ്ഞു.

പുരസ്കാരദാനദിവസം ഉച്ചയ്ക്കെത്തി. ഭാഗ്യം. വി.കെ.എൻ പോകാൻ തയ്യാറായി ഇരിക്കുകയാണ്. എൻ. ഗോപാലകൃഷ്ണൻ എത്തിയിട്ടുണ്ട്. പിന്നാലെ മുണ്ടൂർ കൃഷ്ണൻകുട്ടി വന്നു.

ഞാൻ പതുക്കെ വരാം എന്നായി വി.കെ.എൻ. വന്നവർ പിരിഞ്ഞു പോയി. അപ്പോഴേക്കും എം.ടി. എത്തി. എം.ടി. വന്നപ്പോൾ വി.കെ.എന്നിന് ഉത്സാഹമായി. അവർ തമ്മിൽ വർത്തമാനം പറയുകയാണ്.

വാസുവിന് ചായ.

വി.കെ.എൻ പറഞ്ഞു.

ചായ കുടിച്ചുകഴിഞ്ഞപ്പോഴേക്കും സംഘാടകർ എത്തി. നടക്കാൻ നന്നേ പ്രയാസമുണ്ട്. കാറിൽ കയറി. ഓഡിറ്റോറിയത്തിൽ എത്തി.

'വി.കെ.എൻ നമസ്കാരം' എന്നു പറഞ്ഞ് കലാമണ്ഡലം അപ്പുക്കുട്ടി പൊതുവാൾ നിറഞ്ഞ ചിരി ചിരിച്ചു. ആ ചിരി കണ്ട് വി.കെ.എന്നും ചിരിച്ചു. അപ്പോഴേക്കും എം.എൻ. വിജയൻമാഷ് എത്തി.

വിജയനാണ്.

വിജയൻമാഷ് പരിചയപ്പെടുകയാണ്.

'മറന്ന്ട്ട്ല്ല്യ.'

അവർ ഹസ്തദാനം ചെയ്തു.

സാറാ ജോസഫും വൈശാഖനും ബാലചന്ദ്രൻ ചുള്ളിക്കാടും വിജയലക്ഷ്മിയും കുശലം പറഞ്ഞു.

വി.കെ.എന്നിന്റെ മുഖത്ത് പ്രസാദപൂർണമായ പുഞ്ചിരി.

അവാർഡ്ദാനം കഴിഞ്ഞപ്പോഴേക്കും വി.കെ.എൻ ക്ഷീണിതനായിരുന്നു. ഞങ്ങൾ കാറിൽ വീട്ടിലെത്തി. ഒപ്പം ഇന്ത്യനൂർ ഗോപിയുമുണ്ട്.

'ശില്പം എവിടെച്ചാൽ വയ്ക്കാം.' ഡി.ഡിയുടെ കവർ ഞാൻ സൂക്ഷിക്കാം.'

അദ്ദേഹം കവർ തുറന്നു.

'മുഴുവനുമുണ്ട്.'

എന്നിട്ട് വിശാലമായി ചിരിച്ചു.

കേരളീയ കലകളോട് ആഭിമുഖ്യമുള്ള കലകളുടെ വർത്തമാനം നിരീക്ഷിക്കുന്ന ഒരു സഹൃദയമനസ്സ് വി.കെ.എന്നിന് ഉണ്ടായിരുന്നു. അദ്ദേഹം കുറച്ചുകാലം ദേവസ്വത്തിൽ ജോലി ചെയ്തിരുന്നു. പല്ലാവൂർ ദേവസ്വത്തിലിരിക്കുമ്പോഴാണ് വി.കെ.എന്നിന് കൊട്ടിനോട് താല്പര്യം തുടങ്ങിയത്. കലകളുടെ വിളഭൂമിയായ തിരുവില്വാമലയിൽ ജനിച്ച ഒരാളുടെ സഹൃദയത്വത്തെപ്പറ്റി സംശയം വേണ്ട. വി.കെ.എൻ ഈ സഹൃദയത്വത്തെ തന്റെ രചനകളിൽ നിർലോഭം സന്നിവേശിപ്പിക്കുകയും ചെയ്തു. തേച്ചുകുളിക്കാനുള്ള എണ്ണയ്ക്കും ഊണിനും വേണ്ടി ദേവസ്വം ആപ്പീസിൽ വിനീതരായി നില്ക്കുന്ന കൊട്ടുകാർ വി.കെ.എന്നിന്റെ പഴയകാല ഓർമ്മകളിൽ വരാറുണ്ട്. അവർക്ക് അതു നിഷേധിക്കുന്ന; വെട്ടിക്കുറയ്ക്കുന്ന ക്ലാർക്കിനോട് കലഹിച്ചതും അദ്ദേഹം ഓർമ്മിച്ചിട്ടുണ്ട്. പല്ലാവൂരിൽവച്ചാണ് വി.കെ.എൻ അപ്പുമാരാരെയും മണിയൻമാരാരെയും കാണുന്നത്. ആ പരിചയം നീണ്ടുനിന്നു. തൃശൂർപൂരം ദിവസം മണിയൻമാരാർ വി.കെ.എന്നിനെ ഫോൺ ചെയ്യും. റേഡിയോയിൽ മഠത്തിൽ വരവ് പഞ്ചവാദ്യം കേൾക്കാൻ. അപ്പുമാരാർ ആത്മകഥ എഴുതിയ സമയത്ത് വി.കെ.എന്നിനെ - നാരായണൻകുട്ടി എന്ന ദേവസ്വം ആപ്പീസറെ - പ്രത്യേകം ഓർമ്മിക്കുന്നുണ്ട്. ഒന്നരവർഷം മുമ്പ് പല്ലാവൂർ അപ്പുമാരാർ വി.കെ.എന്നിനെ വീട്ടിൽചെന്ന് കാണുകയുണ്ടായി. അപ്പുവിന് ചെവി വളരെ പതുക്കെയായിട്ടുണ്ട്. ചെണ്ടയുടെ ശബ്ദങ്ങൾക്കിടയിൽ ജീവിക്കുന്നവർക്ക് സംഭവിക്കുന്നതാണ്. വി.കെ.എൻ പറഞ്ഞു. കൊളന്ത സ്വാമിയേയും വെങ്കിച്ചൻസ്വാമിയേയും വി.കെ.എന്നിന് ബഹുമാനമാണ്. വെങ്കിച്ചന്റെ രൂപം, മദ്ദളം, കൊട്ട് എന്നിവയെക്കുറിച്ചൊക്കെ അദ്ദേഹം സംസാരിക്കുകയും പതിവാണ്. അങ്ങനെ ആ സംസാരം കലാമണ്ഡലം അപ്പുക്കുട്ടി പൊതുവാളിലെത്തും. കൃഷ്ണൻകുട്ടി പൊതുവാളും അപ്പുക്കുട്ടി പൊതുവാളും ചേർന്നുള്ള മേളപ്പദം കേട്ട കഥ പറയും. ഒരു കളിസ്ഥലത്ത് കൃഷ്ണൻകുട്ടി പൊതുവാളിന്റെ ആരാധകനായ, തിരുവില്വാമലക്കാരൻ ചെന്നതും പൊതുവാൾ അദ്ദേഹത്തെ സ്വീകരിച്ചതും അപ്പുക്കുട്ടി പൊതുവാൾ പരിചയം ഭാവിക്കാതെ നിന്നതുമെല്ലാം പറഞ്ഞ് വി.കെ.എൻ അനവധി ചിരിച്ചിട്ടുണ്ട്. മദ്ദളക്കാർക്ക് ഹെർണിയ വരാൻ എളുപ്പമാണെന്ന് പി.കെ. വാരിയർ പറഞ്ഞത്; ഈ പ്രായത്തിലും അപ്പുക്കുട്ടി പൊതുവാൾ വെളിച്ചാവുന്നതുവരെ കൊട്ടുന്നത്: ആ പിശുക്ക് എല്ലാം വർത്തമാനത്തിൽ വരും. താൻ വായിച്ച മൗലികകൃതികളിലൊന്ന് കൃഷ്ണൻകുട്ടി പൊതുവാളിന്റെ മേളപ്പദമാണെന്ന് വി.കെ.എൻ പലകുറി പറഞ്ഞിട്ടുണ്ട്. അതിന് കേരള സാഹിത്യ അക്കാദമിയുടെ അവാർഡ്

കൊടുക്കാൻ താൻ വാദിച്ചതും. ചെണ്ടയും മദ്ദളവും സ്റ്റൂളിലോ അതിനു പാകത്തിൽ നിർമ്മിച്ച സ്റ്റാന്റിലോ വച്ചുകൊട്ടുമ്പോൾ കലാകാരന്റെ അധ്വാനം കുറയുമെന്നും അതുവഴി കൊട്ട് മെച്ചപ്പെടുമെന്നും വി.കെ. എന്നിന് പക്ഷമുണ്ടായിരുന്നു. ഒന്നിലധികം തായമ്പക കൊട്ടുന്നവർ; അവർക്കു കിട്ടുന്ന സമ്പാദ്യം കലാകാരന്മാരുടെ വിദേശയാത്രകൾ; കൊട്ടിന്റെ വിപണി ഇവയെക്കുറിച്ചൊക്കെ ഞങ്ങൾ ചർച്ച ചെയ്യും. അപ്പുക്കുട്ടി പൊതുവാൾക്ക് കേന്ദ്രസംഗീത നാടക അക്കാദമി അവാർഡ് കിട്ടാൻ വൈകുന്നതിനെക്കുറിച്ച് അക്കാലം ഞങ്ങൾ സംസാരിക്കുകയുണ്ടായി. പൊതുവാളിന് പുരസ്കാരം ലഭിച്ച വേളയിൽ തിരുവില്വാമലയിൽവച്ച് ഒരു സ്വീകരണമുണ്ടായി. പൊതുവെ തിരുവില്വാമലയിലെ വേദികളിൽ ചെല്ലാൻ മടിക്കുന്ന വി.കെ.എൻ അപ്പുക്കുട്ടി പൊതുവാളിന്റെ സ്വീകരണവേദിയിൽ ചെന്ന് പ്രസംഗിച്ചു. മുഖ്യപ്രഭാഷണം നടത്താമെന്നേറ്റിരുന്ന കലാമണ്ഡലം പദ്മനാഭൻ നായർ എത്താത്ത സാഹചര്യത്തിൽ ആശംസാപ്രാസംഗികനായ എന്നോട് വി.കെ.എൻ പറഞ്ഞു. മുഖ്യപ്രഭാഷണം വിജയകൃഷ്ണൻ ചെയ്താൽ മതി. വി.കെ.എൻ ഇരിക്കുന്ന വേദിയിൽ അപ്പുക്കുട്ടി പൊതുവാളിനെക്കുറിച്ച് സമഗ്രമായി പറയാൻ എനിക്കെന്ത് അർഹത? ഒഴിഞ്ഞുമാറാനുമായില്ല.

വി.കെ.എൻ ഒരു ചാക്യാരുടെ വാക്പാടവത്തോടെ പറയുന്നത് കേട്ടിരിക്കാനുള്ള ഒരു സുഖം! കുലീനമായ കൂട്ടായിരുന്നു പൈങ്കുളം രാമചാക്യാരുടേതെന്ന് വി.കെ.എൻ പറഞ്ഞിരുന്നു. കൂത്തിലെ മന്ദഗതിയാണ് തുള്ളലിന് കാരണമായതെന്ന് വി.കെ.എൻ കൂടിയാട്ടത്തിൽ മൂർഖ എന്നു ച്ചരിച്ച് അവസാനിപ്പിക്കാനെടുക്കുന്ന സമയത്തെക്കുറിച്ച് പറഞ്ഞ് വി.കെ. എൻ ചിരിക്കും. എന്നിട്ട് നമ്പ്യാരുടെ ഒരു വരി ചൊല്ലും.

ചലച്ചിത്രഗാനങ്ങളുടേയും ശ്രോതാവായിരുന്നു വി.കെ.എൻ പി. ഭാസ്കരന്റെ വരികളോടാണ് അദ്ദേഹത്തിന് ആഭിമുഖ്യം. അതിലെ കാല്പനികത കലർന്ന ഗൃഹാതുരത അദ്ദേഹത്തിന് ഇഷ്ടമായിരുന്നു. 'മഞ്ഞണിപൂനിലാവ്....' എന്നു തുടങ്ങുന്ന പാട്ടിനോട് വി.കെ.എന്നിന് വല്ലാത്തൊരു ഇഷ്ടമുണ്ടായിരുന്നു. ചലച്ചിത്ര ഗാനരചയിതാക്കളിൽ മുമ്പൻ പി. ഭാസ്കരൻ തന്നെ. 'വെങ്കലം' എന്ന ചിത്രത്തിലെ പാട്ടുവരെ വി.കെ.എൻ ഓർമ്മിക്കുന്നു.

ഞങ്ങളുടെ ചർച്ചകളിൽ സിനിമ അധികം വിഷയമായിട്ടില്ല. വി.കെ. എന്നിന്റെ അപ്പുണ്ണി സത്യൻ അന്തിക്കാട് സിനിമയാക്കിയിട്ടുണ്ട്. വാനപ്രസ്ഥത്തിൽ ആർട്ടിസ്റ്റ് നമ്പൂതിരിയുടെ കലാസംവിധാനത്തിന്റെ പങ്കിനെക്കുറിച്ചൊക്കെ പറഞ്ഞിട്ടുണ്ടെന്നല്ലാതെ സിനിമയെക്കുറിച്ച് എന്തോ അദ്ദേഹം പറയാറില്ല. ആറുമാസം മുമ്പ് ഒരു വർത്തമാനത്തിനിടയിൽ വി.കെ.എൻ ചോദിച്ചു.

"മോഹൻലാൽ എങ്ങനെ?"

"നല്ല റേഞ്ചുള്ള നടനല്ലേ?"

"ചാത്തു സിനിമയിൽ വരുമ്പോൾ ആരാ നന്നാവ്വാ?"

വി.കെ.എൻ ചോദിച്ചു. അദ്ദേഹംതന്നെ മറുപടിയും പറഞ്ഞു.

നെടുമുടി വേണു. അല്ലാതൊരാളെ സങ്കല്പിക്കുക വയ്യ.

വീണ്ടും കഥകളിലേക്കു വരാം. പട്ടിക്കാംതൊടിയുടെ ശിഷ്യനായിരുന്ന പഴയകാലം എം.എൻ. പാലൂര് എഴുതിയത് വി.കെ.എൻ അസ്സലായി ആസ്വദിച്ച ലേഖനമാണ്. പട്ടിക്കാംതൊടി രാമുണ്ണിമേനോൻ പാലൂരിന്റെ കാലിന് അടിക്കണതൊക്കെ ഒന്നു സങ്കല്പിച്ചുനോക്കൂ. എന്താവും അന്നത്തെയൊക്കെ ശിക്ഷ?

കഥകളിയിലെ തിരനോട്ടത്തിന് വിരസതയിൽ 'ഇദെന്താണ് കാങ്ങും കാങ്ങൂല; കാങ്ങും കാങ്ങൂല' എന്നു പറഞ്ഞ് എണീറ്റുപോകുന്ന ഒരു മാപ്പിളയെ കഥാപാത്രമാക്കി ഒരു കഥയും വി.കെ.എന്നിന്റെ മനസ്സിലുണ്ടായിരുന്നു.

കലാകാരന്മാരുടെ വിദേശയാത്രകളൊക്കെ പതുക്കെ പതുക്കെ ഇല്ലാതാവും. ഇനി അവിടന്ന് ഇങ്ങട്ട് വരല് തുടങ്ങും. സി.ഡികൾ വന്നാൽ അരങ്ങും ആളുകളും കുറയും. കലയുടെ വർത്തമാനം വി.കെ.എൻ എന്നും ശ്രദ്ധിച്ചുപോന്നിരുന്നു.

കലാമണ്ഡലം ഹൈദരലിയുമായുള്ള ഒരു അഭിമുഖത്തിൽ ഹൈദരലി വള്ളത്തോളിനെ തന്റെ പാട്ടു കേൾപ്പിച്ച സംഭവത്തെക്കുറിച്ച് പറയുന്നു. ഈ അഭിമുഖത്തെ ഖണ്ഡകാവ്യം' എന്നു വിശേഷിപ്പിച്ച് വി.കെ.എൻ എഴുതി. വള്ളത്തോളിനെ പാട്ടുകേൾപ്പിക്കാൻ കഴിഞ്ഞത് ഹൈദരിന്റെ ഭാഗ്യം. അല്ലെങ്കിൽ ഈ അലി കഥകളിലെ മൂകവേഷമായി അധഃപതിക്കുമായിരുന്നു.

വി.കെ.എൻ കഥകളിലെ ഭാഷാവഴക്കത്തെക്കുറിച്ച് പഠിക്കുന്നവർക്ക് മാതൃകയാണ് ഈ കുറിപ്പ്. വള്ളത്തോളിന്റെ ബാധിര്യത്തെക്കുറിച്ചുള്ള ചിത്രത്തോടൊപ്പം ആ സംഭാഷണപ്പൊരുളിലേക്ക് നർമ്മത്തിന്റെ മൂന്നാം കണ്ണുകൊണ്ടുള്ള വായനയാണ് വി.കെ.എൻ സാധിച്ചത്. ഹൈദരലിയെ രണ്ടു കഥാപാത്രങ്ങളാക്കുകയും ചെയ്തു. പാട്ടിലെ സ്വാതന്ത്ര്യവും വേഷക്കാരന്റെ ചുണ്ടുതുറക്കാൻ കൂടി കഴിയാത്ത അസ്വാതന്ത്ര്യവും എല്ലാം വിശദീകരിച്ച് സറ്റയറിന്റെ സാധ്യതകളെക്കുറിച്ചുള്ള വിപുലമായ അന്വേഷണത്തിന് ഈ കുറിപ്പ് മാതൃകയാകുന്നു.

ഒരു ദിവസം വി.കെ.എൻ വിളിച്ചു.

ഇന്നലെ പൂന്തോട്ടത്തിൽ പോയി മടങ്ങുംവഴി ചെർപ്പുളശ്ശേരി ബാറിലൊന്നു കേറി. അവിടെ കോട്ടയ്ക്കൽ ശിവരാമനുണ്ട്. പ്രായത്തിന്റെ കാര്യത്തിൽ പരിഭ്രമിക്കണ്ടാ എന്നു പറഞ്ഞിട്ടുണ്ട്. ഇനി വേഷം

കെട്ടില്ല എന്ന പ്രഖ്യാപനം പിൻവലിക്കാൻ പറയാം. അല്ലേ? ഞാൻ ചോദിച്ചു.

തുടർന്ന് കോട്ടയ്ക്കൽ ശിവരാമന്റെ യൗവനകാലത്ത് വേഷം കണ്ടു ഭ്രമിച്ച നമ്പൂതിരിമാരുടെ കഥ; ശിവരാമൻ വേഷമൊരുങ്ങിനിന്ന് അഞ്ചു മിനിറ്റ് സംസാരിക്കുവാൻ സമയം കണ്ടെത്തുന്ന നമ്പൂതിരി. സന്തോഷ മായി നാലണ കൊടുക്കുന്നത് എല്ലാം വിഷയമായി.

കലാമണ്ഡലം രാമൻകുട്ടിനായർ രോഗചികിത്സയ്ക്കുശേഷം രണ്ടാമതും അരങ്ങിൽ വന്നത്, കൂടിയാട്ടത്തിനും യുനെസ്കോ പുര സ്കാരം കിട്ടിയത് എല്ലാം അതീവനർമ്മത്തോടെ പുതിയ പരിപ്രേക്ഷ്യ ത്തിൽ വി.കെ.എന്നിന് മാത്രം സാധ്യമാകുന്ന ചിന്തയിൽ അദ്ദേഹം മാതൃ ഭൂമി ദിനപത്രത്തിൽ എഴുതിയിട്ടുണ്ട്. ഇന്ത്യാ-ചീന യുദ്ധത്തിൽ വെള്ളി നേഴി നാണ്വാരുടെ ചോന്നോടി പ്രയോഗിച്ച് സേനയെ പിൻവലിപ്പിച്ച കഥ വി.കെ.എൻ ആവർത്തിക്കും. മിക്ക ആട്ടക്കഥകളും വി.കെ.എന്നിന് ഹൃദിസ്ഥം. അതിൽനിന്ന് സന്ദർഭോചിതരായ വരികൾ കഥകളിലും നോവലുകളിലും അദ്ദേഹം സന്നിവേശിപ്പിക്കും. ആകാശവാണി തൃശൂർ നിലയത്തിന്റെ കഥകളിപ്പദങ്ങളുടെ സ്ഥിരം ശ്രോതാവായിരുന്നു വി.കെ.എൻ. പതിറ്റാണ്ടുകളായുള്ള ഈ കേൾവിശീലം തന്നെ സ്വാധീ നിച്ചതായി അദ്ദേഹം പറഞ്ഞിട്ടുണ്ട്. ചിലപ്പോൾ വി.കെ.എൻ ഫോൺ ചെയ്യും. എന്നിട്ട് എഴുതാനുദ്ദേശിക്കുന്ന ഒരു കഥ പറയും. അതിലേക്ക് യോജിക്കുന്ന വല്ല വരികളും വേണം. വി.കെ.എൻ ചിലതു പറയും. ഇതാ യാലോ എന്ന് തിരിച്ചുചോദിക്കും.

ചില കളിസ്ഥലത്തെ സംഭവങ്ങൾ, കഥകളിചർച്ചകൾ, കലാമണ്ഡ ലത്തിലെ വിഷയങ്ങൾ എല്ലാം തമ്മിൽ സംസാരിക്കാറുണ്ട്. മുൻ ഗവർണർ ദുര്യോധനവധം കണ്ടിരുന്ന കഥ പറഞ്ഞുകേട്ടപ്പോൾ ആ മട്ടിൽ വെള്ളത്താടി എന്നൊരു കഥ വി.കെ.എൻ എഴുതി.

കോട്ടയ്ക്കലിൽ ഒരു കഥകളിചർച്ചയിൽ 'പൂഞ്ചോലതോറും നടന്നു' (കല്യാണസൗഗന്ധികം) എന്നതിന് ഇന്നത്തെ നടന്മാർ ആടുന്നതിലെ ഔചിത്യക്കുറവിനെക്കുറിച്ച് അകവൂർ നാരായണന്റെ പ്രസംഗം കഥകളി വേഷക്കാരെ ചൊടിപ്പിച്ച കഥ വി.കെ.എന്നിനോട് പറഞ്ഞപ്പോൾ അതു സംബന്ധിച്ച് ഒരു കഥയെഴുതാമെന്ന് അദ്ദേഹം ഏറ്റതാണ്.

ഉണ്ണായിവാരിയരെയാണ് വി.കെ.എൻ അധികം ഇഷ്ടപ്പെട്ടത്. ഉണ്ണായി വാരിയർക്ക് എതിരില്ലെന്ന് അദ്ദേഹം പലപ്പോഴും പറയും. ചിലപ്പോൾ നളചരിതത്തിലെ പ്രസിദ്ധ പദങ്ങൾ ചൊല്ലും. നളചരിതം മൂലം എന്ന കഥയിൽ ഉണ്ണായിവാരിയർക്ക് പാരഡി ചമച്ചിട്ടുണ്ട് വി.കെ.എൻ. ഇരയി മ്മൻതമ്പിയെയാണ് വി.കെ.എൻ രണ്ടാമത് ഇഷ്ടപ്പെട്ടത്. കീചകവധ ത്തിന്റെ തുടർച്ചയായി ഉത്തരാസ്വയംവരം എഴുതിയതൊക്കെ പലകുറി വർത്തമാനത്തിലെ വിഷയങ്ങളായിരുന്നു. കുറേ മുമ്പ് കളിയച്ഛനെക്കുറിച്ച്

തെറ്റും തിരുത്തും എന്നൊരു ലേഖനമെഴുതുകയുണ്ടായി. വി.കെ.എൻ പറഞ്ഞു: 'ഈ മട്ടിലുള്ള സാഹിത്യമെഴുതാൻ നോക്കൂ. നന്നാവും.'

ചാക്യാർകൂത്തിൽ ഹാസ്യം കുറയുന്നതിനെക്കുറിച്ചും ഞങ്ങൾ സംസാരിച്ചിട്ടുണ്ട്. വി.കെ.എൻ എഴുതുന്ന ഒരു ചെറുകുറിപ്പിലെ ഹാസ്യത്തിന്റെ ശക്തികൂടി ഇന്നത്തെ ചാക്യാന്മാരുടെ ദീർഘനേരമുള്ള അവതരണത്തിൽ കാണുന്നില്ലെന്ന് ഒരിക്കൽ എഴുതിയപ്പോൾ കലാമർമ്മജ്ഞനായ ബലേ കൃഷ്ണവാരിയർ പറഞ്ഞു. 'അതാണ് ശരി. ഒരു ചാക്യാരും വി.കെ.എന്നിന്റെ അടുത്തെത്തില്ല.'

ചാച്ചുചാക്യാരുടെ വാക്കിനോട് വി.കെ.എന്നിന് മമതയായിരുന്നു. ചാച്ചുചാക്യാരെക്കുറിച്ചുള്ള കഥകൾ അദ്ദേഹത്തിന് പറഞ്ഞാൽ തീരില്ല. പൊതിയിൽ രാമചാക്യാരില്ലത്തെത്തിക്കാൻ രാമച്ചം തിരഞ്ഞതും മറ്റും വി.കെ.എൻ അതീവ രസകരമായി വർണ്ണിക്കും.

വീടുവിട്ടുപോവുക വി.കെ.എന്നിന് ഒട്ടും ഇഷ്ടമല്ല. വടക്കേകൂട്ടാല തറവാടിന്റെ, വലിയ മര അഴികളിട്ട പൂമുഖത്ത് ഇരിക്കുക; അല്ലെങ്കിൽ തന്റെ അതിചിന്തകളുമായി ചെറിയ മുറിയിലിരിക്കുക. വി.കെ.എന്നിന്റെ മുറി വളരെ ചെറുതാണ്. ഇടുങ്ങിയതുമാണ്. അവിടെ ഒരു സാധാരണ കട്ടിൽ. അപ്പുറത്ത് കസേര. അതിനുമപ്പുറത്ത് എഴുത്തുസാധനങ്ങളും പത്രമാസികകളും വയ്ക്കാനുള്ള സ്ഥലം. മുറിക്ക് ചെറിയൊരു കിളിവാതിൽ. ഈ കിളിവാതിലിലൂടെ നോക്കിയാൽ ലോകത്തിന്റെ വിശാലത മുഴുവൻ കാണാനുള്ള കാഴ്ചശക്തി അദ്ദേഹത്തിനുണ്ടായിരുന്നു. ഈ മുറിയുടെ അന്തരീക്ഷമാണ് വി.കെ.എന്നിന്റെ സർഗ്ഗശക്തിയെ പ്രചോദിപ്പിച്ചത്. ഇവിടെയിരുന്നാണ് വി.കെ.എൻ വായിക്കുന്നത്. ഏറ്റവും പുതിയ പുസ്തകങ്ങൾകൂടി അദ്ദേഹം വായിച്ചുതീർക്കും. അവ അദ്ദേഹത്തിന്റെ ആരാധകർ അപ്പപ്പോൾ അയച്ചുകൊടുക്കുന്നതാണ്. ഈ വായനയെ തന്റെ എഴുത്തിലേക്ക് പ്രയോജനപ്പെടുത്താനുള്ള കലാതന്ത്രവും അദ്ദേഹത്തിനുണ്ട്. വി.കെ.എൻ കഥകളിലെ പല പശ്ചാത്തലങ്ങളും പ്രയോഗങ്ങളും നമുക്ക് അപരിചിതമായി തോന്നുന്നതിനു പിന്നിൽ നമ്മുടെ സെൻസിബിലിറ്റിയെയാണ് കുറ്റപ്പെടുത്തേണ്ടത്. ഈ വായനയെക്കുറിച്ചൊന്നും അദ്ദേഹം ആരോടും പറയുകയുമില്ല.

നാട്യങ്ങളില്ലാതെയാണ് വി.കെ.എൻ ജീവിച്ചത്. 'നിത്യവെള്ള'യിൽ അദ്ദേഹം വിശ്വസിച്ചു. മല്ലുമുണ്ടും ബനിയനുമായിരുന്നു സ്ഥിരംവേഷം. രാവിലെ പ്രാദേശിക വാർത്ത കേൾക്കലും പത്രപാരായണവും നിർബന്ധം. പിന്നെ വിസ്തരിച്ച് പ്രാതൽ. ഉച്ചയ്ക്ക് പന്ത്രണ്ടുമണിക്കുള്ള ഇംഗ്ലീഷ് ന്യൂസ് കേൾക്കലും നിർബന്ധം. തുടർന്ന് വിസ്തരിച്ച് ഊണ്. ചിലപ്പോൾ അല്പം കിടക്കും. മൂന്നുമണിക്ക് ചായ. പിന്നെ വായന. ഉച്ചയ്ക്ക് തപാൽ വരുമ്പോൾ തപാലിലെത്തുന്ന മുഴുവൻ എഡിഷൻ പത്രങ്ങളും മറിച്ചുനോക്കും. അതിനിടയ്ക്ക് വേണ്ടപ്പെട്ടവർക്ക് ടെലി

ഫോൺ ചെയ്യും. സന്ധ്യയ്ക്ക് കുളിക്കും. രാത്രി റേഡിയോ കേൾക്കും. വി.കെ.എന്നിന്റെ ഇഷ്ടങ്ങളറിഞ്ഞ് എല്ലാം ഒരുക്കിക്കൊടുക്കുന്നതിൽ മരുമകൾ രമയ്ക്കുണ്ടായിരുന്ന നിഷ്ഠ അദ്ദേഹത്തെ സന്തോഷിപ്പിച്ചിട്ടുണ്ട്.

പഴയൊരു കെൽട്രോൺ റേഡിയോ. ഇത് വി.കെ.എന്നിന്റെ ജീവിതത്തെ നിയന്ത്രിച്ച ഉപകരണമാണ്. ബി.ബി.സി. കാണുന്നതും ഇദ്ദേഹത്തിന് താത്പര്യമായിരുന്നു.

ഭക്ഷണത്തെ സംബന്ധിച്ച് വി.കെ.എന്നിന് വിശിഷ്ടമായ ചില സങ്കല്പങ്ങളുണ്ടായിരുന്നു. വി.കെ.എൻ കഥയിൽ ഭക്ഷണബിംബങ്ങൾ ധാരാളമായി വരുന്നുണ്ടല്ലോ. ഭക്ഷണത്തിലെ ലാളിത്യത്തോടൊപ്പം അതിലെ രുചിയിലും അദ്ദേഹം തത്പരനായിരുന്നു. ഭക്ഷണത്തെക്കുറിച്ച്, വിവിധ പാചകരീതികളെക്കുറിച്ച്, പറഞ്ഞിരിക്കുമ്പോൾ ധാരാളം നർമ്മം വരും.

ഇടയ്ക്ക് വി.കെ.എൻ വിളിക്കും. ഇനി വരുമ്പോൾ വടുകപ്പുളിനാരങ്ങ ഉപ്പിലിട്ടത് കൊണ്ടുവരണം. കടുമാങ്ങ കഴിഞ്ഞു. അന്നു കൊണ്ടുവന്ന മുളക് നന്നായ്ട്ട്ണ്ട്. അത് അമ്മ്യാന്മാരുടെ കുടിൽവ്യവസായമാണെന്ന് ലേബലിൽ എഴുതിക്കണ്ടു. വ്യവസായം പുരോഗമിക്കട്ടെ. ചിലപ്പോൾ പുളിയിഞ്ചിയുണ്ടാക്കി കൊണ്ടുപോകും. കടുമാങ്ങയ്ക്കുള്ള മുളകിന്റെ നിറം, പുളിയിഞ്ചിക്കുള്ള ശർക്കരയുടെ കൂട്ട് എല്ലാം എന്റെ അച്ഛന് നല്ല നിശ്ചയമാണെന്ന് രുചിയുടെ അനുഭവത്തിൽ വി.കെ.എൻ പറയാറുണ്ട്. ഊണു കഴിക്കുമ്പോഴുമതേ അത് ആസ്വദിച്ചുകഴിക്കും.

കോട്ടയ്ക്കൽ ഉത്സവകാലത്തെ കൈലാസമന്ദിരത്തിലെ ഊണിനെക്കുറിച്ചൊക്കെ ഞങ്ങൾ സംസാരിക്കുമായിരുന്നു. പണ്ടൊരിക്കൽ അവിടെ നിന്ന് ഊണുകഴിച്ച കഥ പറയും.

കോഴിക്കോട്ടെ ഹോട്ടലുകളിലെ ഭക്ഷണരീതിയെക്കുറിച്ചൊക്കെ അദ്ദേഹം ചോദിച്ചു മനസ്സിലാക്കും. "വീറ്റ് ഹൗസിൽ ഇപ്പോൾ മസാല ദോശ കിട്ടുമോ?" നല്ല ഹോട്ടലുകളിൽ ആൾത്തിരക്കിന്റെ അഭാവത്തെക്കുറിച്ച് പറയുമ്പോൾ വി.കെ.എൻ പറയും.

"ഇനി കഞ്ഞിക്കടകൾ വരും. അവിടെയാവും തെരക്ക്." ചില യാത്രകൾ കഴിഞ്ഞുവന്നു വിളിക്കുമ്പോൾ വി.കെ.എൻ ചോദിക്കും. ഭക്ഷണമൊക്കെ എവിടെയായിരുന്നു. എന്തൊക്കെ വട്ടങ്ങൾ?

വി.കെ.എന്നുമായുണ്ടായിരുന്ന സൗഹൃദം ജീവിതത്തിലെ ഭാഗ്യകാലമായി കരുതുന്നു. ഉജ്ജ്വലമായ ഒരു വി.കെ.എൻ. സ്മരണയുണ്ട്. വി.കെ.എൻ. മരിച്ച സമയത്ത് ആർട്ടിസ്റ്റ് നമ്പൂതിരി സ്ഥലത്തില്ലായിരുന്നു. വന്നപ്പോൾ അദ്ദേഹം എന്നെ വിളിച്ചു. വി.കെ.എന്നിന് വീട്ടിലേക്കൊന്നു പോണം. എന്നാണ് വേണ്ടത്? 'പിണ്ഡത്തിന്റെ ദിവസമായാലോ?' ഞാൻ ചോദിച്ചു. നമ്പൂതിരി സമ്മതിച്ചു. ഞങ്ങൾ വി.കെ.എന്നിന്റെ പിണ്ഡ

ദിവസം (9.2.2004) തിരുവില്വാമലയിലെത്തി. ചില കുടുംബക്കാരും നാട്ടുകാരിൽ ചിലരും മാത്രമായിട്ടുള്ള, ചുരുക്കത്തിലുള്ള ദേശസ്സദ്യ. ഞങ്ങൾ കുറച്ചുനേരം അവിടെയിരുന്നു. ഊണുകഴിക്കാറായി. ഉമ്മറത്ത് മേശയും കസാരയും ഇട്ടിരിക്കുന്നു. നമ്പൂതിരിയും ഞാനും അടുത്തിരുന്നു. പെട്ടെന്ന് ഞങ്ങൾ ഇരിക്കുന്ന സ്ഥലത്തെക്കുറിച്ച് ഓർമ്മവന്നു. വി.കെ. എൻ. കസേരയിട്ട് ഇരുന്നിരുന്ന സ്ഥലം. കൃത്യം ആ സ്ഥലത്താണ് നമ്പൂതിരി ഇരിക്കുന്നത്. ഞാൻ അക്കാര്യം നമ്പൂതിരിയോടു പറഞ്ഞു. 'അത്യോ' എന്ന് അദ്ഭുതത്തോടെ നമ്പൂതിരി ചോദിച്ചു. ഞാൻ വി.കെ. എന്നിന്റെ കുടുംബാംഗങ്ങളോട് ഈ വസ്തുത പറഞ്ഞപ്പോൾ അവർക്കും അദ്ഭുതമായി. വി.കെ.എന്നും നമ്പൂതിരിയും തമ്മിലുണ്ടായിരുന്ന മാനസിക അടുപ്പമാണ് അങ്ങനെയൊരു പശ്ചാത്തലം സൃഷ്ടിച്ചത്.

പിണ്ഡം കഴിഞ്ഞ് അധികം വൈകാതെ ഒരു ദിവസം ഞാൻ വി.കെ. എന്നിന്റെ വീട്ടിലെത്തി. അദ്ദേഹത്തിന്റെ മുറിയൊന്ന് അടുക്കിവയ്ക്കണം. ആവശ്യമായ കടലാസുകൾ സൂക്ഷിക്കണം. മറ്റുള്ളവ എടുത്തുമാറ്റണം. വി.കെ.എന്നിന് എസ്.കെ. പൊറ്റക്കാടും എം.ടിയും എം. കൃഷ്ണൻനായരുമൊക്കെ അയച്ച കത്തുകൾ കണ്ടു. കൂട്ടത്തിൽ ഒരു ഇരുമ്പുപെട്ടിയിലെ കടലാസുകൾ പരിശോധിക്കുകയായിരുന്നു. ഏറ്റവും അടിയിൽ കനമുള്ള ഒരു കടലാസ് നാലാക്കി മടക്കിവച്ചിരിക്കുന്നതു കണ്ടു. കാലപ്പഴക്കംകൊണ്ട് മടക്കുകളിൽ കറ വീണിട്ടുണ്ട്. പ്രതീക്ഷാപൂർവ്വം ഞാൻ ആ കടലാസ് നിവർത്തിനോക്കി. ഫോട്ടോസ്റ്റാറ്റ് കോപ്പിയാണോ? അല്ല. എനിക്ക് വിശ്വസിക്കാൻ കഴിഞ്ഞില്ല. ഞാൻ ഒന്നുകൂടി അത് വായിച്ചു. വക്കുകീറി ഇരുമ്പുപെട്ടിക്കറ പിടിച്ച ആ കനമുള്ള കടലാസ് കൈയിൽ പിടിച്ച് ഞാൻ കുറേനേരം ഇരുന്നു. പയ്യൻകഥകൾക്ക് ലഭിച്ച കേന്ദ്ര സാഹിത്യ അക്കാദമിയുടെ പ്രശംസാപത്രമായിരുന്നു അത്.

ഞാൻ വി.കെ. എന്നിനെ മനസ്സാ നമസ്കരിച്ചു.

വി.കെ.എൻ ഓർമ്മകൾ അവസാനിക്കുന്നില്ല.

സ്വച്ഛന്ദമൃത്യു

ഇനി എന്നാ തൃശ്ശിലേരിമലയ്ക്ക്?

ഇങ്ങനെയൊരു ചോദ്യവുമായാണ് വി.കെ.എൻ ഫോൺ വെക്കുക. അതൊരു ക്ഷണമാണ്; അഥവാ അടുത്ത ഞായറാഴ്ച വരാനുള്ള നിർദ്ദേശമാണ്. വി.കെ.എന്നിന്റെ വീട്ടിൽ ഞാനൊരിക്കലും അതിഥിയായിട്ടില്ല. പകരം ഒരു വീട്ടംഗത്തിന്റെ പരിഗണന എനിക്കു കിട്ടി. വി.കെ. എൻ എന്നിൽ പുത്രതുല്യമായ വാത്സല്യം ചൊരിഞ്ഞത് ജീവിതത്തിലെ ഏറ്റവും വലിയ ധന്യതകളിലൊന്നാവുന്നു. ചിലപ്പോൾ തിരുവില്വാമലയിൽനിന്നു തിരിച്ചെത്തുമ്പോഴേക്കും വി.കെ.എന്നിന്റെ ടെലിഫോൺ വന്നിട്ടുണ്ടാവും. ഒമ്പതുമണി മുതൽ അഞ്ചുമണിവരെ പറഞ്ഞിട്ടും മതിയാവാത്ത ചില കാര്യങ്ങൾ. ആ സംഭാഷണം ചിലപ്പോൾ അരമണിക്കൂറിലധികം നീണ്ടുപോകും. ഈയൊരു ആത്മബന്ധത്തിന്റെ പൊരുളിനെക്കുറിച്ച് ഇത്രകാലം ചിന്തിച്ചിരുന്നില്ല. ഇനി എന്നാ ഈ വഴിയൊക്കെ? അവസാനമായി കണ്ട് ഇറങ്ങുമ്പോൾ ഈ ചോദ്യം അദ്ദേഹത്തിന്റെ കണ്ണിൽനിന്നും മുഖഭാവത്തിൽനിന്നും ഞാൻ വായിച്ചെടുത്തു. മലയാള സാഹിത്യത്തിലെ ഭീഷ്മാചാര്യൻ സ്വച്ഛന്ദമൃത്യു കാത്തുകിടക്കുകയാണ്. അദ്ദേഹത്തിന് എന്നോട് എന്തോ പറയാനുണ്ട്? വിഷമിച്ച് വിഷമിച്ച് സംസാരിക്കാൻ ശ്രമിക്കുകയാണ്. പലതും വ്യക്തമല്ല. എത്രയോ പകലുകൾ ഭൂമിക്കു കീഴിലുള്ള സമസ്ത വസ്തുക്കളെക്കുറിച്ചും പറഞ്ഞ് ആഘോഷിച്ച ഞങ്ങൾക്കിടയിൽ ആശയവിനിമയം അസാധ്യമാകുന്നു എന്നറിഞ്ഞ വി.കെ.എൻ വികാരാധീനനായി. ഞങ്ങൾ - വി.കെ.എന്നിന്റെ പത്നി വേദവതി അമ്മയും മരുമകൾ രമയും - അല്പനേരം മാറിനിന്നു. വി. കെ.എന്നിന്റെ കരം കവർന്ന് യാത്രപറഞ്ഞിറങ്ങുമ്പോൾ അമർത്തിപ്പിടിച്ച വേദനയ്ക്കിടയിലും ഒരു അനുഗ്രഹത്തിന്റെ ബലം ഞാൻ അറിഞ്ഞു.

മാതൃഭൂമി പത്രാധിപർ കെ. ഗോപാലകൃഷ്ണന്റെ മഞ്ചപ്രയിലുള്ള വീട്. വി. ഹരിഗോവിന്ദനും ഞാനും അദ്ദേഹവുമായി സംസാരിച്ചിരിക്കുകയാണ്. പെട്ടെന്ന് ആരോ എന്നെ പ്രേരിപ്പിക്കുന്നതുപോലെ. വി.കെ.എന്നിനെക്കുറിച്ച് പറയൂ: ഞാൻ വി.കെ.എന്നിന്റെ ആരോഗ്യനിലയിലെ ആശങ്കയെക്കുറിച്ച് പറഞ്ഞു. ഉടനെ അദ്ദേഹം പറഞ്ഞു: “നാളെ പോയി കാണണം.”

ഏറെക്കാലം മാതൃഭൂമിയിൽ എഴുതാതിരുന്ന വി.കെ.എൻ ഒരിക്കൽ പറഞ്ഞു: ഗോപാലകൃഷ്ണൻ എഡിറ്ററായി വന്നിരിക്കുന്നു. ഇനി ചില മിഡിൽപീസുകൾ എഴുതാം. പിന്നീട് മാതൃഭൂമിയിൽ മിഡിൽ എഴുതുക വി.കെ.എന്നിന് ഹരമായി. പലപ്പോഴും വിഷയം ഫോണിൽ സംസാരിച്ചു ചിരിക്കും. ചിലപ്പോൾ പറയും: എന്താ വ്യാഴാഴ്ച? ടി.വി.ആർ. ഷേണായി, വി.കെ.എൻ.

കുറച്ചു കഥകളുണ്ട് അത് വാരാന്തപ്പതിപ്പിന് കൊടുക്കാം. 'മാഡ്മാൻ' എന്ന് ഇംഗ്ലീഷിലെഴുതി മലയാളത്തിൽ വരയ്ക്കുന്ന സർവദമനനെ ക്കൊണ്ടേ വരപ്പിക്കാവൂ എന്ന് ശ്രീകുമാറിനോട് പറയണം. നമ്പൂതിരി കഴിഞ്ഞാൽപ്പിന്നെ നമ്മളെ പിടികിട്ടണത് ഈ മാഡ്മാനാണ്. 'ദാഹം' കഥ ഒന്നാംപേജിൽ അച്ചടിച്ചുവന്ന ദിവസം രാവിലെ വി.കെ.എൻ വിളിച്ചു. തകർത്തിട്ടുണ്ട്. ഈ മട്ടിലാണെങ്കിൽ ഓരോ ആഴ്ചവിട്ട് ഓരോന്ന് കൊടുക്കാം. ആഴ്ചപ്പതിപ്പിൽ ബാലകൃഷ്ണനും കൊടുക്കണം.

വി.കെ.എൻ മാതൃഭൂമിയിൽ സജീവമായി എഴുതിത്തുടങ്ങിയ ഈ കാലമത്രയും അദ്ദേഹം ഉന്മേഷവാനായിരുന്നു. വി.കെ.എന്നിന്റെ ഇംഗ്ലീഷ് നോവൽ Bovine Bugles പ്രസിദ്ധീകരിച്ചുവന്ന സമയം. അദ്ദേഹം ഒരാ ഗ്രഹം പറഞ്ഞു. മാതൃഭൂമിയിൽ റിവ്യൂവരണം. തിരുവിതാംകൂറുകാ രൊക്കെ വായിക്കട്ടെ. വാരാന്തപ്പതിപ്പിലും ആഴ്ചപ്പതിപ്പിലും വന്ന നിരൂ പണങ്ങൾ അദ്ദേഹത്തെ സന്തോഷിപ്പിച്ചിട്ടുണ്ട്.

ഒരു ദിവസം വി.കെ.എൻ വിളിച്ചു. അബു എബ്രഹാം പോയി. പത്ര ത്തിൽനിന്ന് ടെലിഫോൺ വന്നിരുന്നു. എനിക്ക് അപ്പു പോയീന്നാണ് തിരിഞ്ഞത് അപ്പുവിനെപ്പറ്റി പറഞ്ഞുകൊടുത്തു. രണ്ടു മിനിറ്റ് കഴി ഞ്ഞപ്പോ ആദ്യേ ഫോൺ അപ്പുവല്ല; അബുവാണ് പോയത്. പിന്നെ അബുവിനെപ്പറ്റി പറഞ്ഞു.

"അപ്പോൾ ആദ്യത്തേതോ?"

"അതവിടെ അവർ എന്താച്ചാ ചെയ്തോട്ടെ."

ഏതാനും മാസങ്ങൾക്കുശേഷം പല്ലാവൂർ അപ്പുമാരാർ മരിച്ചു. അപ്പു മാരാരെക്കുറിച്ച് വി.കെ.എന്നിന്റെ കുറിപ്പ് പത്രത്തിൽ വരികയും ചെയ്തു. "അറംപറ്റിയപോലെയായല്ലോ."

ഞാൻ പറഞ്ഞു മരണത്തെ നിർമമതയോടെ കണ്ടിരുന്ന വി.കെ.എൻ മറുചോദ്യത്തിലൂടെ എന്നെ നേരിട്ടു.

"വിജയകൃഷ്ണന്റെ ക്ലയന്റ്സ് ഓരോരുത്തരായി നഷ്ടപ്പെടുകയാ ണല്ലോ. ഇങ്ങനെ പോയാൽ സംഗതി ബുദ്ധിമുട്ടാവൂലോ." വി.കെ.എൻ പരന്നുചിരിച്ചു.

തിരുവില്വാമല ഭാരതപ്പുഴയുടെ തീരത്തെ ബലികർമ്മങ്ങളെക്കുറിച്ചും ശ്മശാനസൗകര്യങ്ങളെക്കുറിച്ചുമൊക്കെ വി.കെ.എൻ പലയാവർത്തി

പറഞ്ഞുചിരിച്ചിട്ടുണ്ട്. അതുമായി ബന്ധപ്പെട്ട് ഒരു കഥ എഴുതണമെന്നും അദ്ദേഹം പറഞ്ഞിട്ടുണ്ട്. അതിലെ കേന്ദ്രകഥാപാത്രം മരണവീട്ടുകാർക്ക് നല്കുന്ന ഒരു നിർദ്ദേശത്തോടെ കഥ അവസാനിക്കുന്നു. അതിങ്ങനെ യാണ്: "എല്ലാ സൗകര്യവും ഇവിടെണ്ട്. വരുമ്പോ ശവം കൊണ്ടരണം. അത് ബടെ എടക്കാൻ ണ്ടാവില്യ."

ശിശുസഹജമായ ചില കുസൃതികൾ വി.കെ.എന്നിന്റെ കൂട പ്പിറപ്പായിരുന്നു. വി.കെ.എൻ എന്ന അതികായന്റെ അകത്തെ ചില നിഷ്കളങ്ക സമീപനങ്ങൾ. ഇത്തരം കുസൃതികളിൽ അദ്ദേഹം ആനന്ദവും കണ്ടെത്തിയിരുന്നു.

ഒരു ശനിയാഴ്ച വി.കെ.എൻ വിളിച്ചു. "നാളെ ങ്ങ്ട് എറങ്ങ്വാ?"

തിരുവില്വാമല എത്തിയപ്പോൾ വി.കെ.എൻ പറഞ്ഞു. നമുക്ക് പോളിന്റെ കാറിലൊന്ന് ചുറ്റിയിട്ടുവരാം. ജന്മദേശത്ത് വി.കെ.എന്നിന് വേണ്ടപ്പെട്ട അപൂർവരിൽ പ്രധാനിയാണ് പോൾ. തിരുവില്വാമലയിലെ ഉൾവഴികളിലൂടെ, കരിമ്പനകൾ മാത്രം കാവൽക്കാരായ വിജനതയിലൂടെ പോൾ കാറോടിച്ചു. ഇടയ്ക്കൊരു കള്ളുഷാപ്പിന്റെ ബോർഡ് കണ്ടപ്പോൾ വി.കെ.എന്നിന് ഒരു മോഹം. "അല്പം കൾസാവാം."

"നിലത്തിരിക്കാം." വി.കെ.എൻ പറഞ്ഞു.

"കഴിക്കാൻ എന്താ?"

"ഇഡ്ഡലി, പൊടി, കാന്തി."

"കപ്പ കിട്ട്വോ?"

"ഇപ്പൊ വരും."

"എപ്ലാച്ചാൽ അപ്ലേ പോണുള്ളൂ."

നല്ല നാടൻ കള്ള് വന്നു. വി.കെ.എന്നിന്റെ ആഹാരസമ്പ്രദായത്തിന്റെ വശ്യസൗന്ദര്യം ഈ പാനത്തിലും അനുഭവപ്പെട്ടു. ചെറിയ പാനി യിൽനിന്ന് കള്ള് ഗ്ലാസിലൊഴിച്ച് പതുക്കെയങ്ങനെ... ഇടയ്ക്ക് ഇഡ്ഡലി പൊടിയിൽ തൊട്ട്... കാന്തിയുടെ എരിവ് ആസ്വദിച്ചു.

"തകർപ്പൻ സാധനാണ്.

തള്ളിയേറുമെൻകാതി, ലൊരൂറ-

ക്കള്ളുനാറും തെറിയുടെ പൂരം."

വി.കെ.എൻ ഉണരുകയാണ്. കുടിയൊഴിക്കലിനെക്കുറിച്ച്, വൈലോ പ്പിള്ളിയെക്കുറിച്ച് വി.കെ.എൻ പലപ്പോഴും വാചാലനാകാറുണ്ട്. വി.കെ.എൻ കുടിയൊഴിക്കൽ ഈണത്തിൽ ചൊല്ലി. തുടർന്ന് സർപ്പക്കാട്, കറുത്ത ചെട്ടിച്ചികൾ. പൊടുന്നനെ പൂതപ്പാട്ടിലെത്തി ആറ്റിലൊലി ച്ചെത്തും ആമ്പലപ്പൂപോലെ...

ഇതാണ് കവിത. വെമ്പുക വിളറുക എന്ന മട്ടിൽ ശങ്കരക്കുറുപ്പിനെ

പ്പോലെയല്ല എഴുത്വാ മേഘസന്ദേശം തർജമചെയ്ത് നശിപ്പിച്ച്ല്യേ. 'പേരോർക്കുന്നീലാ...' തൊടക്കത്തിലേ ഫ്ളാറ്റായില്ലേ....

പിന്നെ വി.കെ.എൻ മേഘസന്ദേശത്തിലെ കുറെ ശ്ലോകങ്ങൾ ചൊല്ലി.

ഉച്ച കനക്കുകയാണ്. തിരിച്ചുപോകുമ്പോൾ വി.കെ.എൻ ചോദിച്ചു:

"യഥാർത്ഥത്തില് ദസറെ കാണാനിറങ്ങിയതല്ലേ. പേരിനൊന്ന് കണ്ട്ട്ട് പോകാം ല്ലേ."

ഞങ്ങൾ ഡോക്ടറുടെ വീട്ടിൽ ചെന്നു. അദ്ദേഹം അവിടെ ഉണ്ടായിരുന്നില്ല. അന്ന് ഊണിനുശേഷം പതിവില്ലാതെ വി.കെ.എൻ പറഞ്ഞു: ഇത്തിരി കിടക്കണം. അദ്ദേഹം കിടന്നപാടേ ഉറങ്ങി. ലഹരിയുടെ സുഖം.

വി.കെ.എൻ കഥാപാത്രങ്ങൾക്ക് കാർട്ടൂണുകളുമായുള്ള ബന്ധത്തെക്കുറിച്ച് സംസാരിച്ച വേളയിൽ പുതിയ കാർട്ടൂണുകളെ വി.കെ.എൻ വിലയിരുത്തിയത് ഇങ്ങനെയാണ്:

ഗോപീകൃഷ്ണന്റെ നന്നാവുന്നുണ്ട്.

ഓർമയിൽ വരുന്ന ചില വി.കെ.എൻ നിരീക്ഷണങ്ങൾ:

സുഗതകുമാരി രാധയെവിടെ പ്രസിദ്ധീകരിക്കുന്ന കാലം. വി.കെ.എൻ പറഞ്ഞു. സുഗത രാധയെ തെരയാൻ തുടങ്ങിയിട്ട് ആഴ്ചയെത്രയായി. ഇനിയും കണ്ടുകിട്ടിയിട്ടില്ല. കണ്ടവരുണ്ടോ എന്ന് പരസ്യം കൊടുക്കേണ്ടിവരും.

ഒരിക്കൽ ഒരു പ്രസിദ്ധീകരണത്തിൽ ക്ലാസിഫൈഡ് പരസ്യപ്പേജിലാണ് അക്കിത്തത്തിന്റെ ഭാഗവത വിവർത്തനം വന്നത്. വി.കെ.എന്നിന്റെ കമന്റ്:

ഇക്കുറി അക്കിത്തത്തിനു പരസ്യക്കൂലി അങ്ങ്ട്ട് കൊടുക്കണ്ടേരും.

എം. കുട്ടികൃഷ്ണനെത്തുടർന്ന് ദാമോദരൻ കാളിയത്ത് സാഹിത്യ അക്കാദമി സെക്രട്ടറി ആയ കാലം.

"അക്കാദമിയില് കൃഷ്ണൻ പോയി, കാളിയൻ വന്നു. പക്ഷേ, ഒട്ടും വെഷല്യ."

വി.കെ.എൻ ചിരിയുടെ വശ്യതയും മുഴക്കവും ഇനി അനുഭവിക്കാൻ സാധിക്കില്ല.

രാവിലെ 'മാതൃഭൂമി' കണ്ടപ്പോൾ മകൻ പറഞ്ഞു:

"ദാ വി.കെ.എൻ മുത്തച്ഛൻ."

"വി.കെ.എൻ മുത്തച്ഛനെ ഇനി കാണാൻ പറ്റ്ല്യാ. വി.കെ.എൻ മുത്തച്ഛൻ ഈശ്വരന്റെയടുത്തേക്ക് പോയി." – അവന്റെ അമ്മ പറഞ്ഞുകൊടുക്കുന്നത് കേട്ടു. വി.കെ.എന്നിന്റെ ഭൗതികശരീരം പട്ടിൽപൊതിഞ്ഞ്

മുളങ്കോണിയിലെടുത്തത് ശ്മശാനത്തിലേക്കു കൊണ്ടുപോവുകയാണ്. വീണ്ടും മകൻ ചോദിച്ചു:

"എങ്ങടാ പോണ്?"

"വി.കെ.എൻ മുത്തച്ഛൻ ഈശ്വരന്റെയടുത്തേക്ക് പോവ്വാണ്." - അവന്റെ അമ്മ ആവർത്തിച്ചു.

"ഇനി എന്നാ വര്വാ?"

എന്നിട്ടുവേണം, അവന് 'ഹലോ വി.കെ.എൻ മുത്തശ്ശൻ' എന്നു പറഞ്ഞ് ഓടി അടുത്തുചെന്ന് മുഖത്ത് നോക്കിച്ചിരിക്കാൻ.

മറുപടി പറയാനാവാതെ ഞങ്ങൾ മുഖം തിരിച്ചു.

അന്ത്യദിനങ്ങൾ

ഉത്കണ്ഠ എന്ന വാക്ക് വി.കെ.എന്നിന്റെ ജീവിതത്തെ സംബന്ധിച്ചിടത്തോളം അപ്രസക്തമായിരുന്നു. ഒറ്റക്കാര്യത്തിലേ അദ്ദേഹം ഉത്കണ്ഠപ്പെട്ടു കണ്ടിട്ടുള്ളൂ. ആരോഗ്യകാര്യത്തിൽ, 'ശരീരമാദ്യം ഖലു ധർമസാധനം' എന്ന കാളിദാസവചനത്തെക്കുറിച്ച് അദ്ദേഹം പലപ്പോഴും പറയുമായിരുന്നു. ദേഹം ക്ഷീണിക്കുന്നു എന്നു തോന്നിത്തുടങ്ങിയാൽ വി.കെ.എന്നിനു വേവലാതിയായി. പിന്നെ ഭക്ഷണക്രമം, കുളി, ചായ, സിഗററ്റ്, പൊടിവലി ഇവയിലെല്ലാം വ്യാപകമായ ചിട്ടകളായിരിക്കും. വായനയ്ക്കുകൂടി അവധി കൊടുത്ത് വിശ്രമമായിരിക്കും. ഈ സമയത്താണ് വി.കെ.എൻ ടെലിഫോൺ ചെയ്യുക. പിന്നെ ശരീരക്ലേശങ്ങളുടെ വിസ്തരിച്ച വർണനയാണ്. തന്റെ ഒരു ദിവസം വിവരിച്ചു കേൾപ്പിക്കും. എന്തെങ്കിലും ഭേദഗതികൾ വേണോ എന്നു ചോദിക്കും. അങ്ങനെ പകലുറക്കത്തിന്റെ ആലസ്യത്തിൽ രാത്രി ഉറക്കം വരാതെ കിടക്കുമ്പോൾ ചിലത് എഴുതിയ കഥ പറയും. ഒടുവിൽ അടുത്തയാഴ്ച തിരുവില്വാമലയ്ക്കു വരാൻ സൗകര്യപ്പെടുമോ എന്നു ചോദിച്ചുകൊണ്ട് ടെലിഫോൺ വയ്ക്കും.

വി.കെ.എൻ കാത്തിരിക്കുന്നുണ്ടാവും. വൃത്തിയായി മുടിചീകി, താടിയെല്ലാം ഒതുക്കിവച്ച്, ഒരു ചായയും കുടിച്ച് ഉഷാറായിരിക്കും. ഈ തയ്യാറെടുപ്പ് എന്തിനുവേണ്ടിയാണ് എന്നു നമുക്കു മനസ്സിലാകും. നമ്മളെ ബോധ്യപ്പെടുത്താനാണ്. തനിക്ക് ഇപ്പോൾ പ്രശ്നമൊന്നുമില്ല. താനിപ്പോൾ സജീവമാണ്. തലേദിവസം വിസ്തരിച്ചു തേച്ചുകുളിച്ചിട്ടുണ്ടാകും. ശരീരമാകെ ഒരു മിനുസം വരാൻ. വാർധക്യത്തിന്റെ ചുളിവുകൾ തൽക്കാലത്തേക്കു മറയ്ക്കാൻ. തുടർന്ന് വിശദമായ വർത്തമാനമാണ്. വായിച്ച പുസ്തകങ്ങളെക്കുറിച്ച്, കേരള രാഷ്ട്രീയത്തെക്കുറിച്ച്, വർത്തമാനകാല സംഭവങ്ങളെക്കുറിച്ച് വി.കെ.എൻ വാചാലനാവും. അതിന്റെ പിന്നിലെ മനഃശാസ്ത്രവും നമുക്കു മനസ്സിലാകും. താൻ പൂർണ ആരോഗ്യവാനാണ് എന്നു സ്ഥാപിക്കണം. അതിനിടയിൽ പത്നി വേദവതിഅമ്മ വയ്യായ്കയെക്കുറിച്ചു പറയാൻ തുടങ്ങിയാൽ അതു വി.കെ. എന്നിനെ അസ്വസ്ഥനാക്കും. അപ്പോൾ ഞാൻ വി.കെ.എന്നിന്റെ ഭാഗം പറയും. അന്നു വന്നതിനേക്കാൾ മെച്ചമുണ്ട്; കണ്ണുകൾക്കൊക്കെ ജീവൻ

കൂടിയിട്ടുണ്ട്. മുഖം ചെറുതായി തോന്നുന്നതു താടി ഡ്രസ് ചെയ്തതു കൊണ്ടാണ്; (ക്ഷീണം തോന്നുന്നത് താടി നീണ്ടതുകൊണ്ടാണ്) വി.കെ. എന്നിന്റെ കൈത്തണ്ട തൊട്ടുകൊണ്ടു ഞാൻ പറയും: നോക്കൂ, ഒരു ഉരുളിച്ച വന്നിട്ടില്ലേ. ഇവിടെ നോക്കിയാലറിയാം ക്ഷീണത്തിന്റെയും ആരോഗ്യത്തിന്റെയുമൊക്കെ കാര്യം.

അപ്പോൾ വി.കെ.എൻ കാൽ കാണിച്ചുതന്നു ചോദിക്കും:

"നീര് എങ്ങനെ?"

"സാരമില്ല. ഇങ്ങനെ ചടഞ്ഞിരുന്നിട്ടാണ്. കുറച്ചൊന്നു നടന്നാൽ ശരിയാകാവുന്നതേയുള്ളൂ."

ഇടക്കാലത്ത് വി.കെ.എൻ നടന്നിരുന്നു. പിന്നീട് അതുനിർത്തി. ഒറ്റയ്ക്കു നടക്കാൻ പേടി. ശരീരം ബാലൻസ് ചെയ്യുന്നില്ല. മേദുരദീർഘ കായനായ വി.കെ.എന്നിനെ നടത്തിക്കാനും വേണം പ്രത്യേക പരിശീലനം. ചികിത്സയെക്കുറിച്ചു സംസാരിക്കുന്നതും വി.കെ.എന്നിന് ഇഷ്ടമായിരുന്നു. പൂന്തോട്ടം ആയുർവേദകേന്ദ്രത്തിലെ ചികിത്സയെക്കുറിച്ചു സംസാരിക്കും. കോട്ടയ്ക്കലിൽ പോയി കിടക്കുന്നതിനെക്കുറിച്ചും ആലോചിച്ചതാണ്. വീടുവിട്ടുപോകാൻ വി.കെ.എന്നിനു മടിയാണ്.

അപ്രതീക്ഷിതമായി ചെല്ലുന്ന ദിവസം രാവിലെ ചായയ്ക്കുശേഷം വി.കെ.എൻ മയങ്ങുകയാവും. എണീറ്റാൽ രാവിലെ ഉറങ്ങിയതിന്റെ ജാള്യമാകും മുഖത്ത്. അതിനു തക്കതായ കാരണങ്ങൾ പറയും. എന്നിട്ടു ചോദിക്കും: 'ഇപ്പൊ എങ്ങനെണ്ട്?' 'ഒരു മിനുസം ക്ഷീണം തോന്നുന്നുണ്ട്. ഉറക്കത്തിന്റേതാവാം.' വീണ്ടും ആരോഗ്യകാര്യങ്ങൾ സംസാരിക്കും. തിരുവില്വാമലയിലെ ഡോക്ടറെക്കൊണ്ടു പരിശോധിപ്പിച്ച കാര്യം പറയും. ഒറ്റപ്പാലത്തെ ആശുപത്രിയിൽ അല്പകാലം കിടന്നപ്പോഴുണ്ടായ അനുഭവങ്ങൾ വിവരിക്കും. സുഖവിരേചനത്തിന്റെ അനുഭൂതിയെക്കുറിച്ചു സംസാരിക്കും. വൈദ്യമഠം ചെറിയനാരായണൻനമ്പൂതിരിയുടെ ചികിത്സാനുഭവങ്ങൾ വായിച്ചു രസകരമായ ഫലിതങ്ങൾ വി.കെ.എൻ പറഞ്ഞിട്ടുണ്ട്. കോട്ടയ്ക്കൽ ആര്യവൈദ്യശാല റിസർച്ച് സെന്ററിലെ എ.വി. രഘു ഒരിക്കൽ എന്റെ കൂടെ വി.കെ.എന്നിനെ കാണാൻ വന്നു. അന്നു കോട്ടയ്ക്കൽ വിശേഷങ്ങളറിയാനാണു വി.കെ.എന്ന് താത്പര്യം.

വി.കെ.എൻ ഫോട്ടോഗ്രാഫർമാർക്ക് മുഖം കൊടുക്കാറില്ല. തന്റെ ക്ഷീണഭാവത്തിലുള്ള ഫോട്ടോവിനെക്കുറിച്ച് അദ്ദേഹത്തിനു സങ്കല്പിക്കാൻ കൂടി സാധിമല്ലായിരുന്നു. 'ഭാഷാപോഷിണി'ക്കുവേണ്ടി വിക്ടർ ജോർജ് എടുത്ത് പരന്നുചിരിച്ച ഫോട്ടോ കണ്ടപ്പോൾ വി.കെ.എൻ പറഞ്ഞു: തകർപ്പൻ.

ഇടക്കാലത്ത് എഴുതാനും ചില തടസ്സങ്ങൾ വന്നിരുന്നു. ചെറിയൊരു കൈവിറ. കുട്ടികൾ കോപ്പി എഴുതി കയ്യക്ഷരം നന്നാക്കുന്നതുപോലെ ഇടയ്ക്കിടെ എഴുതിനോക്കുക വി.കെ.എന്നിന്റെ ശീലമായിരുന്നു.

വി.കെ.എന്നിന്റെ അക്ഷരങ്ങളിൽ ആ സ്വാധീനക്കുറവു കാണാമായിരുന്നു. അത്തരം സന്ദർഭങ്ങളിൽ, നേരിട്ടുകാണുമ്പോൾ വി.കെ.എൻ പറയും:

'ഇന്നലെ രണ്ടു പേജ് എഴുതി. ഇപ്പോൾ ശരിയായി. അത് നമുക്കു ബോധിക്കുകകൂടി വേണമല്ലോ. അദ്ദേഹം കടലാസിൽ വി.കെ.എൻ എന്ന് ഇംഗ്ലീഷിലും മലയാളത്തിലും എഴുതിക്കാണിക്കും. പഴയമട്ടായി എന്നു നമ്മൾ സമ്മതിക്കുന്നതുവരെ എഴുതും.'

വി.കെ.എൻ വിളിച്ചു: 'നാരായണന് ഡൽഹി ഡേയ്സ് കൊടുക്കാറായി. എഴുതാനൊരു മടി. ഇതിലേ എറങ്ങ്വോ?' ചില അസൗകര്യങ്ങളുണ്ടായിരുന്നു. പകരം എന്റെ അനുജനെ അയയ്ക്കാമെന്നു പറഞ്ഞു. വി.കെ.എന്നിനു തൃപ്തിയായി. അനുജനോടും ആരോഗ്യകാര്യങ്ങൾ പറഞ്ഞിരുന്നുവത്രെ.

ഇങ്ങനെ സദാ ആരോഗ്യകാര്യത്തിൽ ദത്തശ്രദ്ധനായിരുന്ന വി.കെ. എന്നിന് ആശുപത്രിവാസത്തെയും തുടർന്നുള്ള കിടപ്പിനെയും ഉൾക്കൊള്ളാനായില്ല. ജനറൽ ചാത്തൻസിന്റെ പരിഭാഷയുണ്ട്. അതു രവിയെ ഏല്പിക്കണം. നമുക്കു നേരിട്ടു കോട്ടയത്തേക്കു പോകണം. നാരായണനെയും കാണാം. അതിനുമുമ്പു ജനറൽ ചാത്തൻസ് എന്ന പുസ്തകം കിട്ടണം. വി.കെ.എൻ വിളിച്ചുപറഞ്ഞു. പുസ്തകം കിട്ടാനില്ല. ഒരാഴ്ച തുടർച്ചയായുള്ള അന്വേഷണത്തിലാണു കിട്ടിയത്. ഇത്രയും ദിവസം വി.കെ.എന്നിനെ വിളിക്കാനും കഴിഞ്ഞില്ല.

പുസ്തകം കിട്ടിയ വിവരത്തിന് വിളിച്ചപ്പോഴാണ് അറിയുന്നത് വി. കെ.എൻ മെഡിക്കൽ കോളേജിലാണ്. ഇതിനിടയ്ക്ക് അധികമായി. ഈ സമയത്തും കോട്ടയത്തേക്കു പോകേണ്ട വിഷയം പറഞ്ഞതായി വി.കെ. എന്നിന്റെ പത്നി പറഞ്ഞു. ആരോഗ്യനില അല്പം മോശമാണെന്നും ഒരാഴ്ചയായി തീരെ വയ്യായിരുന്നുവെന്നും വലതുകണ്ണിന്റെ കാഴ്ച നഷ്ടപ്പെട്ടിട്ടുണ്ടോ എന്നു സംശയിക്കുന്നതായും അവർ പറഞ്ഞു.

ഞാൻ പിറ്റേദിവസംതന്നെ തൃശൂർ മെഡിക്കൽ കോളേജിലെത്തി. വി.കെ.എൻ പുറംതിരിഞ്ഞു കിടക്കുകയാണ്. മകൾ രഞ്ജനയും മരുമകൾ രമയും മുറിയിലുണ്ട്. അവർ ഞാൻ വന്ന കാര്യം അറിയിച്ചു. വി.കെ.എൻ എന്നെ നോക്കി വിശാലമായി ചിരിച്ചു. ഇരിക്കാൻ പറഞ്ഞു. വലത്തെ കണ്ണു പൂർണമായും അടഞ്ഞിരിക്കുന്നു. അത് അദ്ദേഹത്തെ വേദനിപ്പിച്ചിട്ടുണ്ടെന്നു മനസ്സിലായി. സാരമില്ല. ഭേദമാവും. അപ്പോഴും ആത്മവിശ്വാസത്തിനു കുറവുണ്ടായിരുന്നില്ല. ഞങ്ങൾ കുറെനേരം സംസാരിച്ചിരുന്നു. എന്തൊക്കെയാണു പുറത്തെ വർത്തമാനങ്ങൾ? അദ്ദേഹം ചോദിച്ചു. 'നരേന്ദ്രപ്രസാദ് ഇന്നലെ മരിച്ചു.' ഞാൻ പറഞ്ഞു. 'നല്ല ഇംഗ്ലീഷായിരുന്നു' വി.കെ.എൻ പറഞ്ഞു. ആസ്പത്രിയിൽ ഡോക്ടർമാരുടെ വരവിനെക്കുറിച്ചൊക്കെ വി.കെ.എൻ സംസാരിച്ചു. ഇടയ്ക്കു വയ്യാതാവും. രണ്ടു മിനിറ്റ് മയങ്ങും. പിന്നെ പരസ്പര

ബന്ധമില്ലാതെ ചിലതു പറയും. വടക്കേ കൂട്ടാലയിലെ പഴയ കാരണവന്മാരെക്കുറിച്ചൊക്കെ പറഞ്ഞു. ഈ സമയം മകളും മരുമകളും എന്നെ അവിടെയിരുത്തി ഊണുകഴിക്കാൻ പോയി. അവർ പോയതും വി.കെ. എൻ പറഞ്ഞു.

"ഒരു സിഗററ്റ് വലിക്കാം."

മേശപ്പുറത്തു വിൽസിന്റെ പായ്ക്കറ്റ് ചൂണ്ടി വി.കെ.എൻ പറഞ്ഞു.

ഈ അവസ്ഥയിൽ സിഗററ്റ് വലിക്കാമോ? കൊടുത്താൽ അപകടമാവുമോ? ഞാൻ അനിശ്ചിതത്വത്തിലായി.

"സാരല്ല്യ. ഒന്നൊക്കെ ആവാം. ഒന്ന്ങ്ങ്ട് എടുക്കൂ."

"ഈ സമയത്ത് വലിക്കാമോ..."

"ഇന്നലെ രാത്രിണ്ടായ്ട്ട്ണ്ട്."

വി.കെ.എൻ പറഞ്ഞു.

ഞാൻ കുറച്ചുനേരം മിണ്ടാതിരുന്നു.

'ഒരു സിഗററ്റ്' - വി.കെ.എൻ എന്നോടു കെഞ്ചുന്നതുപോലെ തോന്നി. പിന്നെ ഒന്നും ആലോചിച്ചില്ല. സിഗററ്റ് എടുത്തു ചുണ്ടിൽ വച്ചുകൊടുത്തു. കത്തിച്ചു. വി.കെ.എൻ ആസ്വദിച്ചു വലിക്കുന്നതിനിടയിൽ രണ്ടു പ്രാവശ്യം ചുമച്ചു. എനിക്കു പേടിയായി. സിഗരറ്റ് പകുതി തീർന്നിരുന്നു. 'ഇനി മതി'. ഞാൻ പറഞ്ഞു. 'ദങ്ങ്ട് മുഴുമിക്കാം.' ഞാൻ പിടിച്ചുവാങ്ങിയെങ്കിലോ എന്നു ധരിച്ചാകാം അദ്ദേഹം ആഞ്ഞുവലിച്ചു. എനിക്കു പാവം തോന്നി. മുഴുവൻ വലിച്ചോളൂ. ഇനി ചോദിക്കാതിരുന്നാൽ മതി. വി.കെ.എൻ ചിരിച്ചു.

അവർ ഊണുകഴിഞ്ഞുവന്നു. സിഗററ്റ് പായ്ക്കറ്റ് അവിടെനിന്നു മാറ്റുകയാവും ഭംഗിയെന്ന് അവരോടു സൂചിപ്പിച്ചു. മെഡിക്കൽ കോളേജിലെ അസൗകര്യങ്ങളെപ്പറ്റിയായി സംസാരം. വിരിപ്പു മാറിയിട്ടുതന്നെ രണ്ടു ദിവസം കഴിഞ്ഞു. പരിചരണവും മോശമാണ്. ഡീലക്സ് റൂമിലാണു വി.കെ.എൻ കിടക്കുന്നത്. ആ ഡീലക്സ് റൂം കാണേണ്ടതുതന്നെ. വി.കെ.എന്നിനെ സഹായിക്കുന്ന ഡോ. ജ്യോതിഷുമായി സംസാരിച്ചു. പരമാവധി നല്ല ചികിത്സ കിട്ടുമെന്ന് അദ്ദേഹം പറഞ്ഞു.

ഈ അന്തരീക്ഷം സുഖകരമല്ലെന്നു തോന്നി. മറ്റേതെങ്കിലും സ്വകാര്യ ആശുപത്രിയിലേക്കു മാറ്റിയാലോ? എറണാകുളത്തോ കോഴിക്കോട്ടോ? പക്ഷേ, ഇത്രദൂരം യാത്രചെയ്യാനുള്ള ശാരീരിക സ്ഥിതിയല്ല ഇപ്പോൾ. മുറിയിൽ ഫോൺ സൗകര്യമില്ല. ആരുമായും ബന്ധപ്പെടാനും വഴിയില്ല. മലയാളത്തിന്റെ ഒരു വലിയ എഴുത്തുകാരന്റെ നിസ്സഹായാവസ്ഥ നേരിൽ കാണുകയാണ്. അപ്പോഴേക്കും കറന്റ് ബുക്സിലെ ജോണി വന്നു. ജോണി തൃശൂരിലെ ചില സ്വകാര്യ ആസ്പത്രിയിലേക്കു മാറ്റുന്നതിനെക്കുറിച്ചും സംസാരിച്ചു.

തൽക്കാലം മെഡിക്കൽ കോളേജിൽ നല്ല പരിചരണം ലഭിക്കുകയാണു വേണ്ടത്. ആരോഗ്യവകുപ്പുമന്ത്രിയുടെ പേഴ്സണൽ സ്റ്റാഫിൽ എന്റെ ഒരു ബന്ധുവുണ്ട്. അദ്ദേഹത്തെ കിട്ടാൻ പല തവണ ശ്രമിച്ചു. കിട്ടിയില്ല. തിരിച്ചുവരുന്ന വഴി ഷൊർണൂരിറങ്ങി ടി. ബാലകൃഷ്ണനെ വിളിച്ചു. എറണാകുളത്തു പി.വി.എസിൽ പ്രവേശിപ്പിക്കുകയാണെങ്കിൽ വേണ്ടതു ചെയ്യാൻ ശ്രമിക്കാമെന്നു പറഞ്ഞു: 'എം.ടിയോടു പറഞ്ഞുവോ?' അദ്ദേഹം ചോദിച്ചു. രാത്രി വിളിക്കാനിരിക്കുകയായിരുന്നു. അപ്പോൾത്തന്നെ എം.ടിയെ വിളിച്ചു. അതുവരെയുള്ള അവസ്ഥ വിശദീകരിച്ചു. വി.കെ.എന്നിന്റെ മരുമകൻ എറണാകുളത്തുണ്ട്. കൃഷ്ണകുമാറുമായി ആലോചിക്കാൻ പറഞ്ഞു.

പിറ്റേദിവസം രഞ്ജനച്ചേച്ചി വിളിച്ചു. മെഡിക്കൽ കോളേജിലിപ്പോൾ പ്രത്യേക പരിചരണം കിട്ടുന്നു. നഴ്സുമാർ ഇടയ്ക്കിടെ വന്നു നോക്കുന്നു. ഡോക്ടർമാരുടെ സംഘം വിദഗ്ധമായി പരിശോധിക്കുന്നു. അപ്പോൾത്തന്നെ എം.ടിയെ വിളിച്ചുപറഞ്ഞു. അദ്ദേഹം ആരോഗ്യവകുപ്പുമന്ത്രിയുമായി സംസാരിച്ചതിന്റെ ഫലമാണ് കണ്ടുതുടങ്ങിയത് എന്നു മനസ്സിലായി. വി.കെ.എൻ മെഡിക്കൽ കോളേജ് വിടുന്നതുവരെയുള്ള ദിവസങ്ങളിലെ ആരോഗ്യനില എം.ടിയെ അറിയിക്കുകയും ചെയ്തു.

പരിശോധനകൾക്കുശേഷം അദ്ദേഹത്തെ വീട്ടിൽ കൊണ്ടുവന്നു. ബ്രെയ്ൻ ട്യൂമറാണോ എന്നു സംശയം. ഏതായാലും എറണാകുളത്തു ഡോ. വി.പി. ഗംഗാധരനെ കാണിക്കാൻ തീരുമാനിച്ചു. എറണാകുളത്തേക്കു പോകുന്ന ദിവസം ഞാൻ തിരുവില്വാമലയിൽ ചെന്നു. വലത്തേ കണ്ണ് അടഞ്ഞുതന്നെയാണ്. വി.കെ.എൻ അപ്പോഴും ഉഷാറിലാണ്. കണ്ണു ശരിയാവും എന്നുതന്നെ ആവർത്തിച്ചു. ലണ്ടനിൽനിന്ന് ഒരു പുസ്തകം ഇംഗ്ലീഷിൽ വരാനുണ്ട്. അതുവന്നാൽ പിന്നെ നല്ല കാലമാണ്. മകളുടെ മകൾ അമേരിക്കയിലുണ്ട്. അവൾ ശ്രമിക്കും. അങ്ങനെ പുസ്തകങ്ങളെക്കുറിച്ചു സംസാരിച്ചു. ചാത്തൻസും സിൻഡിക്കേറ്റും ഇംഗ്ലീഷിൽ വന്നാലുള്ള ഗൗരവത്തെക്കുറിച്ചു പറഞ്ഞു. വി.കെ.എന്നിന്റെ Bovine Buglesനെക്കുറിച്ചു ബി.ആർ.പി. ഭാസ്കർ 'ഹിന്ദു'വിൽ എഴുതാമെന്നു സമ്മതിച്ചിരുന്നു. ബാബു എഴുതിയിട്ടുണ്ട്. പക്ഷേ, ടെക്സ്റ്റ് പുസ്തകമായതിനാലാവാം അവർ പബ്ലിഷ് ചെയ്തില്ല. അന്നത്തെ പത്രത്തിൽ ഹിന്ദു പത്രപ്രവർത്തകർക്ക് എതിരെ ജയലളിതയുടെ നടപടി പ്രധാന വാർത്തയായിരുന്നു. വി.കെ.എൻ അതു വായിച്ചിട്ടുണ്ടായിരുന്നു. രോഗവിവരങ്ങൾ പറയാൻ വി.കെ.എൻ ഇഷ്ടപ്പെട്ടില്ല.

ഞങ്ങൾ ഭക്ഷണം കഴിച്ചു. ഭക്ഷണം കഴിക്കുമ്പോൾ വി.കെ.എൻ ധാരാളം ഫലിതങ്ങൾ പറയാറുണ്ട്. ഭക്ഷണത്തിന്റെ പാചകം, രുചി. രുചികേട് എല്ലാം വിഷയമാകാറുണ്ട്. അന്ന് അദ്ദേഹം അധികം സംസാരിച്ചില്ല. പെട്ടെന്ന് അദ്ദേഹം ചൊല്ലി.

എട്ടാണ്ടെത്തിയ മോരുമെന്റ് ശിവനേ
ചുണ്ണാമ്പു ചോറും പുഴു-
ക്കൂട്ടം തത്തുമൊരുപ്പിലിട്ടതുമഹോ
കയ്പ്പേറുമുപ്പേരിയും
പൊട്ടച്ചക്കയിൽ മോരൊഴിച്ചു
വഷളാക്കിത്തീർത്ത കൂട്ടാനുമി-
മ്മട്ടിൽ ഭക്ഷണമുണ്ട് ഛർദ്ദിവരുമാ-
റെർണാകുളം ഹോട്ടലിൽ,

ഞങ്ങൾ ചിരിച്ചു. ഒപ്പം ചിരിക്കാറുണ്ടായിരുന്ന വി.കെ.എൻ. ചിരിച്ചില്ല. 'ഒടുവിൽ കുഞ്ഞികൃഷ്ണമേനോൻ പണ്ടൊരുകാലം ഉണ്ട ചാറി'നെപ്പറ്റി ഈ ശ്ലോകം ഉദ്ധരിച്ചു വി.കെ.എൻ വൈമാനികം എന്നി കഥ എഴുതിയിട്ടുണ്ട്. ഊണു കഴിഞ്ഞു. വി.കെ.എന്നിന്റെ മുറിയിൽ ഇരുന്നു. പെട്ടെന്ന് അദ്ദേഹം പി. ഭാസ്കരന്റെ ചലച്ചിത്രഗാനങ്ങളെക്കുറിച്ചു പറഞ്ഞുതുടങ്ങി. പി. ഭാസ്കരന്റെ ഗാനങ്ങളോട് വി.കെ.എന്നിന് പ്രത്യേക പ്രതിപത്തിയുണ്ട്. ഏതാണ് ഇഷ്ടപ്പെട്ട പാട്ട് - മഞ്ഞണിപ്പൂനിലാവിൽ.

മരുമകൻ കാറുംകൊണ്ടുവരും. ഒരുങ്ങിയിരിക്കാം. അപ്പോൾ കെ.പി. ഉണ്ണികൃഷ്ണൻ വിളിച്ചു. രഞ്ജനച്ചേച്ചിയാണു ഫോണെടുത്തത്. കെ. പി. ഉണ്ണികൃഷ്ണൻ വി.കെ.എന്നിന്റെ വർത്തമാനങ്ങളിൽ പലപ്പോഴും വരാറുണ്ട്. അദ്ദേഹം അയച്ചുകൊടുക്കുന്ന പുസ്തകങ്ങളെക്കുറിച്ചു പറയുമായിരുന്നു. കെ.പി. ഉണ്ണികൃഷ്ണൻ വിളിച്ചതറിഞ്ഞപ്പോൾ വി.കെ. എന്നിന്റെ മുഖത്തു പ്രസാദം.

വി.കെ.എൻ യാത്രയ്ക്കൊരുങ്ങുകയാണ്. ഷർട്ട് ആവശ്യപ്പെട്ടു. മകൾ ഷർട്ട് ഇടുവിച്ചു. അദ്ദേഹം എന്തൊക്കെയോ തിരയുന്നു. വാച്ച്, കണ്ണട, പെന്ന്. ചെറിയൊരു ലതർ ബാഗെടുത്തു. സിബ്ബു തുറന്നുനോക്കി.

"ഒരു ഇരുനൂറുറുപ്പിക വേണലോ."

ചെറുപുഞ്ചിരിയോടെ അദ്ദേഹം പറഞ്ഞു.

"എന്തിനാ ഇരുനൂറുറുപ്പിക."

പത്നി ചോദിച്ചു.

"ബാഗിലിടാനാണ്."

അപൂർവമായ ഒരാവശ്യമാണ്. അദ്ഭുതത്തോടെ അവർ വീണ്ടും ചോദിച്ചു.

"എന്തിനാ ബാഗില് ഇരുനൂറുറുപ്പിക. രഞ്ജനടെ കൈയില് കാശ്ണ്ടലോ. അല്ലെങ്കിൽ ഈ ഇരുനൂറുറുപ്പ്യോണ്ട് തെകയ്യോ?"

അവർ ചിരിച്ചുകൊണ്ടു ചോദിച്ചു.

"തന്നാൽ നന്ന്."

വി.കെ.എൻ പറഞ്ഞു. അപ്പോഴും കണ്ണിൽ പുഞ്ചിരിയുണ്ടായിരുന്നു.

രഞ്ജനച്ചേച്ചി ഇരുനൂററുറുപ്പികയെടുത്തു ബാഗിലിട്ടു. വി.കെ.എൻ സിബ്ബ് വലിച്ചടച്ചു. വളരെ പതുക്കെ. എന്നിട്ട് വാച്ചെടുത്തു കെട്ടാൻ ശ്രമിച്ചു. ശരിയാവുന്നില്ല. ഞാൻ കെട്ടിക്കൊടുത്തു. ഒരു വി.കെ.എൻ ആരാധകൻ സമ്മാനിച്ച വാച്ചാണ്. വാച്ച് കെട്ടിയപ്പോൾ ഭംഗിയായില്ല. ഒന്നുകൂടി മുറുക്കണം. പെന്ന് എടുത്തു ബാഗ് തുറന്ന് അതിൽ വച്ചു. ബ്രഷും പേസ്റ്റും എടുക്കാൻ വിട്ടുപോയി. അതും ആവശ്യപ്പെട്ടു. കണ്ണട മുഖത്തുവച്ചു.

ഇപ്പോൾ വി.കെ.എന്നിനെ കാണാൻ എന്തൊരു ഐശ്വര്യമാണ്. തല മുടി ചിതറിക്കിടക്കുകയാണ്. ഞാനതു പതുക്കെ ചീകിക്കൊടുത്തു. അപ്പോഴേക്കും മരുമകൻ കൃഷ്ണകുമാർ - ബാബു - എത്തി. കൃഷ്ണ കുമാറിനെ വി.കെ.എന്നിനു വലിയ കാര്യമാണ്. ആ പട്ടാളക്കാരൻ എന്നാണു പറയുക. വി.കെ.എൻ തന്റെ ചില പുസ്തകങ്ങളുടെ പകർപ്പ വകാശം കൃഷ്ണകുമാറിനാണു നല്കിയിട്ടുള്ളത്. കെ.സി. നാരായണനും കെ. രഘുനാഥനും ഞാനുമാണു പ്രമാണപത്രികയിൽ സാക്ഷിയൊ പ്പിട്ടിരിക്കുന്നത്. ഞങ്ങൾ വി.പി. ഗംഗാധരൻ മലയാളത്തിലെഴുതുന്ന ഓർമ ക്കുറിപ്പുകളെക്കുറിച്ചു സംസാരിച്ചു.

പുറത്തു മഴ പെയ്യുന്നുണ്ടായിരുന്നു. മഴ തോരാനായി കാത്തിരുന്നു. ശക്തി കുറഞ്ഞപ്പോൾ പുറപ്പെടാമെന്നായി. മുറ്റംവരെ കാറ് വരില്ല. മുറ്റത്തു കാറു വന്നുനില്ക്കാറാക്കുക അവസാനകാലത്ത് വി.കെ.എന്നിന്റെ ആഗ്രഹമായിരുന്നു. കൃഷ്ണകുമാറും ഞാനും രഞ്ജനച്ചേച്ചിയും വി.കെ. എന്നിനെ പതുക്കെ നടത്തി. കാറിൽ കയറി. ചുങ്കംവരെ വിജയകൃ ഷ്ണനും വരൂ. വി.കെ.എൻ പറഞ്ഞു. ഞാൻ ചുങ്കത്തിറങ്ങി യാത്ര പറഞ്ഞു. തിരിച്ചുവന്നിട്ടു കാണാം. വി.കെ.എൻ പറഞ്ഞു.

വി.കെ.എന്നിനുവേണ്ടി വില്വാദ്രിനാഥനോടു പ്രാർത്ഥിച്ചു.

എറണാകുളത്തെ ആശുപത്രിവാസത്തിനുശേഷം വി.കെ.എൻ തിരു വില്വാമലയിലെത്തി. ക്ഷയരോഗമാണെന്നായിരുന്നു കണ്ടെത്തൽ. ഭക്ഷണ ത്തിൽ പാലിക്കേണ്ട ചിട്ടകൾ ധാരാളം. വി.കെ.എന്നിന് ഇതെല്ലാം സാധി ക്കുമോ? രാവിലെത്തന്നെ പതിനാറോളം ടാബ്ലറ്റുകൾ കഴിക്കണം. അടഞ്ഞ കൺപോള ഏതാണ്ടു പൂർണമായും തുറന്നിരിക്കുന്നു. എങ്കിലും കാഴ്ച അലോസരപ്പെടുത്തുന്നുണ്ട്. വസ്തുക്കൾ രണ്ടായി കാണുക യാണത്രെ. വലതുകൺ മൂടി തലയിലൂടെ കെട്ടുമായിട്ടായിരുന്നു കുറച്ചു കാലം.

എറണാകുളത്തുനിന്ന് തിരുവില്വാമലയിൽ എത്തിയതും വി.കെ.എൻ ഉഷാറായി. തന്റെ ചെറിയ മുറിയിൽ ഇരിക്കുന്നതിലെ തൃപ്തിയെക്കുറിച്ചു പറഞ്ഞു. ഇവിടെ എത്തിയാൽത്തന്നെ പകുതി മാറും. അദ്ദേഹം പറയാ റുണ്ടായിരുന്നു.

ചില കത്തുകൾക്കു മറുപടി എഴുതാനുണ്ടായിരുന്നു. ഡി.സിയുമായുള്ള പുസ്തകക്കരാർ ഒപ്പിട്ട് അയയ്ക്കണം. പ്രസിദ്ധീകരിക്കാത്ത കഥകൾ തിരഞ്ഞുവയ്ക്കണം. അവയുടെ ഫോട്ടോ കോപ്പി എടുത്തു മാറ്റിവയ്ക്കണം. മറുപടി അയയ്ക്കുമ്പോൾ ഒരു കോപ്പി ഇവിടെയും ഇരുന്നോട്ടെ.

അദ്ദേഹം പറയും.

"എന്താണു മറുപടി എഴുതേണ്ടത്?"

"ഇഷ്ടമുള്ളത് എഴുതിക്കോളൂ. ഞാൻ ഒപ്പിട്ടുതരാം."

കോഴി, ഹൂവിനുശേഷം ഹൂ എന്നീ പുസ്തകങ്ങൾ വന്നു കിടപ്പുണ്ടായിരുന്നു. പാർസലിന്റെ കെട്ടഴിച്ചു രണ്ടും വി.കെ.എന്നിനു കാണിച്ചു കൊടുത്തു. കോഴിയുടെ ഡി.സി. പതിപ്പാണ്.

അദ്ദേഹം പുസ്തകങ്ങളുടെ ഓരോ കോപ്പി എനിക്കു തന്നു.

"റിവ്യൂ എഴുതാം."

രവിക്ക് ഇപ്പോൾത്തന്നെ എഴുതണം. രണ്ട് ഇംഗ്ലീഷ് പുസ്തകങ്ങളുടെ കാര്യം. അതൊന്നു വരണം. പിന്നെ ഇനി ഒരു സമാഹാരത്തിനുള്ളതുകൂടി ബാക്കിയുണ്ട്. നമ്പൂതിരിയുടെ ഒരു കുറിപ്പു വേണം. നമ്പൂതിരി തരാമെന്നു പറഞ്ഞിരുന്നതു കിട്ടിയോ? ഇല്ലെങ്കിൽ വാങ്ങിവയ്ക്കണം. ഇനി ഈവക കാര്യങ്ങൾ വിജയകൃഷ്ണൻ നോക്കണം.

എല്ലാ ആഴ്ചയും വി.കെ.എന്നിനെ കാണാൻ പോകും. ഇപ്പോൾ അദ്ദേഹത്തിനു ടെലിഫോണിൽ സംസാരിക്കാൻ വയ്യ. തിരുവില്വാമല ചെന്നാൽ പറയും. ഇപ്പോൾ പരമസുഖാണ്. നാലരയ്ക്കു കാപ്പി പലഹാരം. ഇടയ്ക്കിടെ ഊണ്. സന്ധ്യയ്ക്കു തേച്ചുകുളി. കണ്ണിന്റെ ശരിയായി വരുന്നുണ്ട്. കാലില് നീരുണ്ട്. അതു സാരല്യ. മകൾ ഇടയ്ക്കു വന്നുനില്ക്കും. പിന്നെ ഈ കുട്ടിയുണ്ടല്ലോ എല്ലാം വേണ്ടപോലെ ചെയ്യും. അതു മരുമകൾ രമയെ ഉദ്ദേശിച്ചാണ്.

ഇടയ്ക്കു വി.കെ.എൻ പ്രകോപിതനാകാറുള്ള കാര്യം മകൾ പറഞ്ഞു. എല്ലാവരെയും ശകാരിക്കും. വിളിച്ചാൽ ആ നിമിഷം എത്തിയില്ലെങ്കിൽ ശകാരമാണ്. പിന്നീട് അനുസരണയുള്ള കുട്ടിയാകും.

ഇപ്പോൾ എന്താ വിശപ്പ്!

വി.കെ.എൻ പറയും.

ഇതിനിടയ്ക്കു നമ്പൂതിരി വന്ന് വി.കെ.എന്നിനു വലിയൊരു സഹായം ചെയ്തു. ആത്മമിത്രത്തിന്റെ സ്നേഹത്തെക്കുറിച്ചു പറഞ്ഞപ്പോൾ വി.കെ.എന്നിന്റെ കണ്ണുനനഞ്ഞു. വി.കെ.എൻ വികാരാധീനനാവുന്നത് ആദ്യമായിട്ടാണ്. മറ്റു പലരും തന്നെ മനഃപൂർവം മറന്നപ്പോൾ നമ്പൂതിരിയെപ്പോലുള്ളവർ വന്നതും ആശ്വസിപ്പിച്ചതുമെല്ലാം വി.കെ. എന്നിനെ സന്തോഷിപ്പിച്ചിട്ടുണ്ട്. മുറി അടുക്കിവയ്ക്കുന്നതിനിടയിൽ അക്കിത്തത്തിന്റെ ഒരു കവിതയുടെ കോപ്പി 'ബലഭദ്രന്റെ ചിരി' ഭദ്രമായി

എടുത്തുവച്ചിരിക്കുന്നതു കണ്ടു. കവിയുടെ തന്നെ കൈയക്ഷരമാണ്. അതിനെക്കുറിച്ചു ചോദിച്ചു. "അക്കിത്തം എന്നെക്കുറിച്ച് എഴുതിയ താണ്."

ഊണുകഴിക്കുമ്പോൾ വി.കെ.എൻ ചോദിച്ചു.

"പുറത്ത് എന്തൊക്കെ വിശേഷം."

"കാലാവസ്ഥ നല്ല ചൂടാണ്. രാവിലെ മഞ്ഞ്. ഉച്ചയ്ക്കു ചൂട്."

"പിന്നെ എന്തൊക്കെ?"

അന്നന്നത്തെ ചെറുചലനങ്ങൾപോലും പിടിച്ചെടുക്കുന്ന വി.കെ. എന്നിനു പുറംലോകവുമായുള്ള ബന്ധം നഷ്ടപ്പെട്ടിരിക്കുന്നു. ആ വിഷാദം അദ്ദേഹത്തിന്റെ മുഖത്തുണ്ട്. പുനത്തിൽ കുഞ്ഞബ്ദുള്ള ടി. പത്മനാഭനെതിരെ കേസുകൊടുത്തത്, സി. രാധാകൃഷ്ണന്റെ പുതിയ നോവൽ ചിലരെ പ്രകോപിപ്പിക്കുന്നത് തുടങ്ങിയ സാഹിത്യസംഭവങ്ങ ളെക്കുറിച്ച് പറഞ്ഞു. സ്വതവേ ഇത്തരം സന്ദർഭങ്ങളിൽ പൊടുന്നനെ വി.കെ.എന്നിന്റെ കമന്റുകൾ വരാറുള്ളതാണ്. പക്ഷേ, ഇത്തവണ അദ്ദേഹം മൗനിയായി ഇരുന്നു.

വി.കെ.എന്നിനു വീണ്ടും പരിശോധന. എറണാകുളത്തേക്കു പോകണം. ഞാൻ കൂടെ വരുന്നു എന്നതു വി.കെ.എന്നിനെ സന്തോഷിപ്പിച്ചു. രാവിലെ ഏഴുമണിക്കു തിരുവില്വാമലയിലെത്തി. വി.കെ.എൻ ഉന്മേഷ വാനായിരിക്കുന്നു.

"ചായ കഴിച്ചോ?"

"ഉവ്വ്."

"എന്നാൽ ഇറങ്ങാം."

വി.കെ.എൻ സ്ഥിരമായി വിളിക്കുന്ന ജോപിയുടെ കാറിലാണു യാത്ര. വി.കെ.എൻ മുൻസീറ്റിലിരുന്നു. എറണാകുളത്ത് മകളുടെ വീട്ടിൽചെന്ന് അല്പം വിശ്രമിച്ച് ഹോസ്പിറ്റലിലേക്കു പോകാനാണ് തീരുമാനം. മരുമകളും ഒപ്പമുണ്ട്. ഡോക്ടർക്കു സമ്മാനിക്കാനായി Bovine Buglesന്റെ ഒരു കോപ്പിയും കൈയിൽ കരുതിയിട്ടുണ്ട്. യാത്രയിൽ വി.കെ.എൻ അധികം സംസാരിച്ചില്ല. ഞാൻ ഇടയ്ക്കിടയ്ക്ക് എന്തെങ്കിലും വിഷമ ങ്ങളുണ്ടോയെന്ന് അന്വേഷിക്കും. വി.കെ.എന്നിന്റെ മൗനം എന്നെ വിഷാദിപ്പിച്ചു. Bovine Buglesലെ ചില രംഗങ്ങളിലെ നർമ്മത്തെപ്പറ്റി ഞാൻ വി.കെ.എന്നിനോടു പറഞ്ഞു. അദ്ദേഹം ചിരിച്ചു. ഇടയ്ക്കു ചോദിച്ചു:

"നമ്പൂതിരിയുടെത് കിട്ടിയോ?"

ആലുവ കഴിഞ്ഞപ്പോഴേക്കും വി.കെ.എൻ അസ്വസ്ഥനാവാൻ തുടങ്ങി. എന്താണു വേണ്ടത്. ഞാൻ അന്വേഷിച്ചു. വിശന്നിട്ടു വയ്യ. കാർ നിർത്തി എന്തെങ്കിലും വാങ്ങിക്കഴിച്ചാലോ? 'വേണ്ട. എറണാകുളത്തെ ത്തിയിട്ടു മതി.' ദാ എത്തുകയായി. ട്രാഫിക് കാരണം കാർ പതുക്കെയേ

പോകുന്നുള്ളൂ. ഇടപ്പള്ളിയെത്തിയപ്പോൾ വി.കെ.എൻ ദേഷ്യപ്പെടുകയാണ്.

"എന്തെങ്കിലും കഴിക്കാൻ വേണം."

"കാർ നിർത്തി ഫ്രൂട്ട്സോ എന്തെങ്കിലും വാങ്ങിത്തരട്ടെ."

"വേണ്ട.അവിടെ ചെല്ലട്ടെ."

ബിസ്ക്കറ്റെങ്കിലും കരുതാമായിരുന്നു.

മരുമകൾ പറഞ്ഞു.

ഒരുവിധത്തിൽ കല്ലൂരിലെത്തി. കാറിറങ്ങി മകളുടെ വീട്ടിലെത്തിയതും വി.കെ.എൻ പരവശനായി. നാലഞ്ചു ബിസ്ക്കറ്റ് തിന്നു. ചെമ്മീൻകറി കൂട്ടി ദോശ കഴിച്ചു. വിശപ്പ് അടങ്ങിയപ്പോൾ പറഞ്ഞു, 'മരുന്നിന്റെ ശക്തിയാ. നിയന്ത്രിക്കാൻ കഴിയ്ണ്ല്ല്യ.'

അതിനിടയ്ക്കും വി.കെ.എൻ എന്റെ കാര്യങ്ങൾ അന്വേഷിച്ചു. "ചായ കഴിച്ചില്ല്യേ, ദോശ വേണ്ടേ?"

ഹോസ്പിറ്റലിലെത്തി. കാറിൽനിന്നിറങ്ങി സ്ട്രെച്ചറിലേക്കിരിക്കാനൊക്കെ നല്ല ബുദ്ധിമുട്ടായിരുന്നു. രണ്ടുപേർ ചേർന്നു പിടിച്ചാലും വഴങ്ങാത്ത ശരീരം. ശരീരം വേദനിക്കുമ്പോൾ വി.കെ.എന്നിന്റെ മുഖം ചുളിയും. ദേഷ്യവും വരും. 'ആയ്, പതുക്കെ' അദ്ദേഹം പറയും.

പരിശോധനയ്ക്കുശേഷം കല്ലൂരിലെത്തി. എല്ലാ പരിശോധനയും ഒറ്റ ദിവസംകൊണ്ടു കഴിഞ്ഞതു നന്നായി. വി.കെ.എൻ പറഞ്ഞു. അദ്ദേഹം വിസ്തരിച്ച് ഊണുകഴിച്ചു. ഒന്നുകിടക്കട്ടെ. വെയിലാറിയിട്ടു പോവാം.

അദ്ദേഹം വിശ്രമിച്ചു. മരുമകൻ കൃഷ്ണകുമാർ വി.കെ.എന്നിന്റെ പഴയകാല പ്രതാപകഥകൾ പറഞ്ഞു.

ഉറക്കത്തിനുശേഷം ഞങ്ങൾ പോകാൻ തയ്യാറായി. വി.കെ.എന്നിനെ കാറിൽ കയറ്റിയിരുത്തി.

"വിജയകൃഷ്ണൻ; പിന്നെ കാണാം."

അദ്ദേഹം പറഞ്ഞു:

"ഞാൻ തിരുവില്വാമലയ്ക്കു വരണ്ടേ?"

അപ്പോഴാണ് വി.കെ.എന്നിന് സ്ഥലകാലബോധമുണ്ടാകുന്നത്. അദ്ദേഹം നനുക്കനെ ചിരിച്ചു.

മടക്കയാത്രയിലും വി.കെ.എൻ സംസാരിച്ചില്ല. ചാലക്കുടിയിൽനിന്ന് മസാലദോശ വാങ്ങി കരുതിവച്ചു. രാവിലത്തെ യാത്രയിലെ പാകപ്പിഴ ആവർത്തിക്കരുതല്ലോ. പൂങ്കുന്നമെത്തിയപ്പോൾ വി.കെ.എൻ ചോദിച്ചു:

"കഴിക്കാൻണ്ടെങ്കിൽ എട്ക്കാം."

കാർ നിർത്തി വി.കെ.എൻ മസാലദോശ കഴിച്ചു.

ഒമ്പതുമണിക്ക് തിരുവില്വാമല എത്തി. എല്ലാ ടെസ്റ്റും ഒന്നിച്ചു കഴിഞ്ഞതു നന്നായി. അദ്ദേഹം വീണ്ടും പറഞ്ഞു. നന്നേ ക്ഷീണിതനായിരിക്കുന്നു. ഞാൻ തിരിച്ചുപോകാൻ തുടങ്ങിയപ്പോൾ വി.കെ.എൻ ചോദിച്ചു.

"ഇന്നു പോണ്ണ്ടോ? ഇനി എങ്ങടാ?"

"ഇന്നുതന്നെ പോകുന്നു. പിന്നെ വരാം."

അടുത്ത തവണ പോയപ്പോൾ വി.കെ.എൻ കിടക്കുകയാണ്. എന്നെ കണ്ടതും കട്ടിലിൽനിന്ന് എണീറ്റിരിക്കണം. ഞാൻ സഹായിച്ചു. പിന്നെ കസേരയിലിരുന്നു. ഞാൻ കൊണ്ടുവന്ന ഓറഞ്ച് കഴിക്കാമെന്നായി. ഒരു ഓറഞ്ച് അല്ലി പൊളിച്ചുതിന്നു. രവി ഡീസിയുടെ മറുപടി വരാത്തതിനെക്കുറിച്ചു പറഞ്ഞു.

"നോക്ക്വാവും."

"എടുക്കും. അവര് ഇപ്പൊ നമ്മളുടെ എല്ലാം സ്വീകരിക്ക്ണ്ണ്ട്."

വി.കെ.എന്നിന്റെ കുടുംബാംഗം കൂടിയായ കഥാകൃത്ത് വി.കെ.കെ. രമേഷും വന്നു.

'വിരുദ്ധ'ത്തിനു ടി.കെ. രാമചന്ദ്രൻ എഴുതിയ ആമുഖം 'മലയാള' ത്തിൽ വന്നതിനെക്കുറിച്ച്, ജയചന്ദ്രൻനായർ അന്വേഷിച്ചതിനെക്കുറിച്ച് എല്ലാം പറഞ്ഞു. അദ്ദേഹം എല്ലാം കേട്ടിരുന്നു. മറ്റു ചിലരെക്കുറിച്ചു വർത്തമാനം വന്നപ്പോൾ വി.കെ.എൻ തന്റെ പതിവുശൈലിയിൽ പറഞ്ഞു.

"നീചരാണ്."

"മഹാനീചർ എന്നല്ലേ ശരി."

ഞാൻ ചോദിച്ചു.

വി.കെ.എൻ ചിരിച്ചു.

പെട്ടെന്നു സംസാരം എസ്. ഗുപ്തൻനായരിലെത്തി.

ഗുപ്തൻനായരുമായുള്ള സൗഹൃദം ഗുപ്തൻനായരുമായി തൃശൂരിൽ താമസിച്ചത്, സാഹിത്യ അക്കാദമിയിൽ വച്ചു കണ്ടത് അങ്ങനെ സുമുഖനായ ഗുപ്തൻനായരെ കേന്ദ്രീകരിച്ചായി വർത്തമാനം. അന്നു നല്ല ഉഷാർ ദിവസമായിരുന്നു. വി.കെ.എന്നിനെ ഉഷാറായി കണ്ട അവസാനദിവസം.

വി.കെ.എന്നിന്റെ ആരോഗ്യനില ആശങ്കപ്പെടുത്തുന്ന നിലയിലാണെന്ന് അറിഞ്ഞു. മലയാള മനോരമ നല്കുന്ന ഒരു ധനസഹായവുമായി വി.കെ.എന്നിന്റെ വീട്ടിലേക്കു പോകുന്നുണ്ട്. ഒപ്പം വരുവാൻ കെ.സി. നാരായണൻ ക്ഷണിച്ചു. ഞങ്ങൾ ഉച്ചയോടെ വി.കെ.എന്നിന്റെ വീട്ടിലെത്തി.

അദ്ദേഹം ഉറങ്ങുകയാണ്. കുറേനേരം കാത്തിരുന്നു. ഉണർന്നപ്പോൾ ഞങ്ങൾ വി.കെ.എന്നിന്റെ മുറിയിൽ ചെന്നു. അദ്ദേഹം അതിയായി ക്ഷീണിച്ചിട്ടുണ്ട്. ആ തളർച്ച ശരീരത്തിൽ മുഴുവൻ കാണാമായിരുന്നു.

“ദാ കെ.സി. നാരായണനനും വിജയകൃഷ്ണനനും വന്ന്ട്ട്ണ്ട്. മനോരമയുടെ ധനസഹായംണ്ട്. അത് തരാൻ വന്നതാണ്.”

വി.കെ.എൻ ഞങ്ങളെ നോക്കി.

“ഇപ്പോൾ കഥകളിയിലെ ഏകലോചനം മാതിരിയാണ്.”

ഇടതുകൈയിലെ നീണ്ട ചൂണ്ടാണിവിരലുകൊണ്ടു മുദ്രകാണിച്ച് വി.കെ.എൻ പറഞ്ഞു. കണ്ണിന്റെ കാഴ്ചക്കുറവിനെപ്പറ്റിയാണു സംസാരിക്കുന്നത്.

വി.കെ.എൻ എണീക്കാൻ നോക്കി. കഴിയുന്നില്ല.

“എണീക്കണ്ട.”

ഞങ്ങൾ പറഞ്ഞു.

“ഇരിക്കൂ.” – വി.കെ.എൻ പറഞ്ഞു.

“മലയാള മനോരമയുടെ ചെറിയൊരു സഹായം ഡി.ഡിയാണ്.”

കെ.സി. കവർ വി.കെ.എന്നിന്റെ കൈയിൽ കൊടുത്തു.

‘മനോരമയാം രമതാം മദീയം’ എന്നു പറഞ്ഞ് വി.കെ.എൻ ചിരിച്ചു.

എന്നിട്ടു പറഞ്ഞു. “മാതൃഭൂമി തന്നു. മനോരമേം തന്നു.

ഒരാളുടെ എരട്ടി മറ്റേയാൾക്കു കിട്ടണമെന്നല്ലേ.

കിട്ടിക്കോട്ടെ. വേണ്ടാ പറയ്ണ്ല്ല്യ.”

തുടർന്ന് വി.കെ.എൻ അവ്യക്തമായി പരസ്പരബന്ധമില്ലാതെ പലതും പറയാൻ തുടങ്ങി.

“ഇപ്പോ ഗുളികകൾ അനന്തമായി വിഴ്ങ്വാണ്. തകർപ്പൻ സാധനങ്ങൾ. തൃശൂര് ചെന്നു. ഡോക്ടറ് പരിശോധിച്ചു. അവിടുന്നങ്ങ്ട് പലരും ഇങ്ങനെ നോക്ക്വാണ്. വൈദ്യന്മാരേ. എറണാകുളത്തു പോയി. എടത്തറ രാമകൃഷ്ണനെ അറിയില്ല്യേ. വലിയ വിവരള്ളാളാ. നാല്പതു കൊല്ലമായി അറിയും. നല്ലവനാ. വായിക്കും. അങ്ങനേ പോവ്വാണ്. ഇരുപത്തേഴു പുസ്തകങ്ങൾ ഇറങ്ങി. മൂന്ന് ഇംഗ്ലീഷ് പുസ്തകങ്ങൾ. ഇനി ലണ്ടനിൽനിന്നു ചിലത് വരാൻണ്ട്. രവി ഡീസി ഇറക്കും. എല്ലാവരും സഹായിക്കും.”

വി.കെ.എൻ കരയുന്നുണ്ടോ? ഞങ്ങൾക്കും സങ്കടമായി.

“മകൻ പോയി. ഞാൻ മകന്റെ അട്ത്തയ്ക്കു പോവ്വാണ്. മകൻ അവടെ എന്ന കാത്ത്ര്ക്ക്യാ.”

വി.കെ.എൻ കണ്ണുതുടയ്ക്കുകയാണ്.

ഒരു കൈയിൽ മുറുകെപ്പിടിച്ചിരിക്കുന്ന കവർ വാങ്ങാൻ ശ്രമിച്ച എന്നെ വി.കെ.എൻ വിലക്കി.

അതുകൊണ്ടോണ്ട. ഇവിടെ ഉള്ളവർക്ക് ആവശ്യമായിരിക്കട്ടെ.

വി.കെ.എൻ തുടരുകയാണ്.

"തലേക്കെട്ടുള്ള മാപ്പിളമാർ ജീപ്പ്ല് വന്നു. അടിച്ചു നെരത്തും. മകളുടെ മക്കളുണ്ട്. മൂത്തവള് അമേരിക്കയിലാ. എന്താ ബുദ്ധി. രണ്ടാമത്തവൾ എവിടെയാ പഠിക്കണത്? മണിപ്പാലിൽ. എന്താ ബുദ്ധി. നേരേയാവും. അങ്ങനെ പോവും."

ഇങ്ങനെയൊരു വി.കെ.എന്നിനെ കാണേണ്ടിവന്നതിലെ വിഷാദം ഞങ്ങൾ മുഖത്തോടു മുഖം നോക്കി പങ്കുവച്ചു. അധികനേരം അവിടെ നിൽക്കാൻ തോന്നുന്നില്ല.

"ഞങ്ങൾ ഇറങ്ങ്വാണ്."

കെ.സി. പറഞ്ഞു.

"ഒരു മിനുട്ട് ഇരിക്കൂ."

വി.കെ.എൻ അസ്പഷ്ടമായി പിന്നെയും എന്തൊക്കെയോ പറയുന്നു. ഞങ്ങൾ പുറത്തിറങ്ങി.

ദിവസേന വിളിച്ചു വിവരങ്ങൾ അന്വേഷിക്കും. ആയിടയ്ക്കു സ്ഥിതി വളരെ ഗുരുതരമാണെന്ന് അറിഞ്ഞു. അദ്ദേഹം മരുന്നുകൾ നിരസിക്കുന്നു. ഏതു വിധേനയും കഴിക്കാൻ കൂട്ടാക്കുന്നില്ല. ഒരു നേരം തെറ്റിയാൽ ഫലം വിപരീതമാകും. ഈ നിലയിൽ പരിശോധനയ്ക്കു കൊണ്ടുപോയിട്ടും കാര്യമില്ല. ദിവസങ്ങൾ എണ്ണപ്പെട്ടിരിക്കുകയാണെന്നു ഡോക്ടർ പറഞ്ഞു. വി.കെ.എന്നും മരണത്തിന്റെ കാലടിയൊച്ച കേട്ടുതുടങ്ങിയിരുന്നു. ജനുവരി ഇരുപതാം തീയതി കഴിഞ്ഞുകിട്ടിയാലേ എന്തെങ്കിലും പറയാനാവൂ. ജ്യോതിഷത്തിൽ വിശ്വസിക്കുന്ന, ജ്യോതിഷമറിയുന്ന വി.കെ.എൻ കണക്കുകൂട്ടി. മരുന്നുനിർത്തിയതും ശരീരം പ്രതികരിച്ചു. കാലിലെ നീരു മുഴുവനായി വാർന്നു. ശരീരം നന്നേ ശോഷിച്ചു. വെള്ളം ഇറക്കാൻകൂടി വയ്യ. ഇടയ്ക്കു രണ്ടു സ്പൂൺ കാപ്പി, കഞ്ഞിവെള്ളം.

അപ്പുറത്തെ മുറിയിലേക്കു മാറ്റിക്കിടത്തി. വി.കെ.എന്നിന്റെ മിത്രങ്ങളിലൊരാളായ പെരിന്തൽമണ്ണയിലെ സലിം ഡോക്ടറും പത്നിയും എത്തി. അവർ വാട്ടർബെഡ് കൊണ്ടുവന്നിരുന്നു. കിടത്തം അതിലായി.

വി.കെ.എന്നിന്റെ മരണത്തലേന്ന് ഉച്ചകഴിഞ്ഞ് ഞാൻ തിരുവില്വാമല എത്തി. ആ കിടപ്പ് ദയനീയമായിരുന്നു.

"വിജയകൃഷ്ണൻ വന്നിട്ടുണ്ട്."

അമ്മ പറഞ്ഞു.

വി.കെ.എൻ എന്നെ നോക്കി.

വിജയകൃഷ്ണനാണ്.

അദ്ദേഹം എന്നെ തിരിച്ചറിഞ്ഞു എന്ന് ആ കണ്ണുകളിലെ തിളക്കത്തിൽനിന്നു മനസ്സിലായി. ഞാൻ നിർന്നിമേഷനായി വി.കെ.എന്നിനെത്തന്നെ നോക്കിനിന്നു. ഒരു പതിറ്റാണ്ടിന്റെ ഗാഢസൗഹൃദദിനങ്ങളിലെ വി.കെ.എൻ എന്റെ മനസ്സിനെ മഥിച്ചു. വി.കെ.എന്നും എന്നെത്തന്നെ നോക്കിക്കിടക്കുകയാണ്. ആ കൺകൾ ആർദ്രമാവുന്നു.

അദ്ദേഹം അവ്യക്തമായി എന്തോ പറഞ്ഞു.

മൂന്നു ദിവസം മൂന്നുദിവസം എന്നു മാത്രം വ്യക്തമായി കേട്ടു. അന്നു ചതയമായിരുന്നു. വി.കെ.എന്നിന്റെ ജന്മനക്ഷത്രം. ജന്മനക്ഷത്രവും മരണവും തമ്മിലുള്ള സാധ്യതകളെപ്പറ്റി പറഞ്ഞുകേട്ടിട്ടുണ്ട്. അതിനിടയ്ക്ക് അദ്ദേഹം മോര് ആവശ്യപ്പെട്ടു. പത്നി സ്പൂണിൽ മോരെടുത്ത് അല്പാല്പമായി വായിൽ ഒഴിച്ചുകൊടുത്തു. ഒരു സ്പൂൺ ഞാനും കൊടുത്താലോ. വിചാരിച്ചതാണ്. വേണ്ട. മനസ്സു പറഞ്ഞു. വി.കെ. എന്നിന് എല്ലാം മനസ്സിലാവും.

ആ കിടപ്പ് അദ്ദേഹത്തെ വല്ലാതെ അലട്ടുന്നുണ്ടെന്നറിഞ്ഞു. ഞാൻ കുറെനേരം പുറത്തിരുന്നു. എനിക്ക് ഇരിപ്പുറയ്ക്കുന്നില്ല. ഞാൻ വീണ്ടും മുറിയിൽ ചെന്നു.

ഞാൻ ഇറങ്ങുകയാണ്.

അദ്ദേഹം എന്തോ പറയാൻ ശ്രമിക്കുകയാണ്. എന്നോട് എന്തോ പറയാനുണ്ട്. ആ അവസ്ഥ എനിക്കു താങ്ങാവുന്നതിലും അധികമായിരുന്നു. ഞാൻ അദ്ദേഹത്തിന്റെ കരം കവർന്നു. എന്നിട്ടു മുഖത്തേക്കു നോക്കി. 'പിന്നെ വരാം' എന്നു യാത്ര പറഞ്ഞു. ഒരിക്കൽകൂടി ആ മുഖത്തേക്കു നോക്കി. അനുഗ്രഹത്തിന്റെ ബലം ഞാനറിഞ്ഞു. അദ്ദേഹം എന്നെ യാത്രയാക്കുകയാണ്. പതിവുയാത്രയാക്കലിലെ 'ഇനി എന്നാ' എന്നുള്ള ചോദ്യമില്ല. ഞാൻ പോയാലും ഇവിടേയ്ക്കൊക്കെ വരണം എന്നൊരു ഓർമപ്പെടുത്തലും ആ കണ്ണുകളിൽനിന്ന് ഞാൻ വായിച്ചെടുത്തു.

വി.കെ.എന്നിന്റെ സ്ഥിതിയെക്കുറിച്ച് പിറ്റേദിവസം അന്വേഷിച്ചപ്പോഴും ആശങ്കപ്പെടുത്തുന്ന മറുപടിയാണ് കിട്ടിയത്. അമ്മയെ പ്രത്യേകമായി അന്വേഷിക്കുന്നതായി മരുമകൾ പറഞ്ഞു. രാവിലെ മകൾ രഞ്ജനയും ഭർത്താവ് കൃഷ്ണകുമാറും എത്തി. അവരെ വി.കെ.എൻ തിരിച്ചറിഞ്ഞു. അല്പം കഞ്ഞിവെള്ളം കഴിച്ചു. വൈകുന്നേരം വി.കെ. എന്നിന് തിരുവില്വാമലയിലെ വേണ്ടപ്പെട്ടവനായ പോൾ വന്നു. ഒപ്പം പി. എ. ദിവാകരനും ഉണ്ടായിരുന്നു. അവർ പോയിക്കഴിഞ്ഞപ്പോഴേക്കും വി. കെ.എന്നിന്റെ സ്ഥിതി മാറി. അദ്ദേഹം മരണത്തെ മുഖാമുഖം കാണുകയായിരുന്നു. ജ്യോതിഷത്തിൽ വിശ്വാസവും ജ്ഞാനവുമുള്ള വി.കെ.എൻ

യാത്രയ്ക്കൊരുങ്ങുകയാണ്. ജീവിതം അദ്ദേഹം ആഘോഷിച്ചുതീർത്തതാണ്. ഡൽഹിയിൽ ഉന്നത കേന്ദ്രങ്ങളിൽ വ്യാപരിക്കാമായിരുന്നിട്ടും അവിടെനിന്നു പോന്നു. കേരളത്തിൽ വന്നിട്ടും അദ്ദേഹം തിരുവില്വാമലയിൽ മാത്രമായി ഒതുങ്ങിയിരുന്നു. ജീവിതത്തിൽ ഒരു മുനിയെപ്പോലെ ഒതുങ്ങിയിരിക്കുമെന്ന് സ്വന്തം ജാതകം ഗണിച്ച് വി.കെ.എൻ കണ്ടെത്തിയിരുന്നു.

തനിക്കു പ്രിയപ്പെട്ട വേദയ്ക്കു വേണ്ടിയാണ് വി.കെ.എൻ ഡൽഹി വിട്ടത്. അവസാന നിമിഷങ്ങളിലും അദ്ദേഹം തന്റെ പ്രിയപത്നിയെ വിളിച്ചു.

"വേദേ, വേദേ..."

ജീവിതയാത്രയിൽ തന്നിൽനിന്നുണ്ടായ അനിഷ്ടങ്ങൾക്കും കുറ്റപ്പെടുത്തലുകൾക്കും ഒരു ഏറ്റുപറച്ചിൽ. വി.കെ.എന്നിന്റെ അവസാനവാക്കുകളും വേദയ്ക്കുവേണ്ടിയുള്ളതായിരുന്നു.

"വേദേ, ക്ഷമിക്കണം..."

പൊടിപൂരം തിരുനാൾ

കെ.പി. പത്മനാഭമേനോന്റെ കൊച്ചിരാജ്യ ചരിത്രത്തിൽനിന്ന് പല്ലാവൂർ മണിയന്മാരാരുടെ തിമില കൊട്ടിലേയ്ക്ക്, വാൽട്ടർ വിറ്റ്മാന്റെ കവിതകളിൽനിന്ന് പാച്ചുചാക്യാരുടെ വാക്കിലേക്ക്, കലാമണ്ഡലം രാമൻകുട്ടിനായരുടെ ഹനുമാൻവേഷത്തിൽനിന്ന് സ്റ്റെഫിഗ്രാഫിന്റെ പെർഫോമൻസിലേക്ക്, കണ്ണൂരിലെ നമ്പ്യാന്മാരുടെ ഭാഷയിൽനിന്ന് ചിനക്കത്തൂർ പൂരത്തിലെ നിലവിളിയിലേക്ക്, ഉണ്ണുനീലി സന്ദേശത്തിലെ തച്ചുശാസ്ത്രവർണ്ണനയിൽനിന്ന് തിരുനാവായിലെ മാമാങ്കത്തിന് ചാവേർപ്പട പോയ വഴിയെക്കുറിച്ച് - ഇങ്ങനെ തുടർച്ചയില്ലാത്ത പടർച്ചയുടെ സവിശേഷസൗന്ദര്യമാകുന്നു വി.കെ.എൻ കൃതികളുടെ സമകാലീന സ്വഭാവം. അമൂർത്തതയുടെ സൗന്ദര്യം സവിശേഷമായ നർമ്മത്തിലൂടെ ഉല്പാദിക്കുകയാണ് വി.കെ.എൻ സ്തുതികൊണ്ട് നിന്ദിക്കാൻ ഇത്ര കെല്പുള്ള മറ്റൊരു എഴുത്തുകാരൻ ഇല്ല. ലോകമലയാളഭാഷയുടെ വ്യാകരണവും ഭാഷാശാസ്ത്രവും വി.കെ.എന്നിന് വശം. കഥാപാത്രങ്ങൾ ഏതു ജില്ലയെ പ്രതിനിധീകരിക്കുന്നു എന്നുവരെ ഒരു മൂളലിലോ മറുപടിയിലോ വി.കെ.എൻ വിശദീകരിച്ചുതരും. ഈ ഭാഷാഭേദങ്ങളുടെ ഭൂപടക്കാഴ്ചകൾ വി.കെ.എൻ എഴുത്തിൽ സുലഭം. ഭാഷകൊണ്ട് ഹരിക്കുകയും ഗുണിക്കുകയും ചെയ്ത് പുതിയ ബീജഗണിതസിദ്ധാന്തം അദ്ദേഹം സ്ഥാപിക്കും. വി.കെ.എൻ എഴുത്തിന് മൈനസ്മാർക്ക് ഇല്ല. എന്നാൽ അതിന് റിവേഴ്സ്ഗിയറുണ്ട്. എഴുത്ത് പിന്നോട്ട് സഞ്ചരിച്ച് ചരിത്രത്തിലെത്തും. ചരിത്രത്തിന്റെ ഇരുണ്ട ഇടനാഴികളിൽ ചിരിയുടെ പ്രകാശം പരത്തിക്കൊണ്ട് വി.കെ.എൻ സഞ്ചരിക്കും. ലോകചരിത്രവും ഇന്ത്യാചരിത്രവും കേരള ചരിത്രവും അദ്ദേഹം പുതിയ (സ്വന്തം) ചരിത്രമാക്കി എഴുതും. ഇതിഹാസങ്ങൾക്കു വരെ പുതിയ വ്യാഖ്യാനങ്ങൾ കൊണ്ടുവരും. രാഷ്ട്രീയത്തെക്കുറിച്ച് എഴുതുമ്പോഴും ഒരു വി.കെ.എൻ രാഷ്ട്രീയം അതിൽ ഉണ്ടാകും. ചരിത്രത്തെ തിരുത്തിയെഴുതിയ കൃതിയാണ് പിതാമഹൻ. 'സർ ചാത്തു ലീകോക്കി'ലാകട്ടെ പുരാവസ്തുക്കളുടെ ചരിത്രം വി.കെ.എൻ വിദഗ്ധമായി വിശകലനം ചെയ്യുന്നുണ്ട്. ശിലായുഗത്തിന്റെ ചരിത്രം കൊത്താംകല്ലിന്റെ ചരിത്രത്തിലെത്തി നിർത്തിക്കാൻ വി.കെ.എന്നിനു മാത്രമേ കഴിയൂ. ഒറ്റപ്പാലത്തെയും തിരുവില്വാമലയുടെയും തൃശൂരിന്റെയും ചരിത്രം വി.കെ.എൻ പുതുക്കി എഴുതും.

അവിടുത്തെ ചരിത്രപുരുഷന്മാരെ അതിപുരുഷന്മാരാക്കും. അവരുടെ കാര്യസ്ഥന്മാരെ ഉപപുരുഷന്മാരാക്കും. നമ്പൂതിരി, നായർ, എഴുത്തച്ഛൻ വംശജരെ കേന്ദ്രകഥാപാത്രങ്ങളാക്കി കഥ നെയ്യും. നേത്യാരമ്മമാരുടെ ചരിത്രം ചാരിത്ര്യത്തിന്റെയും പാതിവ്രത്യത്തിന്റെയും ചരിതമാക്കും. നിഗൂഢമായ ലൈംഗികത വച്ചുപുലർത്തുന്നവർക്കെതിരെ കലഹിക്കും. ആണിനെ ഭരിക്കുന്ന പെണ്ണിനെയും പെണ്ണിനെ തരാക്കുന്ന ആണിനെയുംകുറിച്ച് പുതിയ ഭാഷ്യങ്ങൾ എഴുതും. വി.കെ.എൻ സ്ത്രീകഥാപാത്രങ്ങൾ പഴയ വള്ളുവനാടൻ ഗ്രാമങ്ങളിലെ മധ്യവർഗ്ഗ കുടുംബങ്ങളിലെ കുല(?) (ട) സ്ത്രീകളാകുന്നു. ഈ കുലസ്ത്രീകളിലെ ഗൂഢ ലൈംഗികതയെയും അഭിനിവേശങ്ങളെയും ഉന്മാദത്തെയുംകുറിച്ച് വി.കെ.എൻ പുരുഷകഥാപാത്രങ്ങളുമായി ബന്ധപ്പെടുത്തിയാണ് എഴുതുക. വളരെ സദാചാരപരമായ വിലപേശലാണ് അവർ തമ്മിൽ നടക്കുക. തരാവോന്നു തപ്പി നടക്കുന്നവരും, തരാക്കുന്നവരും, തരപ്പെടുത്തുന്നവരും തരം പാർത്തുനിൽക്കുന്നവരുമായി നേരമ്പോക്കിന്റെ തരാതരം ചിത്രങ്ങൾ വി.കെ.എൻ രചനകളിലുണ്ട്.

പൂരം തിരുനാളിനെ പൊടിപൂരം തിരുനാളായി അവരോധിക്കുമ്പോൾ സ്വാതിതിരുനാളിനെ ചോതിച്ചതായി നാമകരണം ചെയ്യുമ്പോൾ, വടിവേലു നട്ടുവന്റെ പുനർജന്മത്തെക്കുറിച്ചെഴുതുമ്പോൾ, നേത്യാരമ്മയുടെ ത്രികോണസ്ഥലി വെളിവാകുന്ന മുഹൂർത്തത്താൽ കറന്റുകട്ടായതിനെക്കുറിച്ച് എഴുതുമ്പോൾ എല്ലാം ഗുപ്തസത്യങ്ങളുടെ നേർമറകൾ വകഞ്ഞുമാറ്റുകയാണ് വി.കെ.എൻ. രാജവംശവും രാജവാഴ്ചയുമെല്ലാം വി.കെ.എന്നിന് ഹരമുള്ള വിഷയമാണ്. ടിപ്പു തൃശൂർ പിടിച്ചടക്കാത്തത് പൂരം നടത്തേണ്ട ചെലവിനെപ്പറ്റി ഓർത്താണെന്നും വി.കെ.എൻ വിചാരിക്കും. ചരിത്രത്തോടൊപ്പം ഭൂമിശാസ്ത്രവും വി.കെ.എന്നിന് പഥ്യമാണ്. കഥാപാത്രങ്ങൾ സംസാരിച്ചു സംസാരിച്ചുവന്ന് കാലമണ്ഡപത്തിലെത്തുമ്പോൾ ഒരു കോടി പേർ വായനത്തൊഴിലാളികളായുള്ള പത്രത്തെക്കുറിച്ച് പറഞ്ഞുതുടങ്ങും. അത്തരം വർത്തമാനങ്ങൾക്ക് ഇവിടെ എന്തു പ്രസക്തി? ഇത്തരം അപ്രസക്തമായ അപ്രിയസത്യങ്ങളുടെ വിവരണമാണ് വി.കെ.എൻ കല. കഥ എന്നു പറയാൻ വി.കെ.എൻ കഥയ്ക്കുള്ളിൽ ഒരു കഥ ഇല്ല.

വർത്തമാന പ്രധാനമായ രചനകളാൽ കഥകൾ സ്വയം ഉരുത്തിരിയുന്നു. പൊടിപൂരം തിരുനാൾ നോവലിന്റെ ഘടനാപരമായ രീതിശാസ്ത്രത്തെ തിരസ്കരിക്കുന്നു. നേത്യാരമ്മയുടെ ആഭിജാത്യങ്ങളെ പരിഹസിക്കാം. ഉത്രത്തിൽ കാൽമാത്രം തപ്പരുത് എന്ന നാട്ടുമൊഴിയിലൂടെ മോഷ്ടാക്കളെ വിഡ്ഢികളാക്കാം. വിദേശത്ത് കണക്കിലപ്പുറം അരങ്ങുകളി കളിപ്പിച്ചതിന് സെക്രട്ടറിക്ക് അടുത്ത നിയമനം റദ്ദാവാം. കെട്ടിലമ്മമാരുടെ ഭോഗാസക്തിയെക്കുറിച്ചും വരിക്കപ്ലാവൻ വല്യമ്പൂതിരിയുടെ ഭോഗലാലതയെക്കുറിച്ചും എഴുതാം. സ്മാർട്ട്ഗേളിനെ കാലമാകുമ്പോൾ

സ്മാർത്തവിചാരം ചെയ്യിക്കാം. ശാങ്കരസ്മൃതി ഉദ്ധരിച്ച് പുനരപിബന്ധം പുനരപികുളികുളി എന്ന സൂക്തത്തിൽ നമ്പൂതിരിക്ക് രക്ഷപ്പെടാം. തമ്പുരാൻ പിരിച്ചുവിട്ട നേത്യാരോട്, ചാച്ചു ചാക്യാരുടെ ശൈലിയിൽ 'പിരിയ്യേ, പിരിക്യേ?' എന്നു ചോദിക്കാം. പുംശ്ചലിയുടെ പരന്ത്രീസായി ഫുലാജിനെ വായിക്കാം. രേവതീപട്ടത്താനത്തിന് കോഴിക്കോട് തളിയിൽ 'തപ്പി'യപ്പോൾ 'നടുമുതുകത്ത് തരായ'തിനെപ്പറ്റി ഓർമ്മിക്കാം.

പൊയ്പ്പോയ വള്ളുവനാടൻ പുരാവൃത്തങ്ങളുടെ ദൃശ്യവാങ്മയ ചിത്രമാണ് പൊടിപൂരം. തിരുനാൾ നാടുലൈംഗികതയുടെ നടപ്പുവാക്കുകളും ധ്വനിസൂചകശബ്ദങ്ങളും പ്രവൃത്തികളും വരെ വി.കെ.എൻ തുറന്നെഴുതും. ഈയൊരു വിളിച്ചുപറയലിനെതിരെ മുഖംതിരിക്കുന്നവരെപ്പറ്റിയും അദ്ദേഹം എഴുതും. എല്ലാം സമകാല അന്തരീക്ഷത്തിലേക്ക് വ്യാവർത്തിപ്പിക്കാനാണ് വി.കെ.എന്റെ ശ്രമം. തുള്ളലിലും ചാക്യാർകൂത്തിലും പ്രയോഗിക്കപ്പെടാത്ത ധാരാളം വിമർശനവിദ്യകൾ തന്റേതുമാത്രമായ കലാരൂപഭാഷയിൽ വി.കെ.എൻ കണ്ടെത്തിയിട്ടുണ്ട്.

ജാതി, ആചാരം, അനുഷ്ഠാനം, കലാവിദ്യകൾ, നിയമങ്ങൾ, സാമ്പത്തികശാസ്ത്രം, ചരിത്രം എന്നിവകളിൽ വി.കെ.എൻ നിരീക്ഷണങ്ങൾ കൗതുകകരമാകുന്നതിന്റെ ഏറ്റവും പുതിയ അനുഭവമാണ് പൊടിപൂരം തിരുനാൾ. ചരിത്രപണ്ഡിതനും നരവംശശാസ്ത്രജ്ഞനും സാമ്പത്തികശാസ്ത്രജ്ഞനും വിമർശകനും രാഷ്ട്രീയക്കാരനുമൊക്കെയായി കഥാപാത്രങ്ങളെക്കൊണ്ട് സംസാരിപ്പിക്കാൻ വി.കെ.എന്നിനറിയാം. വാക്കുകളാണ് വി.കെ.എന്റെ എഴുത്തിനെ സജീവമാക്കുന്നത്.

നർമ്മത്തിന്റെ നാട്യഗൃഹം

മധ്യകേരളത്തിലെ ചാക്യാന്മാരെ വിലയിരുത്തുമ്പോൾ 'പൊതിയിൽ വാക്ക്', 'കുട്ടഞ്ചേരി ഫലിതം', 'അമ്മന്നൂർ ആട്ടം' എന്നൊരു ചൊല്ല് നടപ്പുണ്ടായിരുന്നു. വാക്കും ഫലിതവും ആട്ടവും ഒരുമിക്കുന്ന ചാക്യാരുടെ സർഗസിദ്ധിയെ ഓർമിപ്പിക്കുന്ന രചനകളിലൂടെ സമൂഹത്തിന്റെ ഗൗരവപ്പെട്ട പ്രശ്നങ്ങളിലേക്ക് വിരൽചൂണ്ടുകയും അവയെ വിമർശിക്കുകയും ചെയ്ത് മലയാളകഥയിൽ ചാക്യാരുടെ രംഗക്രിയകൾ അനുഷ്ഠിച്ച കഥാകൃത്താണ് വി.കെ.എൻ വി.കെ.എന്റെ രചനകൾ ഓരോന്നും വിമർശനത്തിന്റെ നാട്യഗൃഹങ്ങളാവുന്നു. തിരുവില്വാമലച്ചിട്ടയുടെ വിധിപ്രകാരം നിർമ്മിച്ച കൂത്തമ്പലത്തിൽനിന്നുകൊണ്ട് മലയാളനോവലിലും കഥയിലും പുതിയ ആട്ടക്രമങ്ങൾ ദീക്ഷിക്കാൻ അദ്ദേഹത്തിനു സാധിച്ചു.

മലയാളകഥയിലെ ചെടിച്ച, കാല്പനികസന്നിഭമായ സ്ത്രൈണതയ്ക്ക് ബദലായി ഭാഷയുടെ പൗരുഷശക്തി വിളംബരപ്പെടുത്തിക്കൊണ്ടാണ് വി.കെ.എൻ വന്നതും നിന്നതും. ആഖ്യാനപ്രധാനവും ആദിമധ്യാന്തഘടന അനുശാസിക്കുന്ന വിധത്തിലും തരത്തിലും എഴുതപ്പെട്ടിട്ടുള്ളതുമായ കഥകളുടെ അടിസ്ഥാനപ്രമേയങ്ങൾക്കു നേർക്കുള്ള നിരാകരണമാണ് വി.കെ.എൻ കഥകൾ. അത് ഹാസ്യത്തിന്റെ അഭിസംബോധനയിൽ തുടങ്ങി ഗൗരവത്തിന്റെ യാത്രാമൊഴിയിൽ അവസാനിക്കുന്നു. കഥയില്ലായ്മയിൽനിന്ന് വലിയൊരു കഥ ഭാഷകൊണ്ടും അന്തരീക്ഷംകൊണ്ടും സൃഷ്ടിക്കാമെന്ന് ആദ്യമായി തെളിയിച്ചതും ഇങ്ങനെയൊരാൾക്കും സാധിക്കാത്ത ഉയരത്തിൽ അതിനെ പ്രതിഷ്ഠിച്ചതും വി.കെ.എൻ ആകുന്നു.

വി.കെ.എന്നിന്റേത് ശീർഷാസനം ചെയ്ത പുരുഷഭാഷയാകുന്നു. ഇടക്കാലത്തെ മൗനത്തിനുശേഷം വി.കെ.എൻ ശക്തമായി തിരിച്ചുവന്നതിന്റെ അടയാളകഥകളാണ് 'ഹൂവിനു ശേഷം ഹൂ!' ഉൾക്കൊള്ളുന്നത്. ഇതിലെ സൃഷ്ടികളെ കഥയെന്ന് പൊതുവെ വ്യവഹരിക്കുന്നുണ്ടെങ്കിലും അവയിലധികവും വി.കെ.എന്നിന്റെ സ്വതന്ത്രചിന്തകളുടെ ആവിഷ്കാരങ്ങളാണ്. വിഡംബനത്തിന്റെ അന്തരീക്ഷം പല രചനകളെയും പൊലിപ്പിക്കുന്നു. പ്രാദേശികവും ദേശീയവും അന്തർദേശീയവുമായ വിഷയങ്ങൾ ഇവകളിൽ കൈകാര്യം ചെയ്യപ്പെടുന്നുണ്ട്. വി.കെ.എന്നിന്റെ

റേഞ്ചിലേക്കെത്താൻ കെല്പില്ലാതെ കഥയുടെ പൊരുളറിയാതെ സ്തബ്ധരാവുന്ന വായനാനുഭവക്കാരും ഉണ്ടാകും.

സംഭാഷണങ്ങളിലൂടെ പുരോഗമിക്കുന്ന കഥാഘടനയോട് വി.കെ. എന്നിന് പഥ്യം ഏറിവരുന്നതിന്റെ കാഴ്ചകൾ ഈ സമാഹാരത്തിലുണ്ട്. 'കീചകവധം' സൈരന്ധ്രിയും കീചകനും തമ്മിലുള്ള വർത്തമാനം ഫിഡൽകാസ്ട്രോയിലും ആഗോള മുതലാളിത്തത്തിലും എത്തി നില്ക്കുന്നു. മഹാഭാരതം എഴുതിയ കാലത്തെ സാമൂഹ്യചിന്താഗതി സദാചാര വിഷയത്തിൽ പുലർത്തുന്ന സൈരന്ധ്രിയെ കീചകൻ പരിഹസിക്കുന്നുണ്ട്.

ഭോജരാജാവിന്റെ സമസ്യ കാളിദാസൻ പൂരിപ്പിച്ച കഥയ്ക്ക് വി.കെ. എൻ മറുഭാഷ്യം നല്കി തികച്ചും കാലികമാക്കുന്നു. ചരിത്രവും വർത്തമാനവും ഇടകലർത്തിയുള്ള പ്രതിപാദനത്തിൽ കവിതയ്ക്ക് അക്ഷരം പ്രതി ഒരു വരാഹൻ നല്കുന്ന ഭോജനെ മാറ്റി എഴുതുന്നു. വരാഹന്റെ വിനിമയനിരക്കിനെക്കുറിച്ചുള്ള അന്വേഷണം ഡോളറിനും പൗണ്ടിനും യൂറോവിനുമെല്ലാം ഒരേ നിരക്കാണെന്ന പ്രഖ്യാപനത്തിലെത്തുന്നു. ഗബ്രിയേൽ ഗാർസിയ മാർകേസാണ് കഥയിലെ കേന്ദ്ര കഥാപാത്രം. കാളിദാസന്റെ പൂരണത്തിന് എട്ടും എട്ടും കൂട്ടി വകരണ്ടിൽ പതിനാറ് വരാഹൻ കൊടുത്തതറിഞ്ഞപ്പോൾ മാർകേസിന്റെ പ്രതികരണം ഇങ്ങനെയായിരുന്നു. "ഓനാ രാജാവ്! ഭോജനേ മാതിരി ഒരു കിങ് വൈറ്റ് ഹൗസിൽ ഉണ്ടായിരുന്നെങ്കിൽ ഇറാഖ് ഒരിക്കലും ആക്രമിക്കപ്പെടുമായിരുന്നില്ല. ബ്രിട്ടീഷ് പ്രധാനമന്ത്രി ബ്ലയറിന്റെ ആപ്പീസും ദിസ് കിങ് ഫെല്ലോ പൂട്ടിച്ചേനെ.

'വിൻസ്റ്റൺ ചർച്ചിലി'ന്റെ ആത്മഭാഷണത്തിന്റെ ഒടുവിൽ സ്ഥലകാലങ്ങൾ മാറ്റിമറിച്ചുകൊണ്ടുള്ള സ്ഥിരം വി.കെ.എൻ വിദ്യ പ്രയോഗിക്കപ്പെടുന്നുണ്ട്. ചർച്ചിലിന്റെ വ്യക്തിത്വങ്ങൾ വിവരിക്കുന്ന വേളയിൽ ചരിത്രരചനയ്ക്കുള്ള നോബൽസമ്മാനം നേടിയ അതേ പ്രാധാന്യത്തോടെ 'വയലാർ അവാർഡിൽനിന്ന് തലയൂരി'യതും വി.കെ.എൻ അക്കമിട്ട് വിവരിക്കുന്നു. ഇവിടെ സ്വാഭാവികമായും അയ്യപ്പപ്പണിക്കർ ഓർമ്മിക്കപ്പെടുന്നു. 'ഹിറ്റ്ലറുടെ കൊച്ചുനാണി'യിൽ ഹിറ്റ്ലറുടെ പ്രണയാന്തരീക്ഷത്തിൽ 'ഭവനേ ചെന്നായേ' എന്ന നളചരിതപദവും ആടപ്പെടുന്നു. മിസ്സിയുടെ സൗന്ദര്യത്തികവിനെ നമ്പൂതിരി എഴുതിയ ഒരു ചിത്രത്തോടാണ് വി.കെ.എൻ ഉപമിക്കുന്നത്. ചീനയിലെ സ്വവർഗരതിയെക്കുറിച്ച് പറയുമ്പോൾ 'വലിയൊരു കോഴിക്കോടായാണ് അവർ വൻകരയെ കാണുന്നത്' എന്ന് തുറന്നെഴുതാൻ വി.കെ.എൻ മാത്രം.

അശനസംബന്ധിയായ പ്രമേയങ്ങൾ വി.കെ.എന്നിന് എന്നും ഹരമാണ്. അന്നദാനശിവൻ, അന്നം എന്നീ കഥകളിൽ വിശപ്പിന്റെ സാമൂഹ്യശാസ്ത്രം വിശകലനം ചെയ്യപ്പെടുന്നുണ്ട്. പഴയ കഥകളിലെ പദാവലികളിലൂടെയും ആശയങ്ങളുടെയും ആവർത്തനം ഇവിടെ അരുചിയായി

അനുഭവപ്പെടുന്നുമില്ല. വി.കെ.എന്നിന്റെ ആത്മാനുകരണത്തിനുപോലും സവിശേഷമായ സ്വാദുണ്ട്. ചെടിക്കാത്ത ഭാഷാപ്രയോഗത്തിന്റെ അധിപനായി വി.കെ.എൻ നമുക്കു മുന്നിൽ അതികായനായി നില്ക്കുന്നു.

'ഇലത്തലപ്പത്തു വിളമ്പിയ കടുമാങ്ങയ്ക്ക് വിപ്ലവത്തിന്റെ നിറമായിരുന്നു. ആമ്രം കഴിഞ്ഞ് തളിരിലയുടെ തുഞ്ചത്ത് അതിന്റെ പൊക്കിൾക്കൊടി തളർന്നുകിടന്നു' എന്നാരംഭിക്കുന്ന 'അന്നം' ഗാന്ധിയൻ തത്ത്വശാസ്ത്രങ്ങൾക്ക് സംഭവിച്ചുകൊണ്ടിരിക്കുന്ന അപചയത്തിന്റെ ചർച്ചയിലാണ് അവസാനിക്കുന്നത്. തികച്ചും സാധാരണമായ അന്തരീക്ഷത്തിൽ തുടങ്ങി അപ്രതീക്ഷിതമായ പശ്ചാത്തലത്തിൽ പൊടുന്നനെ അവസാനിക്കുന്ന വി.കെ.എൻ കഥകൾ വിവിധ മേഖലകളെ സ്പർശിച്ചുകൊണ്ടായിരിക്കും പടർന്നുകയറുന്നത്.

ജൈന–ബുദ്ധമതങ്ങളുടെ അധിനിവേശവുമായി ബന്ധപ്പെടുത്തി തിരുവില്വാമലയുടെ ചരിത്രവും ഭൂമിശാസ്ത്രവും സ്ഥാപിക്കുന്ന അശ്വമേധം വി.കെ.എന്നിന്റെ അതിബുദ്ധി വിളയാടിയ കഥയാകുന്നു. സാഹിത്യ അക്കാദമി യോഗം വി.കെ.എൻ വീക്ഷിച്ച വിധമാണ് 'കളരി'. അദ്ദേഹത്തിന്റെ കൂസലില്ലാത്ത നർമ്മം ഇക്കഥയിലും പ്രവർത്തിക്കുന്നു. കേരളീയതയുടെ കപടസദാചാരബോധത്തെ പല കഥകളിലും വി.കെ.എൻ വിചാരണ ചെയ്തിട്ടുണ്ട്. ലൈംഗികതയുടെ തുറന്നെഴുത്തിലൂടെ അവയ്ക്കെതിരെ അദ്ദേഹം കലഹിച്ചിട്ടുമുണ്ട്. ഇഷണൂലി (കോഴി) എന്ന കഥയ്ക്കുശേഷം ഈ വിഷയത്തെ ശക്തമായി അവതരിപ്പിച്ച കഥയാണ് മുഗ്ധാംഗി. 'ജീർണിച്ച നായരച്ചികൾ പുലരുംവരെ തരല്ലാണ്ട് ആടുന്നതി'നെ അപഹസിക്കുന്ന ഇക്കഥ വള്ളുവനാടൻ വനിതകളുടെ നിഷ്കളങ്കതയ്ക്കുമേലുള്ള ആക്രമണമാകുന്നു. ഇവിടെയാണ് കാർട്ടൂണിസ്റ്റും വിമർശകനും ഒരുമിക്കുന്ന കഥാകാരനെ കാണുക.

'വിവാഹപ്പിറ്റേന്നി'ലെ വി.കെ.എൻ അല്ല സമകാലിക കഥകളിൽ ചിരിച്ചുനില്ക്കുന്നത്. താൻ എഴുതിയതിനു മുകളിൽ 'ചെറുകഥ' എന്ന് അച്ചടിക്കുന്ന പത്രാധിപന്മാരെക്കുറിച്ച് വി.കെ.എൻ പറഞ്ഞിട്ടുണ്ട്. അപ്പോൾ അദ്ദേഹം എഴുതുന്നത് കഥയല്ലാതെ വരുന്നു. എന്നിട്ടും കഥയ്ക്കു കീഴിൽ അത് വായിക്കപ്പെടുന്നു. ഏതു കഥയില്ലായ്മയിലും നിർവഹണത്തിന്റെ അഭിജാതസൗന്ദര്യദീക്ഷ അദ്ദേഹം പുലർത്തുന്നു.

അദ്ഭുതകരമായ ഭാവനയാലും മൂർച്ചയേറിയ ധിഷണയാലും വായനക്കാരന്റെ സർഗാത്മകമായ അഹന്തയെ മുറിപ്പെടുത്തുന്ന; കഥാരചനയുടെ ഒരു ഉപാധികൾക്കും വഴങ്ങാത്ത ഈ കഥകളത്രയും കാലത്തെ അതിജീവിക്കും.

അധികാരസഞ്ചാരത്തിന്റെ ചരിത്രരേഖ

അവരോഹണമില്ലാതെ എഴുത്തിന്റെ രാജമാർഗത്തിലൂടെ കൂസലില്ലാതെയുള്ള ഒറ്റയാൾ സഞ്ചാരമാകുന്നു വി.കെ.എന്നിന്റെ രചനാകല. സമസ്ത വിജ്ഞാന മേഖലകളെയും വിശകലനവിധേയമാക്കിയിട്ടുള്ള വി.കെ.എന്നിന്റെ എഴുത്തിനൊപ്പം വായിച്ചെത്തിക്കാൻ മലയാളി ഇന്നും ക്ലേശിക്കുന്നു. വി.കെ.എൻ കൃതികളിൽ അന്തർധാരയായി വർത്തിക്കുന്നതും പ്രതിഫലിക്കുന്നതുമായ രണ്ടു പ്രധാന ഘടകങ്ങൾ ചരിത്രവും രാഷ്ട്രീയവുമാണ്. ചരിത്രബോധമുള്ളയാൾക്കേ രാഷ്ട്രീയം വഴങ്ങൂ. കേരള ചരിത്രത്തിന്റെ രാഷ്ട്രീയവും സാമ്പത്തികവും ഭൂമിശാസ്ത്രപരവുമായ വിശദാംശങ്ങളുടെ വിവരണങ്ങൾ കൂടി 'പിതാമഹ'ന്റെ ഉൾഘടനയിലുണ്ട്. ചരിത്രത്തെ സ്ഥാപിച്ചുകൊണ്ട് സമകാലിക രാശ്ട്രീയ പരിണാമങ്ങളെ വിലയിരുത്തുകയും ചോദ്യംചെയ്യുകയും അതിനെ നേരിടുകയുംവരെ ചെയ്യുന്ന അതികായ കഥാപാത്രങ്ങളെ വി.കെ.എൻ സൃഷ്ടിച്ചു. ഈ വീരപുരുഷന്മാരുടെ പൂർവാശ്രമത്തിലെ വൈരുധ്യങ്ങളിൽനിന്നാണ് അവർ ഒരേസമയം വിസ്മയവും ചിരിയും ഉത്പാദിപ്പിക്കുന്നത്. ആഖ്യാനത്തിലും കഥാപാത്രസൃഷ്ടിയിലും പാരമ്പര്യമായി പുലർന്നുപോന്ന രചനാസങ്കേതങ്ങളെ സർഗാത്മകമായി ധിക്കരിച്ചുകൊണ്ടും ചില അരുതുകളെ അനുശാസിച്ചുകൊണ്ടും, പാപപരിവേഷത്തോടെ ഗോപ്യസ്ഥാനീയമായവയെ വിളിച്ചുപറഞ്ഞുകൊണ്ടും എല്ലാ ദുരഭിമാനങ്ങളുടെയും മറകൾ നീക്കിക്കൊണ്ടും വി.കെ.എൻ മലയാള കഥയിലും നോവലിലും ഒറ്റപ്പെട്ട സാമ്രാജ്യാധിപതിയായി. എഴുത്തിൽ പാലിച്ച ധീരതയാർന്ന ഇടപെടലുകൾ കൊണ്ടുമാത്രമാണ് അവ ഹാസ്യപ്രധാനമായത്. ചിരി ലക്ഷ്യമാക്കി എഴുതുന്ന ഹാസസാഹിത്യകാരന്മാർക്കിടയിൽ വി.കെ.എന്നിനെ നോക്കിക്കാണുന്നത് മഹാപരാധമാകുന്നു. നാം നേരിടുന്ന ദുരന്തങ്ങളെയാണ് അദ്ദേഹം പ്രതിപാദിച്ചത്.

സാമൂഹ്യവിമർശനത്തിന് അധികാരപ്പെട്ട ചാക്യാരുടെ വാക്കും വി.കെ.എന്നിന്റെ വാക്കും ചേർത്തുവെക്കുന്നത് ഉപരിപ്ലവമായ ഭാവനമാത്രമാകുന്നു. ചാക്യാന്മാരുടെ പരിമിത ഫലിതത്തിൽനിന്നും അനന്തദൂരം എഴുതിനീങ്ങിയ ആളാണ് വി.കെ.എൻ. നമ്പ്യാരുമായി വി.കെ.എന്നിനെ

ചേർത്തുവെക്കുന്നത് ഇരുവരുടെയും എതിരില്ലാത്ത വാക്വഴക്കം ഒന്നു കൊണ്ടു മാത്രമാവണം. നമ്പ്യാരുടെ ഹാസ്യത്തിനും അപ്പുറം പോയി ട്ടുണ്ട് വി.കെ.എൻ. ഗൗരവമാണ് വി.കെ.എൻ വിഷയങ്ങളുടെ സ്വഭാവം. വി.കെ.എൻ നോവലുകളിലെ പ്രതിപാദ്യഗൗരവത്തോളം പോന്ന ചരിത്ര -രാഷ്ട്രീയനോവലുകൾ മലയാളത്തിൽ ഇല്ല എന്നു പറയാം. ഈ രാഷ്ട്രീയ പാഠം വി.കെ.എൻ പഠിച്ചത് ഡൽഹിക്കാല ജീവിതത്തിലായി രുന്നു.

അധികാരകേന്ദ്രമായ ഡൽഹി പശ്ചാത്തലമാക്കി എഴുതപ്പെട്ട നോവലുകളിൽ വി.കെ.എന്റെ 'ആരോഹണം' കാലാതിവർത്തിയായി നിലകൊള്ളുന്നതിന്റെ പിന്നിൽ അതിന്റെ സമകാലിക യാഥാർത്ഥ്യ ത്തിനുമേൽ ഈ എഴുത്തുകാരന്റെ അതിശക്തമായ നിരീക്ഷണപടു ത്വവും അതിനെ ബലപ്പെടുത്തുന്ന ആഖ്യാനതന്ത്രവുമുണ്ട്. 'ആരോ ഹണ'ത്തിലെ പയ്യൻ സർവകാല പുരുഷനാണ്. സുനന്ദയും ചമേലിയും വർധിതവീര്യവനിതകളായി അധികാരത്തിന്റെ സഞ്ചാരപഥങ്ങളിലേക്കു പ്രവേശിക്കുന്നവർക്ക് ഉപയുക്തരായി നിലകൊള്ളുന്നുണ്ട്. മൂന്നര പതിറ്റാണ്ടോളം കാലം ചെന്നെങ്കിലും 'ആരോഹണം' അന്നത്തെയും ഇന്നത്തെയും കാലസ്ഥിതികളിൽ ഒറ്റയ്ക്കും ചേർത്തുവെച്ചും വായിക്കാ വുന്നതാണ്. 'ആരോഹണ'ത്തിലെ ഡൽഹിയുടെ വിപുലത അതിന്റെ ഭൂമിശാസ്ത്രത്തിലും അന്തരീക്ഷത്തിലും വന്ന മാറ്റങ്ങളിൽ മാത്രമേ വ്യത്യസ്തമാകുന്നുള്ളൂ. ചരിത്രരേഖപോലെ വി.കെ.എൻ എഴുതിവച്ച തിൽനിന്ന് ഡൽഹിരാഷ്ട്രീയം ഇനിയും വ്യത്യാസപ്പെട്ടിട്ടില്ല.

1969-ലാണ് 'ആരോഹണം' പുസ്തകമായി വരുന്നത്. എം.ടി. വാസു ദേവൻനായരുടെ 'കാലം', ഒ.വി. വിജയന്റെ 'ഖസാക്കിന്റെ ഇതിഹാസം' എന്നീ നോവലുകളുടെ വർഷം, ആരോഹണം, സിൻഡിക്കേറ്റ്, പിതാ മഹൻ (സർ ചാത്തു) എന്നീ കൃതികൾ വി.കെ.എൻ ആദ്യം ഇംഗ്ലീഷി ലാണ് എഴുതിയത്. അന്നത് ഇംഗ്ലീഷിൽ പ്രസിദ്ധപ്പെടുത്താൻ സൗകര്യ മുണ്ടായിരുന്നില്ല. പിന്നീട് അവ അദ്ദേഹം മലയാള നോവലായി എഴുതി. പ്രമേയപരമായ ആന്തരഗൗരവമാണ് അതു പ്രസിദ്ധീകരിച്ച കാലത്തു തന്നെ 'ആരോഹണ'ത്തെ ശ്രദ്ധേയമാക്കിയത്. സ്വാതന്ത്ര്യസമരാനന്തര മുള്ള ഇന്ത്യയുടെ ഉത്ഥാനവും അതിനെത്തുടർന്നുണ്ടായ രാഷ്ട്രീയ സംഭവവികാസങ്ങളും അടിയൊഴുക്കായി ആരോഹണത്തിൽ വായിക്കാം. ഡൽഹി കേന്ദ്രമായിട്ടുള്ള നോവലുകളിൽ പാരമ്പര്യവും ആധുനികതയും തമ്മിലുള്ള സംഘട്ടനമാണ് കേന്ദ്രപ്രമേയം. ഇതരനഗരങ്ങളിൽനിന്ന് ഡൽഹി വ്യത്യസ്തമായിരിക്കുന്നതിലെ സാംസ്കാരിക രാഷ്ട്രീയ മാന ങ്ങൾ വി.കെ.എന്നിനെപ്പോലെയുള്ള ബൗദ്ധിക മസ്തിഷ്കങ്ങൾക്കേ മന സ്സിലാവൂ. ഡൽഹിയുടെ ആധുനിക സ്വഭാവത്തിനനുസരിച്ച് നീങ്ങുന്ന പയ്യൻ ഡൽഹിയിലെ ഉന്നതങ്ങളിൽ സ്വാധീനമുള്ളവനായി മാറുന്നതിന്റെ ചിത്രവും ചരിത്രവും 'ആരോഹണ'ത്തിന്റെ ഉള്ളടക്കങ്ങളിലൊന്നാവുന്നു.

പയ്യൻ അധികാരത്തിന്റെയും അഴിമതിയുടേയും വളർച്ച നിരീക്ഷിക്കുകയായിരുന്നു. ജർണലിസ്റ്റ് രാമന്റെ സഹായം പയ്യന് ആദ്യചുവട് മാത്രമായിരുന്നു. സാമൂഹ്യപ്രവർത്തനത്തിന്റെ മുഖപടവുമായി അധികാരത്തിനുയത്നിക്കുന്ന ഉന്നതസ്ത്രീകളുമായി അയത്നലളിതമാർന്ന ബന്ധങ്ങൾ സ്ഥാപിക്കാൻ പയ്യന് എളുപ്പത്തിൽ സാധിച്ചു. ലൈംഗികതയുടെ ആൾരൂപങ്ങളായ ഇവരുടെ ദൗർബല്യങ്ങൾ പയ്യന് ഹൃദിസ്ഥമായിരുന്നു. ഡൽഹി സമൂഹത്തിലെ സമ്പദ്‌വ്യവസ്ഥയും പയ്യന് മനഃപാഠമായി. പണത്തിന്റെ വരവും ഒഴുക്കും അതു സൃഷ്ടിക്കുന്ന അദ്ഭുതാവഹമായ സ്വാധീനവും എപ്രകാരമെന്ന് പയ്യൻ വിവേചിച്ചറിഞ്ഞു. അനസൂയയും സുനന്ദയും ആനന്ദും രാമനും രഘ്‌വീരുമെല്ലാം വ്യത്യസ്ത ഉപഭോഗസംസ്കൃതിയെ പ്രതിനിധാനം ചെയ്യുന്നു.

സ്വതന്ത്ര ഇന്ത്യയുടെ പ്രതീക്ഷയും യാഥാർഥ്യവും രണ്ടാകുന്നു. പ്രതീക്ഷ നിരാശയിലാണ് അവസാനിക്കുന്നത്. ഈ ധാർമികാധഃപതനത്തിന്റെ ഉത്തരവാദികൾ അധികാരവർഗമാണ്. സ്വാർത്ഥതാത്പര്യങ്ങൾക്കുവേണ്ടി ദേശീയതയ്ക്കു നിരക്കാത്തതെന്തും ചെയ്യാൻ അറയ്ക്കാത്ത ഔദ്യോഗിക കേന്ദ്രങ്ങൾക്കുമേൽ ചരിത്രബോധമുള്ള എഴുത്തുകാരൻ തന്റെ ധാർമികതയാർന്ന ഉപരോധമേർപ്പെടുത്തുന്നത് ആരോഹണത്തിൽ കാണാം.

ഇന്ത്യയുടെ തകർച്ച ആസന്നമായിക്കൊണ്ടിരുന്ന ഒരു കാലത്താണ് വി.കെ.എൻ തലസ്ഥാനത്തെത്തുന്നത്. അവിടുത്തെ പത്രപ്രവർത്തന പരിചയത്തിന്റെ തഴക്കവഴക്കം കൂടിയായപ്പോൾ മാറിക്കൊണ്ടിരിക്കുന്ന ഇന്ത്യൻ രാഷ്ട്രീയ സാഹചര്യത്തെ വി.കെ.എന്നിനെപ്പോലുള്ള എഴുത്തുകാരന് ക്ഷമയോടെ നോക്കിയിരിക്കാൻ സാധിച്ചില്ല. വരുംകാലത്തെ വികലചരിത്രപാഠങ്ങൾ ചരിത്രം കൃത്യമായി കുറിച്ചുവെക്കുകയായിരുന്നു. 'സിൻഡിക്കേറ്റും', 'അധികാരവും' 'ആരോഹണ'ത്തോടൊപ്പം വായിക്കേണ്ടതാണ്. ആധുനിക ഡൽഹി രാഷ്ട്രീയത്തിന്റെ ഉൾപ്പിരിവുകളാണ് 'അധികാര'ത്തിലെ വിഷയം.

അറുപതുകളിലെ ഇന്ത്യൻ രാഷ്ട്രീയത്തിലെ കാപട്യത്തിന്റെ തുറന്ന മുഖമാണ് ആരോഹണത്തിൽ ഒരു രാഷ്ട്രീയ ഡിറ്റക്ടീവിന്റെ സാമർത്ഥ്യത്തോടെ വി.കെ.എൻ അനാവരണം ചെയ്യുന്നത്. ഉന്നതങ്ങൾ പിടിച്ചടക്കുന്ന ഒരു 'വർഗ'ത്തിന്റെ ഉദയം നോവലിൽ ആഘോഷിക്കുന്നുണ്ട്. ആ വർഗമാകട്ടെ ഇന്ന് നിയന്ത്രണത്തിനുമപ്പുറം വളർന്നുപടർന്നിരിക്കുന്നു. ഈ വർഗത്തിനാകട്ടെ വി.കെ.എന്നിന്റെ ഭാഷയിൽ 'അധികാര'ത്തിന്റെ എവറസ്റ്റിൽ കയറണം. അതിനായി അരാജകമായ വിധത്തിലുള്ള ലൈംഗികത പ്രകടിപ്പിച്ച് അധികാര ഇടങ്ങളെ കൂറ്റൻ വ്യഭിചാരശാലകളാക്കി മാറ്റുന്നവർ വരെയുണ്ട്. ഡൽഹിയിലെ 'ചേരി' വിഷയമാക്കി, സാമൂഹ്യപ്രവർത്തനത്തിലൂടെ ശരീരം കാഴ്ചവസ്തുവായി സ്വയം സമർപ്പിച്ചും ഒപ്പക്കാരെ അതിനു പ്രേരിപ്പിച്ചും ബ്യൂറോക്രസിയുടെ

വാതിലുകൾ - തുറപ്പിക്കുന്ന - സുനന്ദ സ്ത്രീത്വത്തിന്റെ വിശുദ്ധിയെ വെല്ലുവിളിക്കുന്നു. അനസൂയ, സുനന്ദ, ചമേലി എന്നീ സ്ത്രീകഥാപാത്ര ങ്ങളെ നോവലിന്റെ ഘടനയുമായി പൊരുത്തപ്പെടുത്തി; പയ്യനുമായി ബന്ധിപ്പിച്ചും വിഘടിപ്പിച്ചും വി.കെ.എൻ അദ്ഭുതാവഹമായ പാത്ര സൃഷ്ടി വൈഭവം പ്രകടിപ്പിക്കുന്നു.

ഇന്ത്യ നേരിടുന്ന വെല്ലുവിളികളെക്കുറിച്ചുള്ള ശക്തമായ മുന്നറിയി പ്പിന്റെ ചരിത്രരേഖയായിട്ടുപോലും രാഷ്ട്രീയനോവലെന്ന കള്ളിതിരിച്ച് 'ആരോഹണത്തെ' വിഭജിച്ചുനിർത്തിയവരുണ്ട്. 1978 'ആരോഹണം' ഇംഗ്ലീഷിലേക്ക് സ്വയം പരിഭാഷപ്പെടുത്തിക്കൊണ്ട് വി.കെ.എൻ ജനാധി പത്യത്തിന്റെ വക്രഗതികൾക്കുമേൽ താൻ അവലംബിച്ച് രചനാസങ്കേതം തുറന്നു കാണിക്കുകയുണ്ടായി. ആരോഹണത്തിന്റെ ഇംഗ്ലീഷ് വിവർത്ത നമായ Bovine Buglesന്റെ പുതിയ പതിപ്പ് ഇപ്പോൾ പുറത്തിറങ്ങിയിരി ക്കുന്നു. കോഴിക്കോട് സർവകലാശാലയിൽ അത് പാഠപുസ്തകവുമാണ്. സാർവകാലിക പ്രാധാന്യമുള്ള വിഷയമെന്ന നിലയ്ക്ക് ഈ പുസ്തകം വിപുലമായി വായിക്കപ്പെടേണ്ടതുണ്ട്. വി.കെ.എൻ മലയാളത്തിന്റെ സൗഭാഗ്യമെന്നതുപോലെ ഇംഗ്ലീഷ് കൃതിയിലൂടെ ഇന്ത്യയ്ക്കു പുറത്തും മേൽവിലാസമുണ്ടാക്കാൻ Bovine Bugles കാരണവുമെന്ന് പ്രത്യാശിക്കാം.

സാഹിത്യത്തിലെ തിരുവില്വാമലച്ചിട്ട

വി.കെ.എൻ എന്നത് വിവർത്തനം ചെയ്താൽ വടക്കെ കൂട്ടാല നാരായണൻകുട്ടി നായരാവുന്നു. വി.കെ.എൻ അത് നാണ്വാരെന്ന് ഭാഷാന്തരം ചെയ്തു. സ്വന്തമായ ഭാഷയുണ്ടാക്കി ആ ഭാഷയിൽ സ്വതന്ത്രവിവർത്തനങ്ങൾ സ്വയംചെയ്ത ആദ്യത്തെ മലയാള എഴുത്തുകാരനാണ് വി.കെ.എൻ. വിവർത്തനത്തിൽ നഷ്ടപ്പെടുന്നതെന്തോ അതാണ് കവിത എന്ന നിർവചനം തന്റെ വിവർത്തനമാർഗത്തിലൂടെ അദ്ദേഹം തിരുത്തി. വിവർത്തനത്തിൽ സംഭവിക്കുന്നതാണ് ചിരി എന്ന പുതിയ നിർവചനം. ഇനി വി.കെ.എന്നിലൂടെ വായിക്കാം. കഥാപാത്രങ്ങളുടെ സംസാരത്തിന് എഴുത്തുകാരൻ അപ്പപ്പോൾ തർജ്ജമ പറയുക. ഇത് മലയാളത്തിൽ വി.കെ.എന്നിന്റെ മാത്രം എഴുത്ത് രീതിയാവുന്നു. എഴുത്തുകാരൻ തന്റെ കഥാപാത്രങ്ങളുടെ വിവർത്തകനാവുന്നു. കഥാപാത്രങ്ങളുടെ സംഭാഷണങ്ങളെ വിവർത്തനത്തിലൂടെ നിയന്ത്രിക്കുന്ന, അതിനെ പൊലിപ്പിക്കുന്ന, രചനാസമ്പ്രദായം തുടങ്ങിയത് വി.കെ.എൻ ആണ്. വിവർത്തനം ചെയ്ത് ചിരിപ്പിച്ച ഏക സാഹിത്യകാരനും അദ്ദേഹം തന്നെ.

ഭാഷയാണ് ഇതിവൃത്തമല്ല വി.കെ.എൻ കൃതികളുടെ ജീവൻ. ഒരു ഇന്ദ്രജാലക്കാരന്റെ കരവിരുതിനെ ഓർമ്മിപ്പിക്കുന്നു അദ്ദേഹത്തിന്റെ ഭാഷാപ്രയോഗം. പ്രാസത്തിലൂടെയും ശബ്ദപ്പൊരുത്തത്തിലൂടെയും വി.കെ.എൻ വിചിത്രമായ പലതിനെയും കൂട്ടിയിണക്കുന്നു. അവിശ്വസനീയമായതിനെ വിശ്വസിപ്പിക്കുകയാണ് വി.കെ.എന്നിന്റെ അവതരണതന്ത്രം. നെല്ലു കത്തിച്ച ചാത്തുവിന് സർ സ്ഥാനം നല്കിയ വി.കെ. എന്നിനെ ഇതുവരെ ആരും ചോദ്യം ചെയ്തിട്ടില്ല. ചോദ്യപ്പഴുതില്ലാത്ത ഭാഷയും ആഖ്യാനവുമാകുന്നു അദ്ദേഹത്തിന്റേത്.

മലയാളത്തിൽ വി.കെ.എൻ മാത്രം ഉപയോഗിച്ച ഭാഷാതന്ത്രമാണ് ഈ വിവർത്തനമാർഗം. അദ്ദേഹത്തിന്റെ കഥാപാത്രങ്ങൾക്ക് ഇരട്ടഹൃദയമുണ്ട്. ഈ കഥാപാത്രങ്ങളുടെ വിവർത്തകനാവുകയാണ് വി.കെ.എൻ പരിഭാഷയുടെ പാഠപ്രയോഗങ്ങളെ വെല്ലുവിളിക്കുന്ന സങ്കേതമാണ് ഇത്. വിവർത്തകരെന്ന സാഹിത്യവർത്തകരെ അപഹസിക്കുകയാവാം അദ്ദേഹം ചെയ്യുന്നത്. അല്ലെങ്കിൽ മൊഴിമാറ്റത്തെ ചിരിമൊഴിയിലൂടെ

വ്യാഖ്യാനിക്കുകയാവാം. പദാനുപദ വിവർത്തനം മുതൽ ആശയാനുവാദം വരെയുള്ള വിവർത്തനവഴികളെ വി.കെ.എൻ ലഘുവാക്കുന്നു. വായിക്കുമ്പോൾ അപരിചിതത്വവും അമ്പരപ്പും പൊരുത്തക്കേടും തോന്നാമെങ്കിലും ഈ തർജമകൾക്ക് ആലോചിച്ചാൽ കിട്ടുന്ന അർത്ഥമുണ്ട്. പദാർത്ഥത്തിൽനിന്ന് ചിലപ്പോൾ നാനാർത്ഥത്തിലേക്ക് വരെ അത് നീണ്ടുപോകാം.

ദി ലാസ്റ്റ് ടൈം ഐ വാസ് ഇൻ എ ഹോട്ടൽ ദേർ എറോസ് ഫൈ സ്റ്റാർസ് ഇൻ ദി ഈസ്റ്റ് (കഴിഞ്ഞ തവണ ഞാൻ ഒരു ലോഡ്ജിൽ മുറിയെടുത്തപ്പോൾ കിഴക്ക് പഞ്ചവാദ്യമുണ്ടായി. 1742 അക്ഷരവട്ടം). ഇതാണ് വി.കെ.എന്നിന്റെ തർജ്ജമ. പ്രത്യക്ഷത്തിൽ അപരിചിതവും അസംബന്ധവുമായി തോന്നാം. ഫൈ സ്റ്റാർസിനെ പഞ്ചവാദ്യമാക്കി. (അഞ്ചുവാദ്യങ്ങൾ അഞ്ചുനക്ഷത്രം) 1742 അക്ഷരവട്ടം എന്ന അനുബന്ധവും കൊടുത്തു. ജ്യോതിഷികൾക്കും വാനനിരീക്ഷകർക്കും ഈ അക്കവും അവരുടെ ശാസ്ത്രവുമായി ഒത്തുനോക്കിയാൽ പുതുമകൾ കണ്ടെത്താൻ കഴിയുമായിരിക്കും. പ്രയോഗത്തിലെ അപൂർവതകൊണ്ടും വിവർത്തനത്തിലെ സരസതകൊണ്ടും കൃത്യമായ അർത്ഥബോധം ഉണ്ടാക്കുന്ന തർജ്ജമകളുമുണ്ട്.

അസൈൻ ഏ കേരള ചാപ്പ് ടു മി ആൻഡ് ഗെറ്റ് ലോസ്റ്റ് (ഒരു മലയാളം മുൻഷിയെ ഇങ്ങോട്ടയക്ക്. എന്നിട്ട് നിയ്യ് ഭസ്മാവ്).

കേരള ചാപ്പ് - മലയാളം മുൻഷി. ഗെറ്റ് ലോസ്റ്റ് - ഭസ്മാവുക നിയ്യ് എന്നത് വി.കെ.എന്നിന്റെ വകയാണ്.

ഹിന്ദിയിലും തമിഴിലും കേരളത്തിലെ പ്രാദേശികഭാഷാഭേദങ്ങളിലും അദ്ദേഹത്തിന്റെ കഥാപാത്രങ്ങൾ സംസാരിക്കും. മലയാളം കഥയിലെ കഥാപാത്രങ്ങൾ ഇംഗ്ലീഷ് സംസാരിക്കുമ്പോൾ അതിന് മലയാള വിവർത്തനം എന്നതാണ് വി.കെ.എൻ ശൈലി. പറയുന്നത് ഇംഗ്ലീഷിലാണെങ്കിലും അത് മലയാള ലിപിയിലാണ് എഴുതുന്നത്. ഒരു വി.കെ.എൻ കഥയിലും അച്ചടിച്ച ഇംഗ്ലീഷ് ലിപി കാണുകയില്ല.

കം ഓൺളി ഇഫ് യു നാഫ് ദി റിസർവ്ഡ് ഫോർ എ സെക്കന്റ് ട്രൈക്ക് (രണ്ടാമതും ഒന്നു പൂശാൻ പശിമയുണ്ടെങ്കിൽ മാത്രം വരിക). വിവർത്തനാർത്ഥവും മൂലപ്രയോഗവും തമ്മിൽ പൊരുത്തമുണ്ട്. പൂശാൻ പശിമ എന്ന ഭാഗത്തെ പദപ്പൊരുത്തവും അർത്ഥപ്പൊരുത്തവും നിരീക്ഷിക്കുക. ഇതൊരു നാടൻ മൊഴിമാറ്റമാണ്.

ലോട്ട്സ് ഇൻ കിസ്സിങ് (നിരീക്കണെന്ത്യേ ഒപായല്ല ഉമ്മത്തല്). ഇവിടെയും പ്രാദേശിക ഭാഷാരൂപമാണ്. ഒപായം, ഉമ്മത്തല് ഇവ ശ്രദ്ധിക്കുക. ചുംബനത്തെക്കുറിച്ചുള്ള ഒരു ഖണ്ഡികയിലെ വിവരണം കഴിഞ്ഞാണ് വി.കെ.എൻ ഇപ്രകാരം എഴുതുന്നത്.

യൂ നോ, ഇൻസൾട്ട് ക്യാൻ ഡിസ്ട്രോയ് ആൻ ആർടിസ്റ്റ് (ആർട്ടിസ്റ്റവന് ആട്ടാകുന്നു പ്രചോദനം) വിപരീതാർത്ഥമാണിവിടെ കിട്ടുന്നത്.

ഇൻസൾട്ടിന് 'ആട്ട്' എന്നുള്ള തർജ്ജമ വളരെ കൃത്യമായി നമുക്ക് തോന്നുന്നു. മറ്റൊരു വരി വായിക്കുക:

ഇഫ് ഐ സ്റ്റോപ് ഹി സ്റ്റോപ്സ് ലൈക്ക് ദി സൺ (എന്നോടു നിന്നാൽ ഓനോടു നില്ക്കും സൂര്യനെപ്പോലെ)

വി ആർ ഔൺളി സ്ലൈറ്റ്ലി ബിലോ ദി ബ്രാഹ്മിൻസ്, ബട്ട് ആർ ഫാർഫാർ എബൗ ദി നായേഴ്സ്. (പട്ടന്മാരെക്കാൾ ഒട്ടുമാത്രം താഴ്ന്ന ഞങ്ങൾ നായന്മാരേക്കാൾ രണ്ടു പനപ്രമാണം പൊക്കത്തിലാണ്). ഫാർഫാർ എബൗ - രണ്ടു പനപ്രമാണമാക്കി. പൊക്കത്തിന്റെ ഭീകരത പനയിലാണ് നമ്മൾ ഉദാഹരിക്കാറുള്ളത്. പനപോലെ ഉയരുക എന്നു പറയാറുണ്ട്. "ചെഹരാ ചുപാലിയാ കിസിനേ ഹിജാബ്മേ വർനാ ലഗ് ജാത്തി ആഗ് തോര ശബ്ബ്മേ"

എന്താമ്പേ പാട്ടിന്റെ അന്തരം!

(ഈ മൂടുപടമില്ലായിരുന്നെങ്കിൽ എന്റെ പൊന്നോ, നിന്റെ സൗന്ദര്യത്തിന് തീ പിടിച്ചേനേ)

'ഉദരനിമിത്തം ബഹുകൃതവേഷ'ത്തിന് ചാൺവയർ നിറയാൻ വേഷമനേകം എന്ന് കൊടുങ്ങല്ലൂർ കുഞ്ഞിക്കുട്ടൻ തമ്പുരാന്റെ പാടവത്തോടെ വി.കെ.എൻ പരിഭാഷപ്പെടുത്തുന്നു. പ്രഖ്യാതമായൊരു ശ്ലോകം രണ്ടുമട്ടിൽ വി.കെ.എൻ ഭാഷയാക്കുന്നുണ്ട്.

പലായദ്ധ്വം പലായദ്ധ്വം
രേ രേ ദുഷ്കവി കുഞ്ജരാ
വേദാന്ത വനസഞ്ചാരി
ആയാത്യുദ്ദണ്ഡ കേസരി
(ആയിരം മീറ്ററോടട്ടേ
ദുഷ്കവിക്കുപ്രയാനകൾ
വേദാന്തവനസഞ്ചാരീ
ബെരുന്നു-ദ്ദണ്ഡ സിംഹത്താൻ)
(അന്ത'ഹന്ത'ക്കിന്ത ജിലേബി)

കാലം മാറിയപ്പോൾ പരിഭാഷയുടെ ഭാവവും സ്വരവും മാറ്റണമെന്ന് വി.കെ.എന്നിന് തോന്നി. വേറൊരു കഥയിൽ.

ആയിരം മീറ്ററോടട്ടെ
ദുഷ്കവി പൊട്ടയാനകൾ
വേദാന്തവനവീരപ്പൻ
വിരുന്നുദ്ദണ്ഡഡിമ്മത്താൻ

(ശ്രവണകൗതുകം)

വീരപ്പനെ കണ്ട് പേടിച്ചോടുന്ന ആനക്കൂട്ടങ്ങളിലേക്ക് ഈ ശ്ലോകത്തെ

അദ്ദേഹം മാറ്റിയെഴുതി. സഹവർത്തിത്വം എന്ന കഥയിലെ പരിഭാഷ വളരെ വിചിത്രമാണ്. അമ്പരപ്പിക്കുന്ന പരിഭാഷ

തന്വീശ്യാമാ ശിഖരി ദശനാ
പക്വ ബിംബാധരോഷ്ഠി
മധ്യേക്ഷാമാ ചകിതഹരിണീ
പ്രേക്ഷണാ നിമ്ന നാഭിഃ
ശ്രോണീ ഭാരാദലസഗമനാ
സ്തോകനമ്രാ സ്തനാഭ്യാം
യായത്ര സ്യാദുവതി വിഷയേ
സൃഷ്ടി രാദ്യേവധാതുഃ

(തടിച്ചുകറുത്ത് പേരാൽമരത്തിന്റെ വായ്മലരുമായി ഒരു ഗുണ്ട്റൂസ്)

വിവർത്തനത്തിലെ കൈയൊതുക്കത്തിന് വി.കെ.എൻ രചനകളിൽനിന്നും മറ്റൊരു ഉദാഹരണം. നാണ്വാര് എന്ന കഥ തുടങ്ങുന്നു.

"അംഭോ ഭൈരുദ ജൃംഭിജൃംഭിതരവൈ-
രാ നർത്തി കേകിവ്രജൈർ-
ജംഭോരേർ ധനുഷാവ്യരാജിഗഗനേ
ഹംസൈരഗാമിക്ഷിതേഃ
നേരമ്പോക്കിനുപാക്രമിപ്രിയതമാ-
യുക്തൈശ്ച പുണ്യാത്മഭിഃ
പുംഭിസ്തദ്രഹിതൈരമാരി ദയിതേ
പശ്യശ്രിയം പ്രാവൃഷഃ

(തിരുവാതിര ഞാറ്റുവേല പൊടിപൊടിക്കുന്നു)

വൈരാഗ്യശതകത്തിലെ ഒരു ശ്ലോകവും അതിന്റെ തർജ്ജമയും 'എന്ത് രസാശ്ശുണ്ടോ' എന്ന വി.കെ.എൻ കഥയിൽ വായിക്കുമ്പോൾ നമ്മൾ കഥാശീർഷം ഒന്നുകൂടി ഓർമ്മിക്കും.

മഹീരമ്യം ശ്യാമാ വിപുല
മുപധാനം ഭുജലതാ
വിതാനം ചാകാശംവ്യചന
മനുകൂല്യോയമനിലഃ
സ്ഫുരദ്ദീപശ്ചന്ദ്രോ വിരതി
വനിതാസംഗമുദിതഃ
സുഖംശാന്തഃ ശേതേ
മുനിരതനുഭൂതിൽനൃപ ഇവ

(ഭൂമി ഒരു ഡബ്ബറ്മെത്തപ്പായ. ഫോം തലയിണയ്ക്ക് സ്വന്തം കൈ. മാനത്ത് ഒറ്റനക്ഷത്രമല്ല. പങ്ക കറങ്ങണകാറ്റ്. ചന്ദ്രൻ കറുത്ത വാവടുത്ത്

സങ്കല്പത്തിൽ 'ശൃംഗാരശതക'ത്തിൽ പറഞ്ഞതൊക്കെ എന്നിട്ട് ഒരു മുപ്പത്തൊന്നാചാരവെടിക്കാരൻ മുൻനാട്ടുരാജാവിനെപ്പോലെ ഒറ്റക്കിടത്തം. എന്തുരസാശ്ശണ്ടോ?")

കോ*f*യം കവിമല്ല. (കാസിയസ് ക്ലേക്കുശേഷം കവിതയിൽ ഗുസ്തി നടത്തി ചാമ്പ്യനായ ഈ ലൂയിവിൽ ലിപ് ആരുടെ?) സംഭരിതഭൂരികൃപ മാംബശുഭമംഗം എന്നുതുടങ്ങുന്ന ശ്ലോകരചനയെ ബോക്സിങ്ങുമായി ബന്ധപ്പെടുത്തുന്നു. അതെഴുതിയ ആൾ മുഹമ്മദലിക്കു തുല്യമായ ശക്തിയുള്ള ദേഹവും ആകുന്നു. വി.കെ.എൻ ആസ്വാദനം പൂർണമാകാൻ അല്പം അതിരുവിട്ട ചിന്തയും വേണ്ടിവരുന്നു.

ശൈലികളുടെയും പഴഞ്ചൊല്ലുകളുടെയും വിവർത്തനത്തെ ഓർമ്മിപ്പിക്കുന്ന വി.കെ.എൻ പ്രയോഗങ്ങളുമുണ്ട്. വെജ്, നോൺവെജ് (ആടോ മാടോ?) സ്മോക്കിങ്ങ്, ഓർ നോൺ സ്മോക്കിങ്ങ്. (മുറുക്കോ സംഭാരമോ?) ആന്റിസെപ്റ്റിക്ക് ഓൺ ദി റോക്സ് (പച്ചമരുന്നും പറിമരുന്നും). മക്മോഹൻലൈൻ (ലക്ഷ്മണരേഖ).

യോഗക്ഷേമം വഹാമ്യഹത്തിന് വി.കെ.എൻ വിവർത്തനവും പരാവർത്തനവും: "ഓ, അധ്വാനിക്കുന്ന ജനവിഭാഗമേ, യോഗം ചേർന്ന് സംഘടിച്ച് നിങ്ങൾ സസുഖം വാഴുക. ഞാൻ ഗ്യാരണ്ടിയുണ്ട്."

കർമ്മണ്യേവാധികാരസ്തേ മാ ഫലേഷു കദാചന.

(ജലപാനമില്ലാതെ തൊഴിലാളി അഹോരാത്രം പണിയെടുക്കയേ വേണ്ടൂ. കൂലി ചോദിച്ചാൽ തട്ടിക്കളയും.)

ബൗളർ ബാസ്റ്റ്മാനെ നോക്കി 'ചാരിത്രവതിയല്ലാത്തവളുടെ മകനെ' എന്നു ശപിച്ചുകൊണ്ട് പന്തെറിയുന്നു. ബാസ്റ്റാർഡ് എന്ന പദപരിഭാഷയാണ് വി.കെ.എൻ ഉപയോഗിച്ചത്. "ഇങ്ങനെ പലവട്ടം ശപിച്ചാൽ ഒരു വിക്കറ്റ് വീഴും. പല ഭാഷകളിൽ മൂന്നിലധികം തവണ പറഞ്ഞാൽ പിന്നെ പന്തെറിയേണ്ട." പല ഭാഷകളിൽ സംസാരിക്കുക എന്ന് വി.കെ.എൻ-ന് പഥ്യമാണ്.

ഏതെങ്കിലുമൊരു വരി ചൊല്ലി അതിനെ ഭാഷയാക്ക് എന്നു കല്പിക്കുന്ന വി.കെ.എൻ കഥാപാത്രങ്ങളുമുണ്ട്. പരിഭാഷ-മൊഴിമാറ്റിയുടുപ്പ് എന്ന് വി.കെ.എൻ തന്നെ ഇതിനെക്കുറിച്ച് സൂചിപ്പിക്കുന്നുണ്ട്. അണ്ണാർക്കണ്ണൻ. കേരളീയ പശ്ചാത്തലമുള്ള കഥയാണ്. അതിന്റെ അവസാനം ഇങ്ങനെ കാണുന്നു. ബെൻട്രവേഴ്സ്.

പരിഭാഷ വി.കെ.എൻ

വിവർത്തനത്തിലൂടെ പുതിയ പുതുമയുള്ള പ്രയോഗങ്ങളും വി.കെ.എൻ സൃഷ്ടിക്കുന്നു. യു ക്യാൻ സ്പ്രിങ് എ ലീക്ക് എനിവേർ എനിടൈം യു വാണ്ട്, ഈസിന്റിറ്റ്? (മേലാസകലം കരയാൻ നങ്ങേമയ്ക്ക് നിമിഷാർദ്ധം മതി, അല്ലേ) മേലാസകലം കരയുക - ഇതൊരു അപൂർവ്വ

പ്രയോഗമാണ്. വി.കെ.എൻ കഥാപാത്രങ്ങൾക്കേ ഇങ്ങനെ മേലാസകലം കരയാൻ ഭാഗ്യമുണ്ടായിട്ടുള്ളൂ. ആൻഡ് ആൻസെറിങ് ടിയേഴ്സ് കെയിം ടു നാണ്വാഴ്സ് ഐയ്സ്. (നാണ്വാരും കള്ള കരച്ചിലോട് കള്ളകരച്ചിൽ) കരച്ചിലോടു കരച്ചിലിനെ ഒന്നു മാറ്റിയെഴുതുകയേ ചെയ്തുള്ളൂ. അധികപ്പറ്റുവാക്കുകൊണ്ട് വി.കെ.എൻ.അപൂർവ്വ ഹാസ്യാനുഭവം ഉണ്ടാക്കുന്നു.

എഴുത്തുകാരെ സന്ദർഭമനുസരിച്ച് അപരിചിതത്വം തോന്നിപ്പിക്കാതെ വി.കെ.എൻ സരസമായി യോജിപ്പിക്കും.

ഹൂ ഇസ് അഫ്രൈഡ് ഓഫ് വെർജിനിയ വൂൾഫ്? (വെള്ളായിണി അർജ്ജുനനെ ആര് പേടിക്കും?) സിക്സ് ക്യാരക്ടേഴ്സ് ഇൻ സെർച്ച് ഓഫ് എൻ ആതർ (മലമുകളിലെ അബ്ദുള്ളയെ തേടിയെത്തിയ ആറു കഥാപാത്രങ്ങൾ). മലമുകളിലെ അബ്ദുള്ള പുനത്തിൽ കുഞ്ഞബ്ദുള്ള യുടെ കഥാസമാഹാരമാണ്. ഈ ധാരണ വച്ചുകൊണ്ട് പ്രഖ്യാതമായ ഒരു നാടകത്തെ ഓർമ്മിച്ചാൽ ഈ പരിഭാഷയിലെ സ്വതന്ത്രഹാസ്യം മനസ്സിലാവുന്നു.

ഓൺ ടു അണ്ണാച്ചി, ഇൻ സിങ്കിൾ ഫയൽ സ്ലോ മാർച്ച് (അണ്ണാച്ചി നികടത്തിലേക്ക് മന്ദാക്രാന്തയിൽ പ്രയാണം). സ്ലോമാർച്ചിന് മന്ദാക്രാന്താ വൃത്തത്തിന്റെ താളം നല്കുന്നു. ഗണിതം ബഹുലളിതം. കായ്മിളിതം - കുമ്പളങ്ങ 937, മത്തൻ 613, വെള്ളരിക്ക 1610. ഇതിൽ ഗണിതം - കണക്ക് ഉണ്ട്. വായിക്കാൻ ബഹുലളിതവുമാണ്. മത്തൻ, വെള്ളരിക്ക തുടങ്ങിയ കായ്കളുമുണ്ട്.

പൊരുത്തക്കേടുകൊണ്ട് പൊരുത്തമുണ്ടാക്കുന്നതാണ് വി.കെ. എന്നിന്റെ ഹാസ്യം. ഈ വൈരുധ്യത്തിന് ഭാഷയോട് വിരുദ്ധമായ നില പാട് എടുക്കണം. മലയാളം വശമില്ലാത്തവർക്ക് കൂട്ടായി കൂട്ടാല തറവാട്ടിലിരുന്നു വി.കെ.എൻ അവരുടെ ദ്വിഭാഷിയാവുന്നു.

ഈ മാർഗം അദ്ദേഹം ബോധപൂർവ്വം സ്വീകരിക്കുന്നതുതന്നെയാണ്. ഇപ്രകാരമുള്ള അനേകം വിവർത്തനങ്ങൾ വെറും ഫലിതമല്ല. ചിരിപ്പിക്കാൻ വേണ്ടി സ്വീകരിക്കുന്നതുമല്ല. യഥാർത്ഥത്തിൽ മൂലപ്രയോഗവുമായി പൊരുത്തപ്പെട്ടുപോവുന്നതാണ് വിവർത്തനങ്ങൾ. വളഞ്ഞുവായിച്ചെടുക്കുമ്പോഴാണ് അതിലെ ഭംഗിയറിയുക. ഇത് ഹാസ്യത്തിന്റെ മറ്റൊരു രൂപമാണ്. ഈ വിവർത്തനക്രിയ വി.കെ.എൻ കൃതികൾക്ക് ശൈലീപരമായ പുതിയൊരു അഴക് നല്കുന്നു. കഥാപാത്രത്തിന്റെ അബോധമനസ്സ് സുബോധത്തോടെ സംസാരിക്കുന്നു. പറഞ്ഞതിൽ തൃപ്തി പോരാത്തതുകൊണ്ട് ശക്തി പോരാത്തതുകൊണ്ട് വി.കെ.എൻ. - അത് വിവർത്തനം ചെയ്ത് ഒന്നുകൂടി ഉറപ്പിക്കുന്നു. ഇത് ഉയർന്ന ചിരിയാണ്. ഗൗരവമുള്ള അന്തസ്സുള്ള ചിരി. ഇ.വി. കൃഷ്ണപിള്ളയെയും സഞ്ജയനെയും നോക്കി മുഖം തിരിക്കുന്നവർ വി.കെ.എന്നിനെ നോക്കി

ചിരിക്കുന്നു. വി.കെ.എൻ കൃതികൾ വായിക്കുമ്പോൾ നാം അറിയാതെ മനസ്സിൽ ചിരിക്കുകയാണ് പതിവ്. അദ്ദേഹത്തിന്റെ ഭാഷയ്ക്കും ഭാവനയ്ക്കും അതിരുകളില്ല. അതിരുകളില്ലാത്ത ഫലിതപ്പകർച്ച വി.കെ. എന്നിന്റെ ഭാഷാന്തരത്തിലും കാണുന്നു.

വി.കെ.എന്നിന്റെ ആദ്യകാലകഥകളിൽ ഇങ്ങനെയൊരു സമ്പ്രദായം കാണുന്നില്ല. ദില്ലിയിലെ താമസം അതിന്റെ സ്വാധീനം അദ്ദേഹത്തിന്റെ കൃതികളെ ബാധിച്ചിട്ടുണ്ട്. ഇംഗ്ലീഷിലെഴുതിയ കഥയാണ് വി.കെ.എൻ ആദ്യമായി പ്രസിദ്ധീകരിച്ചത്. രണ്ടു നോവലും ഏതാനും കഥകളും ഇംഗ്ലീഷിലും മറ്റ് ഇന്ത്യൻ ഭാഷകളിലും വിവർത്തനം ചെയ്ത് പ്രസിദ്ധപ്പെടുത്തിയിട്ടുണ്ട് എന്ന് വി.കെ.എന്നിന്റെ പുസ്തകങ്ങളിൽ കാണുന്നു.

എന്നിട്ടും അദ്ഭുതമുള്ള ഒരു കാര്യമുണ്ട്. വി.കെ.എൻ കൃതികൾ വേണ്ടത്ര വിവർത്തനക്ഷമമല്ല. വൈക്കം മുഹമ്മദ് ബഷീറിന്റെ ഭാഷ വിവർത്തനം ചെയ്താൽ അതിന്റെ സുഖം നഷ്ടപ്പെടുന്നതുപോലെ വി.കെ.എൻ കൃതികൾ മൊഴിമാറലിനു വഴങ്ങാത്തവയാണ്. വി.കെ.എന്നിനുപോലും.

നോവലും കഥയുമെഴുതുന്ന വി.കെ.എൻ കവി കൂടിയാണ്. അദ്ദേഹം കവിതയായി മാത്രം ഒന്നും എഴുതിയിട്ടില്ല. അദ്ദേഹത്തിന്റെ കഥകളിൽ നിറയെ കവിതകളുണ്ട്. പ്രാചീന-മധ്യകാലകവിതകൾ തൊട്ട് സുഗതകുമാരിയുടെ വരികൾ വരെ. കവിതകളുടെ വിവർത്തനങ്ങളുണ്ട്. ഹാസ്യാനുകരണമുണ്ട്. കൂടാതെ വി.കെ.എന്നിന്റെ സ്വന്തമായ വരികളും.

മലയാള കവിതയെക്കുറിച്ച് അദ്ദേഹത്തിന് കൃത്യമായ അറിവുണ്ട്. തടിച്ച ഫ്രെയിമുള്ള കണ്ണടയിലൂടെ വി.കെ.എൻ കവിത ശ്രദ്ധാപൂർവം വായിക്കുന്നു. കവികളും കവിതാശീർഷകങ്ങളും വി.കെ.എൻ കൃതികളിൽ ചിതറിക്കിടക്കുന്നു. കവി ഗദ്യകവിതയിൽ ചിരിച്ചുവെന്ന് വി.കെ.എൻ എഴുതുന്നു. ഈ കവി വി.കെ.എൻ തന്നെയാണ്. ഉണ്ണുനീലി സന്ദേശത്തിൽനിന്ന് ഉണ്ണായിവാരിയരിലേക്കും വെൺമണിയിൽനിന്ന് പാലക്കാട്ട് അമൃതശാസ്ത്രികളിലേക്കും അവിടെനിന്ന് വി. കെ. ഗോവിന്ദൻനായരിലേക്കും വി.കെ.എൻ സഞ്ചരിക്കും. ഭർത്താവിന് മേല്പത്തൂരിന്റെ 'കലിദിനസംഖ്യ' പ്രാർത്ഥിക്കാൻ പോകുന്ന ഭാര്യയേയും അദ്ദേഹം അവതരിപ്പിച്ചിട്ടുണ്ട്. കവിതയുടെ ചരിത്രമെഴുതുന്നവരെ കഥാപാത്രമാക്കും. എൻ.വി., ഒളപ്പമണ്ണ, അക്കിത്തം, സുഗതകുമാരി, കുറ്റിപ്പുറത്ത് കേശവൻനായർ, ആശാൻ, വള്ളത്തോൾ, ചങ്ങമ്പുഴ, ഇടശ്ശേരി, ചെറുകാട് തുടങ്ങിയവരുടെ വരികൾ അനുകൂലസന്ദർഭങ്ങളിൽ അദ്ദേഹം പ്രയോഗിച്ചിട്ടുണ്ട്. ഉള്ളിൽ കവിതയുള്ളയാൾക്കേ ഇങ്ങനെ ചിന്തിക്കാനും അത് അവതരിപ്പിക്കാനും സാധിക്കൂ. "ശങ്കരാചാര്യന്റെ അദ്വൈത സിദ്ധാന്തത്തെക്കുറിച്ച് എന്തു പറയുന്നു?"

"സിദ്ധാന്തം കണക്കന്നെ, കവിത കൊള്ളാം." അദ്വൈതത്തിലെ കവിത തേടി പോകുന്ന ഒരു കവിമനസ്സാണ് അങ്ങനെ എഴുതിക്കുന്നത്. വിദഗ്ധമായി അനുകരിച്ച് ചിരിയുണർത്തുന്നു വി.കെ.എൻ

വെള്ളച്ചി സുപ്രജാ ചാത്താ.
പൂർവ്വാ സന്ധ്യാപ്രവർത്തതേ
ഉത്തിഷ്ഠ-ചെറുമധ്വജ
ത്രൈലോക്യം വിപ്ലവംകുരു.

അർത്ഥപൂർണ്ണമായ, ഹാസ്യാത്മകമായ അവതരണമാണ് ഇത്. പൊള്ളാച്ചി മാക്രിണപതേ തവസുപ്രഭാതം എന്നാണ് വി.കെ.എൻ-ന്റെ മറ്റൊരു ഗുഡ്മോർണിങ്ങ്.

സമത്വസുന്ദരസൃഷ്ടിക്കായ്
സാറാംചാത്ത്വാർക്കോട്ടെയ്‌വിൻ

ഇതൊരു മുദ്രാവാക്യകവിതയാണ്

എന്നാലോ നേതാവേ, ചാത്തൻസായ്‌വേ
ചായ കുടിച്ചു വരികപോയി.

ഇത് വടക്കൻപാട്ടാണ്. വി.കെ.എൻ സംഘഗാനവും രചിക്കും.

അകലെയാകുന്നിൻ ചെരുവിൽ
പൂത്തമരത്തിന്റെ ചോട്ടിൽ (കോറസ്)
പച്ചിളം പുല്ലിൽച്ചരിഞ്ഞാ
കൊച്ചുമോൾ കാളികിടപ്പൂ.

ഗായകസംഘം ഇങ്ങനെ പാടുന്നു

ചാത്തൻസും കോമ്രേഡു
മന്നേരം തോരാതെ
കണ്ഠത്തിൽ കന്നുകൾ
പൂട്ടുകയാം.

ഒരു മോഡേൺഗാനം കേൾക്കുക

കാർത്തികനക്ഷത്രമേ-പൂ
കാതരസങ്കേതമേ
ക്ലാസിക്കലാവുമ്പോഴോ
മാടപോത്തെ പോപോപോ
വലഞ്ഞേ പോ പോ പോ
പൂ പൂ പൂയ്.

ചാത്തൻസിനെ വി.കെ.എൻ കവിയാക്കുന്നു.

നീയൊരു കുലടേവത്സേ
ഭാരോദ്വഹനയന്ത്രമോ

കൊച്ചുകാളി മനോഹരി
സ്വച്ഛന്ദാമൃതഭാഷിണി
സെക്സപ്പീലിനികാന്താരീ
മുളകെന്നതുമാതിരി.

അനുഷ്ഠുപ്പിന്റെ ലയം

ആരുപറഞ്ഞു ആരുപറഞ്ഞു എൻ
പ്രിയമാനസനുപിരാന്താണെന്നാരു പറഞ്ഞു.

'ഗുരുപവനപുര'മെന്ന കവിതയിൽ നിറയെ കവിതകളാണ്. കഥാപ്രസംഗശൈലിയുടെ ചുവടുപിടിച്ചാണ് ഈ കഥ എഴുതിയിട്ടുള്ളത്. യാത്രാവിവരണംപോലെയും. ഇതു വായിക്കാം. കണ്ണനെ കണികാണാനാണ് യാത്ര.

മേടത്തിൽ വിഷുവാംനാൾക്കു
പുലർച്ചെ ബസ്സുകേറി ഞാൻ
പോയി വാതാലയേശനെ
കണ്ടുനാലു പറഞ്ഞിടാൻ.

'കണ്ടുനാലു പറയുക' രണ്ടു രീതിയിൽ വ്യാഖ്യാനിക്കാം. പ്രാർത്ഥന എന്ന് ഒരർത്ഥം. രണ്ടാമതുവരുന്ന ഭാവം ക്രോധമാണ്.

ഭഗോതി പഴയന്നൂർക്കാവു-
മൂത്രാളിക്ഷേത്രവും തഥാ
അക്കിക്കാവുകളും ചുറ്റി
മഞ്ജുളാല്ക്കലുമെത്തിഞാൻ.

പഴയന്നൂർ ഭഗവതിക്ഷേത്രം പഴയന്നൂർക്കാവ് ആക്കി ഉത്രാളികാവ് ഉത്രാളിക്ഷേത്രവുമാക്കി. അക്കിക്കാവ് ഈ വഴിയിലല്ലെങ്കിലും അതുവഴി പോയ പ്രതീതിയുണ്ടാവുന്നു. ഗുരുപവനപുരേ ഇപ്പോഴും ഹന്തഭാഗ്യം ജനാനാം തന്നെയോ?' – ഇവിടെ മേല്പത്തൂരിന്റെ നാരായണീയത്തെ ഓർമ്മിക്കുന്നു. തൊഴുതു നിൽക്കുമ്പോൾ സംശയം കവിതയാകുന്നു.

അതെന്താണീയിടെതത്ര
ചൈതന്യം കഷ്ടിയായിടാൻ
ആരാനും കട്ടുവോ, മുത്തി
മായയാൽ കണ്ടതില്ലയോ

അപ്പോൾ ഒളപ്പമണ്ണ എഴുതിയ സമാനവരികൾ കഥയിലേക്ക് കൊണ്ടുവന്ന് പൊലിപ്പിക്കുന്നു.

നമ്പൂരിമണ്ഡപത്തിലിരിക്കവേ
ഇരുന്നോളാൻ പറഞ്ഞിട്ടു-
മിരിക്കുന്നില്ല മാധവൻ
നിന്നോളാമെന്നഭാവത്തി-

ലല്ലിനില്ക്കുന്നു കേശവൻ.
നാരായണനെയും സാക്ഷാൽ
നാരിജനത്തിനാശാനെ
ഭരിക്കുംശമ്പളക്കാരേം.

കുമ്പിട്ടു കഥ ചൊല്ലിക്കൊണ്ടാണ് ഗുരുപവനപുരം ആരംഭിക്കുന്നത്. 'സീതാസ്വയംവര'ത്തിൽ സ്വർണവർണത്തെ പൂണ്ട മൈഥിലി മനോഹരി എന്നു തുടങ്ങുന്ന രാമായണം ഉദ്ധരിച്ചു ചേർത്തിരിക്കുന്നു. പശ്ചാത്തലത്തിനനുസരിച്ചുള്ള കവിതാവരികൾക്കു പുറമെ വരികളുമായി ബന്ധപ്പെട്ട പ്രയോഗങ്ങളും സൃഷ്ടിക്കും. കല്യാണി പലരോടും കളവാണി പറഞ്ഞു എന്ന ഭാഗത്ത് മച്ചാട്ട് ഇളയതിന്റെ ശാകുന്തളം കൈകൊട്ടിക്കളിപ്പാട്ടിനെ ഉപയോഗപ്പെടുത്തി പുത്തൻ ഫലിതബോധമുണ്ടാക്കി. ആനന്ദലബ്ധിക്ക് ഇനി ഒന്നും വേണ്ടിയിരുന്നില്ല എന്നിടത്ത് ആനന്ദലബ്ധിക്കിനിയെന്തുവേണം എന്ന വള്ളത്തോൾ കവിതയെ പരിഷ്ക്കരിച്ചു. വിരുദ്ധോക്തിയും വ്യാജസ്തുതിയും ഇത്തരം ഭാഗങ്ങളിൽ ധാരാളമുണ്ട്. ദ്വിജനെന്നാൽ വി.കെ.എന്നിന് രണ്ടുവട്ടം ജനിച്ചവനും സദ്യവട്ടങ്ങൾ തട്ടുവാനുമാണ്.

പട്ടാണിതൊട്ടഗജവും
ബതകോട്ടയത്തെ
നെട്ടൻകശക്കിയവളും
ഭൂവി നിന്ദ്യമത്രേ.

നാണ്വാരുടെ വന്ദനശ്ലോകമാണിത്.

അജ്ഞന്മാരഭിനന്ദിച്ചേ
വിജ്ഞാനം സാധുവായ്‌വരൂ
നല്ല ശിക്ഷ തരായോർക്കും
ഇല്ല ചൂരലിനെബ്ഭയം
ഇതതുതന്നെ
വിജ്ഞന്മാരഭിനന്ദിച്ചേ
പരസ്യം വാർത്തയായ്‌വരൂ.

എന്ന് വി.കെ.എൻ – തിരുത്തിയെഴുതുന്നുമുണ്ട്. കം തകം പാതകം കൊലപാതകക്കവിതയുടെ ചുവടിൽ

സംഗം
സത്സംഗം
ബലാത്സംഗം
കഠിനതടവ്

സൂര്യഗന്ധർവ്വ ഗദ്യകവിതയിലാണ് അവസാനിക്കുന്നത്.

പന്തുവന്നു
സൂര്യനടിച്ചു
സൂര്യനോടി
വിക്കറ്റ്കടന്നോടി
ലോങ് ഓണിലോടി
തേഡ്മാൻ ബൗണ്ടറിയിലോടി
മൈതാനം കടന്നോടി

ഉണ്ണായിവാരിയർ പ്രത്യേകമായി രചിച്ച പദ്യശകലമെന്ന് വി.കെ.എൻ പറയുന്ന പ്രാർത്ഥന നോക്കുക. സഹകരണസംഘത്തിലാണ് പാടേണ്ടത്.

(മിശ്രവളം - ആദിതാളം)
സഹകരണം
തവചരണം
ഇന്നുരൊക്കം തരണം
ഹ്രസ്വകാലവായ്പാ വിതരണം.

കുമാരനാശാന്റെ ദുരവസ്ഥ കാവ്യത്തിന്റെ രചനയെക്കുറിച്ച് ചാത്തന്റെ ആത്മഗതം എന്ന കഥ വി.കെ.എൻ എഴുതിയിട്ടുണ്ട്. വി.കെ. എന്നിനു മുമ്പ് ചാത്തനെ സൃഷ്ടിച്ചത് ആശാനാണല്ലോ.

"കുളിയും പ്രാതലും കഴിഞ്ഞ് കവിയദ്യം കായൽക്കരയുള്ള വസതിയുടെ മുറ്റത്ത് ഉലാത്തുകയായിരുന്നു. എന്തോ ആലോചിക്കുന്നുണ്ട്. അതിചിന്ത വഹിച്ചുനില്ക്കുന്ന ഏതോ കഥാപാത്രത്തെ ചുമടിറക്കാൻ സഹായിക്കുകയായിരുന്നെന്നു തോന്നുന്നു."

കായിക്കര - കായൽക്കരയാക്കി. ചിന്താവിഷ്ടയായ സീതയിലെ വരികളെ വിദഗ്ധമായി കൂട്ടിച്ചേർത്തു. ഏറനാടൻ വിപ്ലവത്തെക്കുറിച്ച് ഖണ്ഡകാവ്യമെഴുതണമെന്ന് ഒരു സമുദായാചാര്യൻ ആശാനോട് അപേക്ഷിക്കുകയാണ്. സമയബന്ധിതമാണ്. കാരണം "കവിത്രയത്തിലെ മറ്റു രണ്ടു കാർകോടകന്മാരായ ചെറുതുരുത്തിയിലെ മേനവനും തിരുവനന്തപുരത്തെ പട്ടരുസ്വാമിയും അതെഴുതുന്നതിനു മുമ്പ് എഴുതണം. കവി ചാത്തനെ വിളിച്ചു പറയുന്നു. "നീയും മറ്റു നീചരും കഥാപാത്രങ്ങളായി ഒരു കാവ്യം എഴുതേണ്ടുന്ന ദുരവസ്ഥയാണ് എനിക്ക്. ഏറനാടൻ വിപ്ലവത്തെക്കുറിച്ചാണ് കവിത. എനിക്ക് മുഴുവനായി ദഹിച്ചിട്ടില്ലാത്ത ഒരു സായുധസംഭവമാണത്. അതുകൊണ്ട് കൃതിക്ക് പറയത്തക്ക മേന്മയൊന്നുമുണ്ടാവില്ല." - ആശാന്റെ ആത്മഗതം.

ആശാൻ ചാത്തനുകൊടുക്കുന്ന മുന്നറിയിപ്പ് രസകരമാണ്.

"ഇനി, സാവിത്രി നിന്റെ ഫാര്യയെന്നുവച്ച്, നീ കയറി അവളുമായി സഹശയിക്കയൊന്നുമരുത്."

മനോഹരം മഹാവനം
ഇരുണ്ടഗാധമെങ്കിലും

എന്ന എൻ.വിയുടെ വിവർത്തനകവിതക്കു തുല്യമാണ് ഈ വരികൾ എന്നു തോന്നാം.

മനോരമ്യംഘനശ്യാമം
വനപാളികളെങ്കിലും
പാലിക്കാനുണ്ട് വാഗ്ദാനം
പലതും ഞാൻ നടക്കണം
കൺപോളയടയുംമുമ്പായ്
കാതമേറെ നടക്കണം.

വൈലോപ്പിള്ളിയുടെ 'മാമ്പഴ'ത്തിന് വി.കെ.എന്നിന്റെ നിരീക്ഷണം നോക്കുക:

മോൺസ്റ്റർ പ്രായത്തിൽ ഇവൾ വിഷുവിന് മാമ്പഴം പെറുക്കിയിരുന്നു. അക്കാലം, ഐസക്ക് ന്യൂട്ടന്റെ ഗുരുത്വാകർഷണ സിദ്ധാന്ത കൗമുദിയെ മാനിച്ചും തലയിൽ വീഴുന്ന മാമ്പഴത്തിന് നോവാതിരിക്കാനും ഇവൾ കളമുറംകൊണ്ട് മാറു മറച്ചിരുന്നു. കുട്ടിത്തം തീരെ വിട്ടിട്ടില്ലാത്ത പില്ക്കാലത്തും നിരൂപിച്ച് നിരൂപിച്ച് മാമ്പഴം കണ്ടുപിടിച്ചത് വൈലോപ്പിള്ളിയാണെന്ന് സ്ഥാപിച്ചതും ഇവർ തന്നെ. ഇവരെ...

'ദയ' എന്ന കഥയിൽ കവയിത്രി ഭാര്യ ഭർത്താവിനോടൊപ്പം കിടക്കുമ്പോൾ ആശാന്റെ ലീലയുടെ പാഠഭേദം മനസ്സിൽ വിചാരിക്കുന്നു.

ഇവളുടെ ശയനീയശായിയാ-
മിവനൊരുഷസ്സിലുണർന്നിടാതെയാം.

കവിയുടെ മരണത്തിൽ ഭാസ്ക്കരൻ എന്ന കവിയുടെ ദയനീയതയാണ് കവിക്ക് തന്റെ 'ഡെയ്‌ലികാട്ട്' എഴുതിക്കഴിഞ്ഞേ കുളിക്കൂ എന്നുവരെയുള്ള നിർബന്ധമുണ്ട്. വിവാഹമായതോടെ കവിയുടെ സമ്പ്രദായങ്ങൾ മാറി 'പാട്ടും കളിയും' എഴുതുന്ന ആളായിട്ടാണ് ഭാര്യ ഭാസ്ക്കരൻഭർത്താവിനെ കണ്ടത്. അമ്മു അത് പാട്ടും കളിയുമല്ല, കവിത, പദ്യം എന്ന് പറഞ്ഞുകൊടുക്കേണ്ടിവരുന്നു. കവിതയെഴുത്ത് എന്നാൽ ഓഫീസിലെ പണിയെന്നു വിചാരിക്കുകയാണ് അവൾ.

ഓമനേ നിന്നെപ്പിരിഞ്ഞെത്ര
നാളായി ഞാനീ
പ്രേമത്തിൽ മരുഭൂവാംഗ്രാമത്തിൽ
വാഴുന്നെന്നോ

ഈ വിരഹപ്പാട്ടിലെ നായകൻ താൻ തന്നെയെന്ന് ഭാസ്ക്കരൻ ഭാര്യയ്ക്ക് വിശദീകരിച്ചപ്പോൾ നായികയായ 'അവളെ'ച്ചൊല്ലിയായി കലഹം. മുതുക്കൊളത്ത്യേ പിടിച്ച് കവിതയെഴുതില്ലെന്ന് സത്യം ചെയ്യിപ്പിച്ചേ

ഭാര്യ അടങ്ങിയുള്ളൂ. കവിത കണ്ടുപിടിച്ചവനെ. ഈ നിമിഷം കാണുകയാണെങ്കിൽ ഇടംവലം നോക്കാതെ കാച്ചിക്കളയുമെന്ന് ഭാസ്കരന്റെ ആത്മഗതത്തിൽ കവിയുടെ കഥ അവസാനിക്കുന്നു. ഭാര്യയുടെ അജ്ഞതയ്ക്കും ആസ്വാദനബോധമില്ലായ്മയുടെയും നടുക്ക് വിഷമിക്കുന്ന കവിയുടെ ചിത്രം വി.കെ.എൻ സരസമായി എഴുതുന്നു.

"എന്തു പാട്ടാ നിങ്ങളെഴുതണ്. ഈശ്വരനെപ്പറ്റ്യാ?"

"അല്ല." കവി ഒരു ദീർഘനിശ്വാസം വിട്ടുകൊണ്ട് പറഞ്ഞു. ചെകുത്താനെപ്പറ്റി ജീവിതത്തെപ്പറ്റി, മേഘത്തെപ്പറ്റി, നക്ഷത്രത്തെപ്പറ്റി.

"ആക്വേ, ഇതൊക്ക്യോ എഴ്തണ്." അമ്മു വെറുപ്പോടെ ചോദിച്ചു.

"പിന്നെന്താ എഴുതേണ്ടത്."

"നമ്മുടെ മുതുക്കൊളത്തിഭഗവത്യേപ്പറ്റി ഒര് പാട്ട് എഴ്ത് - ൻന്ന്." അവൾ കൊഞ്ചി.

ഇത്തവണയും കവി ചിരിച്ചു. പക്ഷേ, അത് യാന്ത്രികമായിരുന്നു. അതിൽ കവിത കണികാണാൻ പോലുമുണ്ടായിരുന്നില്ല.

കവിയുടെ കാര്യം ശരിയായിരിക്കാം. പക്ഷേ, കവിയെ സൃഷ്ടിച്ച വി.കെ.എന്നിൽ ധാരാളം കവിതയുണ്ട്. ഗദ്യകവിതപോലെ നിറഞ്ഞു തുളുമ്പിനില്ക്കുന്ന ഒരു പ്രഭാതം എന്നെഴുതാൻ കവിഹൃദയമുള്ളയാൾക്കെ കഴിയൂ.

'മുടി'യെക്കുറിച്ചുള്ള ഒരു പരാമർശത്തിൽ

മണമെഴും പൂമുടിയ്ക്കും തൊഴുന്നേൻ
മുടിയഴിയുമിടയ്ക്കൊന്നടി
യ്ക്കുന്നടിയ്ക്കും തുടങ്ങി
വിലസിവിമലേചെറിയൊരു പനിനീ-
രലർചൂടിയനിൻചികുര ഭാരം

ചങ്ങമ്പുഴയെവരെ ഉദ്ധരിക്കുന്നു. ചികുരഭരത്തെ വി.കെ.എൻ ചികുരഭാരമാക്കി. മുടിയഴകിന് ഈ പദവും യോജിക്കുന്നു.

'ഗസറ്റി'ൽ ചങ്ങമ്പുഴയുടെ 'രമണന്' പതിനൊന്നാം പതിപ്പിനവതാരികയിൽ മുണ്ടശ്ശേരി മാസ്റ്റർ എഴുതിയത് ജനം തിരുത്തിപ്പറയും.

മാസത്തിൽ നാലുഗസ്റ്റ്. ഇടയ്ക്കിടെ അസാധാരണൻ, വർഷത്തിൽ അമ്പത്തിരണ്ട് പതിപ്പുകൾ. പടപ്പുകൾ, വരുന്നത് വരുന്നത് മധുരനാരങ്ങ പോലെ വിറ്റഴിയുക. മലയാളഭാഷയിൽ ഇങ്ങനെ ഒരനുഭവമോ?"

എത്ര അനായാസമായിട്ടാണ് വി.കെ.എൻ, അവതാരിക അനുകരിക്കുന്നത്. തായമ്പകയെന്ന കഥയിൽ താച്ചുമാരാരുടെ കൊട്ടിനെ സാഹിത്യവുമായി ബന്ധപ്പെടുത്തി താളാനുഭവത്തിന്റെ പശ്ചാത്തലത്തിൽ പുതിയ വായനാനുഭവം വി.കെ.എൻ ഉണ്ടാക്കുന്നു.

"ഏഴു ചെണ്ടക്കാരും മൂന്ന് എലത്താളക്കാരും ചുറ്റിനും നിന്നു വീഴുന്ന ദ്രുതമായ താളവലയത്തിനു നടുക്ക് താച്ചുമാരാർ കവിത, ഗദ്യകവിത, പ്രബന്ധം, ഉപന്യാസം, ബൃഹത്തായ നോവൽ എന്നിവ വിരചിച്ചു."

'നീണ്ടകവി'യെന്ന് വി.കെ.എൻ എഴുതുമ്പോൾ മഹാകവിയുടെ പര്യായമായി കണക്കാക്കാം. കുറെക്കൂടി നീണ്ട കവിതകളെഴുതിയവരെ നീണ്ട കവി എന്നു വിശേഷിപ്പിക്കാം. കവിതാവരികൾ വി.കെ.എൻ കഥകളിലേക്ക് വിരുന്നുവരുമ്പോൾ അവയ്ക്ക് പുതിയൊരു ഭാവം ഉണ്ടാവുന്നു. അഥവാ വി.കെ.എൻ ഉണ്ടാക്കുന്നു. നന്മകളാൽ സമൃദ്ധമെന്ന് കവി പാടിയ നാട്ടിൻപുറം അവർക്ക് കണ്ണിലൊരു കരടേ ആകുന്നുള്ളൂ എന്ന് വി.കെ.എൻ എഴുതുമ്പോൾ കുറ്റിപ്പുറത്ത് കേശവൻനായരുടെ പ്രഖ്യാതകവിത ഓർമ്മവരുന്നു. കവികളുമായി ബന്ധപ്പെട്ട കഥകളും വി.കെ.എൻ സരസമായി എഴുതിച്ചേർക്കാറുണ്ട്. ഒരു ഉദാഹരണം: തമിഴ്കവി നാമക്കൽ രാമലിംഗപിള്ള വള്ളത്തോളിനെ സ്വാഗതം ചെയ്ത് ഒരു സദസ്സിൽ പറഞ്ഞത്രേ. വള്ളത്തോൾ എന്നെക്കാൾ വല്യ കവിയാണ്. കാരണം എനിക്ക് ഒരു ചെവിയേ കേൾക്കാതുള്ളൂ. അദ്ദേഹത്തിന് ഇരുചെവിയും കേൾക്കില്ല. (എനിക്ക് ഒരു കാത് താൻശെവിട് അവര്ക്ക് രണ്ടുകാതും ശെവിട്).

ഗസെറ്റിന്റെ പോരായ്മകളെ വി.കെ.എൻ വിമർശിക്കുന്നു. എന്നും തിയതി മാസത്തിലൊന്നിനും പതിനഞ്ചിനും അസാധാരണമായ്, പിന്നെ യാഴ്ചക്കോരോന്നുവീതവുമാണത്രേ ഗസറ്റ് പുറത്തിറങ്ങുക.

ഗദ്യകവിത വി.കെ.എന്നിന്റെ പരിഹാസത്തിനു ഭാഗ്യം സിദ്ധിച്ച പ്രസ്ഥാനമാണ്. അയ്യായിരവും കോപ്പും എന്ന പുസ്തകത്തിലെ 'അക്ഷരലക്ഷം' അദ്ദേഹത്തിന്റെ ഗദ്യകവിതയായി വായിക്കാം. അതിനിടയിൽ ഇടശ്ശേരിയുടെ പൂതപ്പാട്ടിലെ വരികളും വി.കെ.എൻ തുന്നിച്ചേർക്കുന്നു.

വി.കെ.എന്നിന്റെ വിവർത്തനങ്ങൾ വായിക്കുമ്പോഴുണ്ടാകുന്ന ഉൾച്ചിരി അദ്ദേഹം നിർമ്മിക്കുകയോ എടുത്തുചേർക്കുകയോ ചെയ്ത വരികൾ വായിക്കുമ്പോഴും ഉണ്ടാകുന്നു. കഥയുടെ അനുകൂലസ്ഥിതികളിൽ കവിതയുടെ സന്നിവേശത്തിലൂടെ അദ്ദേഹം മറ്റാർക്കും വഴങ്ങാത്ത അന്തരീക്ഷസൃഷ്ടിയുണ്ടാക്കുന്നു. 'ഹാസ്യാഞ്ജലി' എഴുതിയ സഞ്ജയന്റെ കവിതാരീതിയുമായി ബന്ധിപ്പിക്കാവുന്ന ഒരു സംഗതിയും വി.കെ.എൻ വരികളിൽ ഇല്ല. സഞ്ജയന്റേത് ശ്ലഥഹാസമാണ്. കുറുകി, മൂർച്ചയുള്ളതാണ് വി.കെ.എൻ ശൈലി. വി.കെ.എന്നിന്റെ പരിഹാസമേഖലയ്ക്ക് പരിമിതിയില്ല. കവിത ഉദ്ധരിച്ചുചേർക്കുന്നതുപോലെ മലയാളത്തിലെ പാടിപ്പതിഞ്ഞ സിനിമാപാട്ടുകളും വി.കെ.എൻ കഥകളിൽ വായിക്കാം.

'കവിയുടെ കാല്പാടുകളിൽ' പി. കുഞ്ഞിരാമൻ നായർ വി.കെ. എന്നിനെ 'കവി ചാത്തൻസ്' എന്ന് ഒരു വർത്തമാനത്തിൽ വിളിക്കുന്നുണ്ട്. മഹാകവിയായ പി, വി.കെ.എന്നിലെ കവിയെ അന്നേ കണ്ടെത്തിയിരുന്നു.

കേരളത്തിന്റെ പ്രതാപചിഹ്നമായ കഥകളിയെക്കുറിച്ചുള്ള അഭിമാനം വി.കെ.എന്നിന് ഫലിതമാണ്. കളിയാക്കി ചെയ്യുന്ന ഒരു കഥതന്നെ അദ്ദേഹത്തിന് കഥകളി. പ്രേമം ഹാസ്യത്തിൽ കലർത്തിയപ്പോൾ, കഥയിലോ സിനിമയിലോ കൂടുതൽ ഫലവത്തായത് എന്ന് ചോദിച്ചപ്പോൾ, 'കഥകളിയിൽ' എന്നാണ് വി.കെ.എൻ ഉത്തരം പറഞ്ഞത്. കഥകളിയോടുള്ള പ്രേമം അദ്ദേഹത്തിന് ഹാസ്യമാണ്. വി.കെ.എന്നിന്റെ സരസമായ കഥകളി നിരീക്ഷണം: മന്ത്രവാദം കഥയിൽനിന്ന്:

- എന്നിട്ടും ചെറുതുരുത്തിയിലെ കലാമണ്ഡലത്തിൽ കലാപമാണ്.

-ഊമക്കളിയുടെ ഹെഡ്ഡാപ്പീസിൽ എന്തു നടക്കുന്നു?

-കഥകളിവേഷങ്ങൾ സംസാരിച്ചു തുടങ്ങിയിരിക്കുന്നു.

ശിവ! ശിവ!

നരഹരൻ ചോദിച്ചു:

-എന്താ കഥകളി എന്നു പറഞ്ഞാൽ?

പ്രഥമൻ പറഞ്ഞു:

-കൊട്ടിനും പാട്ടിനും അനുസരിച്ച് വേഷമിട്ട് ഊമകൾ അരങ്ങത്തു വന്ന് ചാടിക്കളിക്കുന്ന ഇടപാടാണ് കളിയോഗം.

-ഇക്കളി തീക്കളി വിദേശരാജ്യങ്ങളിൽനിന്ന് നാം ഇറക്കുമതി ചെയ്തതല്ലേ?

-അല്ല. മറ്റു രാജ്യങ്ങളിലേക്ക് നാം കയറ്റുമതി ചെയ്യുന്ന ഊമക്കളിയാണ് കഥകളി. അഭൗമമായ ഈ വേഷങ്ങളെയും മറ്റും കാണുന്നത് പാശ്ചാത്യർക്ക് ഹരമാണ്.

-ഇതിന്റെ ഉൽപ്പത്തി?

കൊട്ടാരക്കര തമ്പുരാനോ തരൂർ മുളങ്കോണിക്കലിടത്തിലെ ഭീമനച്ചനോ കണ്ടുപിടിച്ചതാണ് കളി എന്നതാണ് ഐതിഹ്യം. ഒരു കാലത്ത് ഇത് അസ്തമിച്ച കൂട്ടത്തിലായിരുന്നു. പിന്നീട് മഹാകവി വള്ളത്തോളാണ് പ്രസ്തുത സാമഗ്രിയെ പുനരുജ്ജീവിച്ചത്.

-എങ്ങനെ?

കവിത എഴുതിക്കഴിഞ്ഞിട്ടും അദ്ദേഹത്തിന്റെ കൈയിൽ സമയം ബാക്കിയായി. അപ്പോൾ മേനോൻസാറിന് ഒരുപായം തോന്നി. പുതുമഴയ്ക്ക് വള്ളുവനാട്ടിൽ വരമ്പുകിളക്കുകയും കന്നുപൂട്ടുകയും ചെയ്തിരുന്ന കുറെ നായന്മാരെ അദ്ദേഹം വലവീശി. ഇവന്മാരുടെ ദേഹത്ത് കീറ

ത്തുണി വെച്ചുകെട്ടി മുഖത്ത് ചായംതേച്ചു. കുരുത്തോലകൊണ്ട് കിരീടം ചൂടിച്ചു. എന്നിട്ട് അവന്മാരോട് സന്ധ്യക്ക് അരങ്ങിൽ കയറിനിന്ന് പുലരുംവരെ മേലുംകീഴും ചാടാൻ പറഞ്ഞു. പിന്നീട് ചില വിദേശികളെ വരുത്തി ഈ വിദ്യ കാണിച്ചുകൊടുത്തു. ഇതാണ് കലയിലെ കനൽച്ചാട്ടം എന്നവരെ ധരിപ്പിച്ചു. കലതേടി നടക്കുന്ന വിദേശികൾ ഈ വിദ്യ കൺകുളിർക്കെ കണ്ട് കൈയടിച്ചു. ഭൂഗോളമാകെ കഥകളി പ്രശസ്തമായി. ക്രമേണ അദ്ദേഹം ചുറുതുരുത്തിയിൽ ഒരു കളരി സ്ഥാപിച്ച് വേഷങ്ങളെ വിധത്തിലും തരത്തിലും ചൊല്ലിയും ആടിക്കയും പാടിക്കയും ചെയ്തു. നമ്മുടെ പ്രഥമ പ്രധാനമന്ത്രി നേരുജി വരെ ഈ വിദ്യകണ്ട് കൈയടിച്ച് കലാമണ്ഡലത്തിന് കണ്ടമാനം കാശുകൊടുത്തിട്ടുണ്ട്.

–നേരുജിക്ക് കഥകളിവിദ്യ അറിയാമായിരുന്നു അല്ലേ?

–ഒലയ്ക്ക! സായ്പിന്ന് ഇഷ്ടപ്പെട്ടതെന്തും അദ്ദേഹത്തിനിഷ്ടമായിരുന്നുവല്ലോ. ഒരു രസത്തിനല്ലേ ഇന്ത്യയുടെ സ്വാതന്ത്ര്യം തന്നെ അദ്ദേഹം അവരോട് ചോദിച്ചുവാങ്ങിയത്.

ഈ കഥയ്ക്ക് കാലികപ്രസക്തിയുണ്ട്. കലാമണ്ഡലത്തിലെ ചേരിപ്പോരിന്റെ സമയത്താണ് ഈ കഥ അദ്ദേഹം എഴുതിയത്. കഥകളിയെ കളിയാക്കുന്ന ധാരാളം പരാമർശങ്ങൾ വി.കെ.എന്നിന്റെ പല കഥകളിലും വായിക്കാം. നിങ്ങളുടെ മഹത്തായ രാജ്യത്ത് ചൈനീസ് ഒപ്പറക്ക് കഥകളി എന്നാണ് പേരെന്ന് ഇപ്പോഴാണ് മനസ്സിലായതെന്ന് നളചരിതത്തിലെ കാട്ടാളന്റെ വേഷംകണ്ട് ഒരു വിദേശി വിലയിരുത്തുന്നു. മദ്യപിച്ച്, ഹനുമാൻ വേഷംകെട്ടിയ നടന് അണിയറയിൽനിന്ന് അരങ്ങത്തേക്ക് വരാൻ കെല്പില്ലാതായപ്പോൾ ഹനുമാനെ താങ്ങിയെടുത്തുകൊണ്ടുവന്ന് അരങ്ങത്തുകിടത്തി. 'എടുത്തുതാങ്ങി വിലങ്ങനെ പ്രവേശിക്കുന്ന' ഹനുമാനായി ചിത്രീകരിച്ചു. ഇരുന്നുകൊണ്ട് പ്രവേശിക്കുക തുടങ്ങിയ മാർഗങ്ങളുടെ അനുകരണവുമാകുന്നു ഇത്. വിദേശികളുടെ മുമ്പിൽ എന്തും ആവാം. എന്തും ആടാം.

കലയുമായി ബന്ധമില്ലാത്തവർ കഥകളി സ്ഥാപനങ്ങളുടെ അമരക്കാരായി വരാറുണ്ട്. ഇത്തരത്തിലുള്ള നിയമനങ്ങളെയും വി.കെ.എൻ വിമർശിക്കുന്നു. "എവിടെ കെട്ടിക്കളിച്ചാലും വേണ്ടില്ല. സന്ധ്യയ്ക്കുമുമ്പ് ആപ്പീസിൽ ഹാജരാകണം." റിട്ടയേർഡ് തഹസിൽദാരായ മണ്ഡലം സെക്രട്ടറി കഥകളി നടനോട് കല്പിക്കുന്നത് ഇങ്ങനെയാണ്. കലാസ്ഥാപനങ്ങളിലെ അധികാരികളുടെ സഹൃദയത്വത്തെ വി.കെ.എൻ പരിഹസിക്കുന്നു.

കഥകളിയുടെ പഴയ അവസ്ഥയും കലാമണ്ഡലത്തിന്റെ ഉദ്ഭവചരിത്രവുമാണ് 'കല'യിലെ വിഷയം. പ്രഭുക്കന്മാരുടെ കളിയോഗം, വള്ളത്തോളിന്റെ ഭാഗ്യക്കുറി. ഇതിൽ തമ്പുരാക്കന്മാരുടെ നസ്യം (ഇനി നാരേണനും

ആ തമ്പാനും (മുകുന്ദരാജാവ്) ചേർന്നാ കഥകളി പുതുമോടിയിലാക്കണ്? ശിക്ഷ! നോന്റെയൊക്കെ ഇല്ലത്തില്ലേ ധാരാളം കിളിയോഗം) ഇവയുടെ യൊക്കെ ആവിഷ്ക്കാരമാണ് 'കല'. കളിയോഗം കിളിയോഗമാക്കി. അർദ്ധപട്ടിണിയുടെ 'ചിട്ട'യിലാണ് കല്ലുവഴിയും കപ്ലിങ്ങാടനും ആടിപ്പതി ഞ്ഞതെന്ന് വി.കെ.എൻ. ദാരിദ്ര്യംകൊണ്ട് നട്ടംതിരിഞ്ഞ കളിക്കാരുടെ ദയനീയതയിലേക്കുള്ള ചരിത്രപരമായ നോട്ടംകൂടിയാവുന്നു ഇത്. കലാമണ്ഡലം കൃഷ്ണൻനായരും രാമൻകുട്ടിനായരും കീഴ്പ്പടം കുമാ രൻനായരും അവരവരുടെ ആത്മകഥകളിൽ അവർ അനുഭവിച്ച ദാരിദ്ര്യ ദുഃഖത്തെക്കുറിച്ച് എഴുതിയിട്ടുണ്ട്. ചരിത്രസത്യത്തെ വി.കെ.എൻ ഹാസ്യാത്മകമായി നോക്കിക്കാണുന്നുവെന്നേയുള്ളൂ. കലാമണ്ഡലം വന്ന തോടെ കളിയോഗങ്ങൾക്ക് പ്രാധാന്യം കുറഞ്ഞു. കഥകളിക്കാരുടെ വിധേയത്വവും കുറഞ്ഞു. ചിരിക്കപ്പുറത്ത് ചിന്തിക്കേണ്ട വസ്തുതയാ ണിത്.

എത്ര ആടും എത്ര ആടും എന്ന് ചോദിച്ചവരുടെ സന്തതിപരമ്പര ക്കാരാണത്രേ കഥകളിക്കാർ. വേഷം കെട്ടില്ലെങ്കിലും ചൊല്ലിയാടുന്നവർ. ഐതിഹ്യകഥയെ കഥകളിയുമായി ബന്ധപ്പെടുത്തുകയാണിവിടെ ചെയ്യു ന്നത്.

കഥകളി ആസ്വാദനത്തിന്റെ പച്ചപ്പൊരുളിനെ പൊളിച്ചെഴുതുന്ന വി. കെ.എന്നിന്റെ ഒരു കഥകളി കാണൽ ശ്രദ്ധിക്കുക: "ജരാസന്ധനെ കൊന്നത് ആരാച്ചാൽ, ആ വേഷമിട്ട നടൻ പിളർപ്പിന്റെ മുദ്ര കാണിച്ചത് അത്ര ശരിയായില്ലെന്ന് സദസ്സിൽ പിറുപിറുപ്പുണ്ടായി. കഥകളിയുടെ അന്തകനായ ഒരു ഭ്രാന്തനോട് ചോദിച്ചപ്പോൾ അദ്ദേഹം പറഞ്ഞു: "എന്തോ കാണിച്ചോട്ടെ. ആർക്കാ ഇതൊക്കെ ഇത്ര നിശ്ശം?"

കഥകളിഭ്രാന്ത്. സഹൃദയത്വത്തിന്റെ അടയാളമാണ്. ഇന്ദുലേഖയിൽ സൂരിനമ്പൂതിരിപ്പാടിന്റെ കലശലായ കളിഭ്രാന്തിനെക്കുറിച്ച് പരാമർശ മുണ്ടല്ലോ. ആധുനികരുടെ കഥയറിയാതെ ആട്ടംകാണുന്ന പുതിയ കളി ഭ്രാന്തിന് വി.കെ.എൻ ചികിത്സ നിശ്ചയിക്കുന്നു. 'കലാമണ്ഡലത്തിൽ ചങ്ങലയ്ക്കിടുക'യാണ് ആ ചികിത്സാവിധി.

കഥകളി കാഴ്ചക്കാർ എന്നും ന്യൂനപക്ഷമാണ്. 'കഥകളിയുടെ രാവാ യപ്പോഴേക്കും മിക്ക അഖിലേന്ത്യാ സർവ്വാണി സാഹിത്യകാരന്മാരും തിരിച്ചുപറന്നിരുന്നു.' വി.കെ.എന്നിന്റെ വേറൊരു കഥയിലുള്ളതാണ് ഇത്. അജണ്ടയിലെ ഒരു ഇനം കേരളകലയ്ക്ക് നീക്കിവെക്കുന്നു. കാണു വാനും ആസ്വദിക്കുവാനും ആരുമില്ല. കഥകളിയെ അപമാനിക്കുന്നതിന് തുല്യമാണ് ഇത്.

വാക്കുകൾ ഉപയോഗിക്കേണ്ട ദിക്കിൽ കഥകളിമുദ്രകാണിക്കുന്ന കലാശംചവുട്ടിന്റെ വിദൂരമായ അഭിനയത്തോടെ നടക്കുന്ന പതിഞ്ഞ മട്ടി ലുള്ള അലർച്ചയുടെ ധ്വനിയോടെ ചിരിക്കുന്ന സ്ത്രീകൾ വി.കെ.എൻ

കഥകളിലുണ്ട്. കഥകളിയുടെ പ്രാഗ്രൂപമായ രാമനാട്ടവും വി.കെ.എന്നിന് വിഷയമാണ്. 'രാമനാട്ടത്തിന്റെ ചിട്ടയിൽ അവരുടെ കവിളിലെ മാംസ പേശികൾ ചലിച്ചു.' 'പതിഞ്ഞമട്ടിലുള്ള അലർച്ചയുടെ ധ്വനിയുള്ള ചിരി' എന്ന രൂപകം വി.കെ.എൻ എന്ന കലാകാരനു മാത്രം എഴുതാൻ കഴിയുന്നതാകുന്നു.

വി.കെ.എൻ നാടകം എഴുതിയിട്ടില്ല. പക്ഷേ, അദ്ദേഹത്തിന്റെ പല കഥകളും നാടകീയമാണ്. 'മഞ്ചൽ' നോവലിന്റെ റേഡിയോ നാടകാവിഷ്കാരം നന്നായതും അതുകൊണ്ടാണ്. 'നളചരിതംമൂലം' എന്ന നോവലെറ്റ് വി.കെ.എന്നിലുള്ള നാടകബോധത്തെയും കഥകളിബോധത്തെയും അറിയാൻ പര്യാപ്തമായ രചനയാണ്. അദ്ദേഹത്തിന്റെ വിചിത്രമായ ആട്ടക്കഥയാണ് ഇത് എന്നും പറയാം. നളചരിതം നാലുദിവസത്തെ കഥാംശം ചോർന്നുപോകാതെ, ആട്ടക്കഥയിലെ കഥാപാത്രങ്ങളെ അതേ കാലത്തിൽ നിർത്തിക്കൊണ്ട് പുതിയ മട്ടിലുള്ള ഹാസ്യാനുകരണം. ഋതുപർണ്ണൻ റിതുപർണ്ണനും ഭീമരാജാവ് ഭീമനച്ഛനും ആയിത്തീരുന്നു. 'ദമയന്തീ സ്വയംവര'ത്തിലെ സംശയം തീർക്കാൻ ഭീമരാജാവ് വിവാഹത്തലേന്ന് നളചരിതം ആട്ടക്കഥ ഒന്നുകൂടി കണ്ട് ഉറപ്പുവരുത്തുന്നുണ്ട്. നളൻ ബാഹുകനായി മാറുമ്പോൾ ജീൻസാണ് കൊടുക്കുന്ന വസ്ത്രം. ഇങ്ങനെ പുതിയ കാലത്തിലേക്ക് കഥയെ പരിഷ്കരിച്ച് ഹാസ്യം സൃഷ്ടിക്കുന്നു. നളചരിതം ആട്ടകഥയുടെ വിദഗ്ധമായ പരാവർത്തനാണ് ഈ കൃതി. നളചരിതത്തിലെ - പ്രസിദ്ധമായ പ്രാസങ്ങൾ വി.കെ.എൻ ഗദ്യരൂപത്തിൽ നിർബന്ധിക്കുന്നുണ്ട്. നളചരിതം ആട്ടക്കഥ വായിക്കാത്തവർക്ക്, നളചരിതം കാണാത്തവർക്ക്, മഹാഭാരതത്തിലെ നളോപാഖ്യാനത്തെക്കുറിച്ച് അറിയാത്തവർക്ക് എല്ലാം നളപാകത്തിൽ എഴുതി ചിട്ടപ്പെടുത്തിയ ആട്ടമില്ലാ കഥയാണ് 'നളചരിതംമൂലം'.

ഖാണ്ഡവദാഹം എന്ന കഥയിൽ നളചരിതം രണ്ടാംദിവസത്തിലെ ഉദ്യാനവർണ്ണനയെ ഓർമ്മിപ്പിക്കുന്ന ഹാസ്യാനുകരണം ഉണ്ട്. നിശ്ശബ്ദമായ താഴ്വര വർണ്ണിക്കുന്നതാണ് രംഗം.

സാമ്യമകന്നോരു വനം കാൺക
മാനും കുറുക്കനും പിന്നെ.
ഹംസസാരസമാർത്തുമേ
കുരങ്ങന്മാർ ചാടിയും ന-
ല്ലരക്കന്മാർ വസിച്ചുമേ,
പുലി ചെന്നായ കരടി-
യാന സിംഹം തരുക്കളും
....
....
വ്യാളദംഷ്ട്ര ഗണംപാർത്തും
മന്ത്രി വർഗമൊഴിച്ചുമേ

ഇങ്ങനെയാണ് വർണ്ണന. ആട്ടക്കഥാ സാഹിത്യവുമായി വി.ക.എന്നിനുള്ള സമ്പർക്കം അതിശയിപ്പിക്കുന്നതാണ്.

'ടൗൺഷിപ്പിലെ ശാല രാസവളവും കഥകളിയുമാണ് ഉല്പാദിപ്പിക്കുന്നതെന്ന് അവിടുത്തെ ജനത്തെ കണ്ടാലറിയാം. പ്രതിവർഷം ലക്ഷം ടൺ രാസവളവും മൂന്നു ടൺ കഥകളിയും.'

വി.കെ.എന്നിന്റെ റിങ്ങ്മാസ്റ്റർ എന്ന കഥയുടെ തുടക്കമാണിത്. കഥകളി പഠിപ്പിക്കുവാൻ മാത്രമായി സ്ഥാപനങ്ങളുണ്ട്. സ്ഥാപനങ്ങളുടെ അനുബന്ധമായി കഥകളി പഠിപ്പിക്കുന്നുമുണ്ട്. ഈ പരാമർശം വായിക്കുമ്പോൾ നമുക്ക് പ്രശസ്തമായൊരു രാസവള നിർമ്മാണശാലയും അവരുടെ കഥകളി വിദ്യാലയത്തെയും ഓർമ്മവരുന്നു. ഇതൊക്കെ ആലോചിച്ചെടുക്കാനുള്ള മാനസികശീലം ഉള്ളവർക്കേ ഇത്തരം കഥകൾ ആസ്വദിക്കാനും കഴിയൂ.

വി.കെ.എൻ ജ്ഞാനിയാണ്. കഥകളിയിലും അദ്ദേഹത്തിന് നല്ല പരിജ്ഞാനമുണ്ട്. ദുര്യോധനവധവുമായി ബന്ധപ്പെട്ട കല്പനകൾ അദ്ദേഹത്തിന്റെ ഒന്നിലധികം. കഥകളിൽ കാണുന്നു. ദുര്യോധനവധം കഥകളിയിൽ യഥാർത്ഥത്തിൽ ദുര്യോധനൻ പ്രസക്തനല്ല. ദുശ്ശാസനെയാണ് കൊല്ലുന്നത്. മുഖ്യകഥാപാത്രം ഭീമനും. എന്നിട്ടും ദുര്യോധനവധമെന്ന് പേരിട്ടത് 'താരമൂല്യ'ത്തിനു വേണ്ടിയാണെന്ന് ഒരു വി.കെ.എൻ കഥയിൽ കാണുന്നു. 'ദുര്യോധനവധത്തിന്റെ പ്രസക്തി' എന്നുപേരുള്ള കഥയിൽ പുതിയൊരു ആട്ടപ്രകാരം വി.കെ.എൻ എഴുതുന്നു:

'സമ്പൂർണ്ണ ദുര്യോധനവധമാണ് ഊമക്കളി. അപ്പോൾ ദുശ്ശാസനനെ കഴിഞ്ഞ് ദുര്യോധനനെക്കൂടി വകവരുത്തിയശേഷമേ പുലരൂ. ദുശ്ശാസനങ്കൽ നിറുത്താനേയുള്ളൂ. ഇതിലും കഷ്ടാവും നിന്റെ കഥ എന്ന് ഭീമൻ സുയോധനനുമുദ്ര കാണിച്ചു തിരശ്ശീല പൊക്കിയാൽ മതി. മനോധർമ്മം നമ്പൂതിരിമാർക്കും വേണ്ടേ?"

ഞാനൊരു ചാക്യാരായാലാണ് കൂടുതൽ ശോഭിക്കുക എന്ന് വി.കെ. എൻ ഒരു അഭിമുഖത്തിൽ പറയുകയുണ്ടായി. ഒരു കഥകളി നടന്റെ വേഷവും അദ്ദേഹത്തിനിണങ്ങുമെന്ന് ഈ മനോധർമ്മം വ്യക്തമാക്കുന്നു.

അരങ്ങിൽ നടന്മാരുടെ അതിരുകടന്ന ആട്ടത്തെ മേളത്തിലൂടെ നിയന്ത്രിച്ച കൊട്ടുകാരെക്കുറിച്ച് കേട്ടിട്ടുണ്ട്. ഇത്തരം കേട്ടറിവുകളാണോ വി.കെ.എന്നിന് കഥാവിഷയം എന്നറിയില്ല. നടൻ അരങ്ങത്തു ക്ഷൗരവൃത്തി ആടാൻ തുടങ്ങി. മേളക്കാരൻ ചെണ്ടവെച്ച് അണിയറയിൽ പോയി ഇരുന്നു. 'ശൂദ്രന്റെ ക്ഷൗരത്തിന് കീഴ്ക്കടെ കൊട്ടിയിട്ടില്ല. കൊട്ടാനും ഭാവല്യ' എന്നാണ് മേളക്കാരന്റെ വിശദീകരണം. കഥകളിയിലെ ജാതീയമായ വേർതിരിവുകളിലേക്കുകൂടി ഈ കഥ വിരലനക്കുന്നു. അരങ്ങിന്റെ പിന്നണി വരേണ്യവർഗത്തിന്റെ കൈയിലാണ്. ക്ഷൗരവൃത്തി ആടുന്ന നടനെ വെറും ശൂദ്രനായരായി കാണാനേ മേളക്കാരന് കഴിയൂ. നടനു

വേണ്ടിയാണ് നായർക്കുവേണ്ടിയല്ല കൊട്ട് എന്നർത്ഥം. ഹാസ്യത്തിലൂടെ ചരിത്രപരമായ ഭാഷ്യത്തിനും അദ്ദേഹം ശ്രമിക്കുന്നു.

കഥകളിയുമായി ബന്ധപ്പെട്ട മുഖത്തേപ്പില്ലാത്ത സ്ത്രീവേഷങ്ങളാണ് കഥകളി പഠിക്കാൻ വിദേശത്തുനിന്നെത്തുന്ന മദാമ്മമാർ. പല കഥകളിക്കാർക്കും ഇവർ ദൗർബല്യവുമാണ്. തിരിച്ചും കഥകളുണ്ട്. കളിയാശാൻ മദാമ്മയെ 'രസിക' എന്നാണ് വിശേഷിപ്പിക്കുന്നത്. വല്ലാത്തൊരു രതിസൂചനയുള്ള വിശേഷണമാണ് അത്. ഇത്തരം സ്ത്രീവേഷങ്ങളെക്കുറിച്ച് അദ്ദേഹത്തിനുള്ള കാഴ്ചപ്പാടും ആ പദത്തിലുണ്ട്.

കഥകളിയിലെ 'കഥ'യില്ലായ്മയെയും കളിയിലെ 'ഊമ'ത്തത്തെയും കുറിച്ച് എഴുതുന്ന വി.കെ.എൻ കഥകളിയെ കളി(സ്പോർട്സ്)യുമായി ബന്ധപ്പെടുത്തുന്നു. "അഞ്ചു ദിവസത്തെ കിരിക്കറ്റ് കളി കാണുന്നതുവരെ നളചരിതം നാലുദിവസത്തെ കഥകളിയാണ് ലോകംകണ്ട ഏറ്റവും വലിയ കളി എന്നായിരുന്നു അലമേലുവിന്റെ വിശ്വാസം." എത്ര രസകരമായിട്ടാണ് നാലുദിവസംകൊണ്ട് കളിതീരുന്ന ടെസ്റ്റ് ക്രിക്കറ്റായി നളചരിതത്തെ വി.കെ.എൻ പിച്ചിലിറക്കിയത്.

'മാനാഞ്ചിറ ടെസ്റ്റി'ൽ പുതിയ ആട്ടക്കഥകളെവരെ വി.കെ.എൻ ബന്ധിപ്പിക്കുന്നു. കഥകളിയും ക്രിക്കറ്റുകളിയും സംയോജിപ്പിച്ച് പുതിയൊരു 'കലകളി'ക്ക് വി.കെ.എൻ നേതൃത്വം നല്കുന്നു.

"ഇതാ അണിയറയിൽനിന്ന് ഒരു സന്ദേശം പറങ്കിമാങ്ങകളായ ഗാമയും ബെറ്റയും മിക്കവാറും ചുട്ടികുത്തികഴിഞ്ഞു. കത്തിവേഷമാണ്. മൂക്കത്ത് വെടിയുണ്ടവെച്ച് തലയിൽ ഹനുമാന്റെ ഹാറ്റ്കൂടി ഫിറ്റാക്കിയാൽ പന്തടിക്കാൻ ഗദയും പിടിച്ച് അവർ അരങ്ങത്തുവരികയായി. "ഇയ്യങ്കോട് ശ്രീധരന്റെ മാനവവിജയം കഥകളിയിലെ ശാസ്ത്രജ്ഞന്മാരെപ്പോലെ വെള്ളത്താടിയാണവർക്ക്. വെള്ളമടി നിരോധിച്ചിട്ടുണ്ട്."

ചുട്ടിപ്പൂവിന് വെടിയുണ്ട കിരീടത്തിന് (മുടി) ഹാറ്റ് കളിക്കാരുടെ ഉത്തേജകമരുന്നും കഥകളിക്കാരുടെ വെള്ളമടിയും തമ്മിൽ ബന്ധിപ്പിക്കുന്നു. വെള്ളവസ്ത്രത്തെ വെള്ളത്താടിയിലേക്ക് അന്വയിച്ചു. ക്രിക്കറ്റ് പിച്ചിന് കളിയരങ്ങിന്റെ പ്രതീതിയുണ്ടാക്കുന്നു.

ക്രിക്കറ്റ് കളിക്കാരുടെ ഭാവാഭിനയത്തെക്കുറിച്ചും ഈ കഥയിൽ പറയുന്നുണ്ട്. തോരണയുദ്ധമാണത്രേ ക്രിക്കറ്റ് കഥകളി. അമ്പയർക്ക് സുന്ദരബ്രാഹ്മണന്റെ വേഷമാണ് നല്കുന്നത്. കളിക്ക് ഒരു വി.കെ.എൻ ചിട്ട അഥവാ ത്ര്ല്ലാമലച്ചിട്ടയുണ്ട്.

കന്ദുകം ത്രിവധം പ്രോക്തം

(മൂവിധം ബാളിനാൽ കളി)

നോ ബാൾ

യെസ് ബാൾ

ഡെഡ് ബാൾ.

ശ്ലോകവും പരിഭാഷയും വ്യാഖ്യാനവും വി.കെ.എൻ തന്നെ നിർവഹിച്ചിരിക്കുന്നു.

'സൂര്യഗന്ധർവ' എന്ന കഥയിൽ ക്രിക്കറ്റിനെയും കഥകളിയെയും താരതമ്യപ്പെടുത്തുന്നു. "കഥകളി മാതിരിയാണ് കിരിക്കറ്റും. ഇടവപ്പാതി കഴിഞ്ഞാൽ കളി കമ്മി. പക്ഷേ ക്രിക്കറ്റ് നടൻ ധനവാനാകും. കഥകളിയന്മാർ മാതിരി കഞ്ഞിയും ചമ്മന്തിയും കെടയാത്.

ഈ രണ്ട് കളിക്കാരുടേയും അന്തരം വി.കെ.എൻ വിദഗ്ധമായി എഴുതുന്നു. നമ്മുടെ ഏറ്റവും വിലപ്പെട്ട വിദേശവാണിജ്യവിളയായിട്ടുകൂടി കഥകളിയിലെ കളിക്കാർ ഇനിയും സ്പോൺസർ ചെയ്യപ്പെട്ടിട്ടില്ല. (കഥകളി കിരീടത്തിലും കുപ്പായത്തിലും തിരശ്ശീലയിലും ഉടുത്തുകെട്ടിന്റെ ഞൊറികളിലും ബഹുരാഷ്ട്രകമ്പനികളുടെ പരസ്യവാചകങ്ങൾ തുന്നിച്ചേർക്കുന്ന കാലം നമുക്ക് അരികിലാണ്.)

കഥകളിക്ക് കല്ലടിക്കോടൻ, കപ്ലിങ്ങാടൻ ചിട്ടയുണ്ട്. ഇതുപോലെ ഇയ്യങ്കോടൻ ചിട്ടയെന്ന് വി.കെ.എൻ പുതിയ ആട്ടക്കഥകൾക്ക് ചിട്ടയുണ്ടാക്കും.

കോട്ടയം കഥകൾ പിന്തുടരുന്ന അതേ മാർഗ്ഗത്തിൽ കഥകളിയിലെ പുതിയ ചലനങ്ങളെ വി.കെ.എൻ നോക്കിക്കാണുന്നുണ്ട്. മാനവവിജയം കഥയിലെ വെള്ളത്താടി വേഷം ക്രിക്കറ്റ് കളിക്കാരനു കൊടുക്കാനാണ് വി.കെ.എൻ ശ്രദ്ധിച്ചത്. എന്നിട്ട് ആടുന്നത് തോരണയുദ്ധവും. പ്രത്യക്ഷത്തിൽ വികലമെന്നു തോന്നാം. കഥയറിഞ്ഞ് ആട്ടംകാണുക. വി.കെ. എന്നിന്റെ സൂക്ഷ്മതയിൽ ബലേ പറയാം.

ദുര്യോധനവധത്തിന്റെ പ്രസക്തിയിൽ ദൂതുരംഗം വി.കെ.എൻ വിചിത്രമാക്കുന്നു.

അഞ്ചുദേശമതെങ്കിലും
അംശമതെങ്കിലും
പാശമതെങ്കിലും
തൂശിയതെങ്കിലും
പാണ്ഡവർക്ക്
കൊടുത്തിടാ
കൊടുത്തിടാ
കൊടുത്തിടാ
പൂപോപോ, പൂഹേ

കത്തിവേഷത്തിന്റെ അലർച്ചയിൽ വി.കെ.എന്നിന്റെ അലർച്ചഭാഷയാണ് ഒടുവിലെ വരി.

വി.കെ.എന്നിന്റെ കഥകളി പരാമർശമുള്ള കഥകളിൽ മുഴുവൻ കഥകളിരംഗങ്ങളല്ല ഉള്ളത്. കഥാകൃത്തിന്റെ ആത്മഗതം, കഥാപാത്രങ്ങളുടെ

വർത്തമാനം എന്നിവയിൽനിന്നൊക്കെ ഉരുത്തിരിഞ്ഞുവരുന്നതാണ് അത്. രാഷ്ട്രീയ–അന്താരാഷ്ട്രീയ കാര്യങ്ങൾ പറഞ്ഞിരിക്കുമ്പോഴാണ് വി.കെ.എൻ സ്രഷ്ടാക്കൾ പൊടുന്നനെ കഥകളിയിലേക്ക് സംസാരം മാറ്റുക. 'മന്ത്രവാദ'ത്തിൽ വി.കെ.എൻ ഒരു കഥാപാത്രത്തെകൊണ്ട് കഥകളി സംസാരം വരുന്നതിനെപ്പറ്റി പറയിപ്പിക്കുന്നു.

പിന്നെന്തിനാണ് കഥകളിയുടെ കാര്യം എഴുന്നള്ളിച്ചത്?

–ഓരോ നാട്ടുവർത്തമാനം പറയുന്ന കൂട്ടത്തിൽ.

നാട്ടുവർത്തമാനത്തിലെ നിത്യനിദാന വിഷയത്തോളം വി.കെ.എൻ കഥകളിയെ ജനകീയമാക്കുന്നു. ചിലപ്പോഴത് വി.കെ.എന്നിന്റെ ഭാഷാ പ്രയോഗത്തിലെ തെന്നിമാറലിലൂടെ കഥകളിയിലേക്ക് വരുന്നു. മകളുടെ കോളേജ് പ്രവേശത്തെപ്പറ്റി അത് കഥകളിയിലെ രംഭാപ്രവേശംപോലെ യാണെന്ന് അദ്ദേഹം പ്രാസമായി എഴുതുന്നു. കോളേജിലേക്ക് അണിഞ്ഞുമിനുങ്ങി പോകുന്ന പെൺകുട്ടി കഥകളിയിലെ രംഭയ്ക്കുസ മാനയാണ്. ഇങ്ങനെയുള്ള അധികവായന നാം ചെയ്യേണ്ടതാണ്.

'അറബ്യേട്ട'യിലെ സർ ചാത്തു നളചരിതം മൂന്നാം ദിവസത്തെ കഥ കളിപ്പദം പതിഞ്ഞ് മൂളുന്നു. പതിഞ്ഞപദത്തെ വേണ്ട ഭാഗത്ത് അദ്ദേഹം പ്രസക്തമാക്കി. 'സിമ്മി'യെന്ന കഥയിൽ കൊട്ടാരം ഗായകസംഘത്തെ വരുത്തി യാഗശാലയിൽ നിന്നു പോക ജവാൽ എന്ന ദക്ഷയാഗദം പാടി ക്കുന്ന രാജാവിനെ കാണാം. ഏത് വിഷയത്തെയും കുസൃതിയോടെ സമീപിക്കുകയാണ് വി.കെ.എൻ ചെയ്യുന്നത്. കഥകളി ഇങ്ങനെ കുസൃ തിക്കണ്ണുകൊണ്ട് കണ്ട വേറൊരു എഴുത്തുകാരനില്ല. എം. ഗോവിന്ദന്റെ 'സർപ്പവും', എൻ.എസ്. മാധവന്റെ 'കാർമെനും' കഥകളി വിഷയമാക്കി എഴുതപ്പെട്ട മലയാളത്തിലെ മികച്ച കഥകളാണ്. ഇതിലൊന്നും കാണാത്ത ശക്തി വി.കെ.എന്നിന്റെ ചില പ്രയോഗങ്ങളിൽ തന്നെയുണ്ട്. വി.കെ.എന്നിന്റെ ഒരു കഥാസമാഹാരത്തിന്റെ പേരുതന്നെ 'കഥകളി' എന്നാണ്.

പി. കുഞ്ഞിരാമൻനായരും ഒളപ്പമണ്ണയും എം.എൻ. പാലൂരും കഥ കളിയിൽ നിന്ന് സൗന്ദര്യഭാവബിംബങ്ങളെടുത്ത് കവിതകളിയിൽ പ്രയോ ഗിച്ചിട്ടുണ്ട്. വി.കെ.എന്നും തന്റെ ഭാഷയിലൂടെ കഥകളിയെ സൗന്ദര്യ വൽക്കരിക്കുയാണ്. ഒരിക്കലും അസംബന്ധകല്പനയായി അദ്ദേഹം കഥ കളിയെക്കുറിച്ച് എഴുതിയിട്ടില്ല. അനവധി കളിയരങ്ങുകൾ കണ്ട് കഥകളി പണ്ഡിതനായിക്കഴിഞ്ഞ ഒരാളെപ്പോലെ, കഥകളിയുടെ സൗന്ദര്യ ശാസ്ത്രം അന്വേഷിക്കുന്ന നിരൂപകനെപ്പോലെ, കഥകളി ഇഷ്ടപ്പെടുന്ന ഒരു കേരളീയനെപ്പോലെ, മലയാളം ക്ലാസിൽ ആട്ടക്കഥ പഠിപ്പിക്കുന്ന അധ്യാപകനെപ്പോലെയാണ് വി.കെ.എന്നിന്റെ വേഷപ്പകർച്ച. പട്ടിയ്ക്കാം തൊടി രാമുണ്ണിമേനോന്റെ പേരിൽ നേരിയൊരു വ്യത്യാസം വരുത്തി 'പട്ടികാംതൊടി' എന്ന് ഒരു കഥയിൽ കണ്ടു. നനുത്ത ഹാസ്യം. തനിക്കു

കാണാൻ പാകത്തിൽ ആട്ടക്കഥയിൽ വി.കെ.എൻ പാഠഭേദം വരുത്തും. പ്രക്ഷിപ്തമെന്നു തോന്നുന്നത് തള്ളും. പകരം പദങ്ങളെഴുതും. ദമയന്തിയെ 'മന്തി'യെന്നു വി.കെ.എൻ വിളിക്കും. രണ്ടാംവിവാഹം വിളംബരപ്പെടുത്തുന്ന ഭൈമിക്ക്

മന്ത്യേമ ദമയന്ത്യേമയ
ദീർഘമായ് മംഗലിഭവ

എന്ന് വി.കെ.എൻ ആശീർവദിക്കുന്നു. 'സുമംഗലീ നീ ഓർമ്മിക്കുമോ' എന്ന പാട്ടും കേൾപ്പിക്കുന്നു. കഥകളിപ്പദങ്ങളെ ചലച്ചിത്രഗാനത്തോടു കൂട്ടിയിണക്കി പുതിയൊരു അന്തരീക്ഷസൃഷ്ടി അദ്ദേഹം ഉണ്ടാക്കുന്നു.

തിരുവില്വാമലക്കാരനായ വി.കെ.എന്നിന് കഥകളിയുടെ സംസ്ക്കാരം ഉണ്ടാകാതെ വയ്യ. തിരുവില്വാമലയ്ക്കടുത്ത് ലക്കിടിയിൽ മുമ്പ് കളിയോഗം ഉണ്ടായിരുന്നു. കഥകളിക്കാരായിരുന്ന കേളുനായർ, അപ്പുണ്ണിപ്പൊതുവാൾ, വെങ്കിച്ചസ്വാമി എന്നിവരുടെ നാടാണ് തിരുവില്വാമല. ആ നാട്ടിൽ കഥകളിയെക്കുറിച്ച് കഥകളിൽ എഴുതുന്ന ഒരു കലാകാരനും ഉണ്ട്. വി.കെ.എൻ കഥകളിയുടെ സ്വാധീനംപോലെതന്നെ മറ്റു ക്ലാസിക്കൽ കലകളുടെ സ്വാധീനവും വി.കെ.എൻ കൃതികളിലുണ്ട്. നോവലുകളെ അപേക്ഷിച്ച് അദ്ദേഹത്തിന്റെ ചെറുകഥകളിലാണ് ഇവ കണ്ടുവരുന്നത്. വള്ളുവനാട്ടിലെ ഉത്സവാന്തരീക്ഷവും കാവുകളിലെ ആചാരങ്ങളും വെളിച്ചപ്പാടും എല്ലാം അദ്ദേഹത്തിന്റെ എഴുത്തുകളിൽ കാണാം. 'വെളിച്ചപ്പാടിന്റെ രണ്ടാംകാവാണ് വീട്' എന്ന് 'അനന്തരം' നോവലിൽ വായിക്കാം. കുഞ്ചൻനമ്പ്യാരുടെ പുനർജന്മമാണ് വി.കെ.എൻ എന്നു കേൾക്കുമ്പോൾ എന്തു തോന്നുന്നുവെന്ന് ചോദിച്ചപ്പോൾ 'ഒന്നു തുള്ളാൻ' എന്നാണ് വി.കെ.എന്നിന്റെ ഉത്തരം. (സർഗസമീക്ഷ: അക്ബർ കക്കട്ടിൽ) കുഞ്ചൻ നമ്പ്യാരുടെ അക്ഷരങ്ങളിലുള്ള അഭ്യാസപാടവം വി.കെ. എന്നിനും കിട്ടിയിട്ടുണ്ട്. ഗദ്യത്തിൽ എന്തും എങ്ങനെയും നിബന്ധിപ്പിച്ച് ചിരിപ്പിക്കാൻ വികെ.എന്നിന് കഴിയുന്നു.

താളമേളങ്ങളുടേയും സംഗീതത്തിന്റേയും സംസ്കാരം വി.കെ. എന്നിനുണ്ട്. "തിമിലയുടേയും ഇടയ്ക്കയുടേയും താളത്തിൽ ഒറ്റ ശ്ലോകങ്ങൾ ഇൻസ്റ്റന്റായി രചിച്ചുപാടി" "സോപാനസംഗീതം പോലെയൊന്ന് മൂളി."

സംഗീതവുമായി ബന്ധപ്പെട്ട കല്പനകളും ഉണ്ട്. സാമ്യപദങ്ങളെ കൊരുക്കുകയോ അനുബന്ധം ചേർക്കുകയോ ചെയ്ത് പുതിയ ശബ്ദസൃഷ്ടി നടത്തുന്നു അദ്ദേഹം. കാപ്പിരാഗത്തെ കട്ടൻകാപ്പിരാഗമാക്കുന്നു. മായാമാളവഗൗളരാഗത്തിന് അനുബന്ധം ഗൗളി ചിലയ്ക്കൽ ആവുന്നു. മ്യാവൂ എന്ന പാട്ടിന് പൂശകരാഗവും മിശ്രതാളവും. എട്ടരക്കട്ടയിലെടുപ്പും നിർദ്ദേശിക്കുന്നു.

മുക്തി എന്ന കഥയിലെ ഒരു ഭാഗം നോക്കുക:

"ശബ്ദങ്ങളെ ഭാവരൂപഭംഗിയോടെ ഉരുത്തിരിച്ച് പുറപ്പെടുവിക്കുന്നതാണ് സംഗീതം. ഭാരതീയ സരിഗമ അളവും തൂക്കവുമനുസരിച്ച് ഇരുപത്തിരണ്ടു ഭാഗങ്ങളായി വിഭജിക്കപ്പെട്ടിരിക്കുന്നു. പറ്റിയതുപറ്റി. ഇനിയതു ചുരുക്കാനോ വളർത്താനോ പറ്റില്ല. അറിയപ്പെടുന്ന അറുപതു രാഗങ്ങളുണ്ടെന്നാണ് അഭിജ്ഞമതം. അറിഞ്ഞതിലും അനന്തരമിരട്ടിയാണ് അറിയപ്പെടാത്തത്. അറിയപ്പെടാത്തത് എന്ന ന്യായമനുസരിച്ച് കോടി രാഗം വേറെയും കാണണം. ആയതിൽ കുറെയൊക്കെ നമ്മുടെ അനന്തരാമകൃഷ്ണഭാഗവതർ ചിട്ടപ്പെടുത്തിയിട്ടുണ്ട്. മിച്ചം ഗജത്തെ ചട്ടത്തിലാക്കാൻ അനന്തനാലും ആവതുമല്ല."

(ആയിരം നാവുള്ള അനന്തനെ ഓർമ്മിക്കുക)

വി.കെ.എന്നിന്റെ ബുദ്ധിപൂർവ്വമായ നിരീക്ഷണം നോക്കൂ: "ഭൂമിശാസ്ത്രമാണ് സ്വരലയതാളങ്ങളെ സ്വാധീനിച്ചിട്ടുള്ളത്. കുന്നുംമലയും നദിയും നിറഞ്ഞ ദക്ഷിണഭാരതത്തിൽ ഭൂപ്രകൃതിയെ അനുസ്മരിപ്പിക്കുന്നതാണ് സംഗീതം. ചടുലമായ ആരോഹണാവരോഹണക്രമങ്ങൾ.

ഉത്തരേന്ത്യൻ സംഗീതത്തെക്കുറിച്ച് അദ്ദേഹം പറയുന്നു.

"മന്ദതയിലെ സൗന്ദര്യത്തിന്റെ ഗാംഭീര്യമിയന്നതാണ്. ഗംഗാപ്രവാഹംപോലെ."

പാശ്ചാത്യസംഗീതം വിശിഷ്യ, വാദ്യസംഗീതം ശ്രവിച്ചാൽ അവിടുത്തെ സ്റ്റെപ്പികളും തുൺഡ്രയും കുണ്ടറ വിളംബരവും കടലും കായലുമെല്ലാം മനസ്സിൽ കയറിവരും."

മുക്തി എന്ന കഥയിൽ തമിഴ് സംഗീതനാടകത്തെക്കുറിച്ചും നമ്മുടെ നാടകസാഹിത്യത്തെക്കുറിച്ചും വി.കെ.എൻ വിവരിക്കുന്നുണ്ട്.

"തന്റെ സംസ്കാരം അനസ്യൂതമായി പുഷ്പിച്ചുനിൽക്കുന്ന ഒരിടമെങ്കിലുമുണ്ടല്ലോ പാരിടത്തിൽ. തമിഴകം. മതി. നഞ്ഞെന്തിനു നാനാഴി?"

"യേശുവിനു മുമ്പ് അഞ്ചാംനൂറ്റാണ്ടിൽ (ബിഫോർ ക്രൈസ്റ്റിനെ പരിഭാഷപ്പെടുത്തിയതിലെ ചന്തം നോക്കുക) ഗ്രീക്കുകാരാണ് നാടകാന്തം കവിത്വം എന്നു പാടിയതെന്ന് പാശ്ചാത്യർ പറയും. ശരിയല്ല. ദൈവപുത്രന്റെ (ഇപ്പോഴത് ദൈവപുത്രനായി) ജനനത്തിനും എത്രയോ നൂറ്റാണ്ട് മുമ്പ് കേരളത്തിൽ കോവിലൻ ചരിത്രവും കുയിൽനാദം 'കുഞ്ഞുകുട്ടൻ നായരുമുണ്ടായിരുന്നു." "യുഗാന്തത്തിൽ പ്രളയത്തിനു നടുക്കും ഇവിടെ സമിതികൾ നാടകമരങ്ങേറും. തമിഴർക്കു നാടകമേ ഉലകമാണ്. കേരളീയർക്കതു ജീവനും. ഒരു നാടകത്തിൽ അഭിനയിച്ചുകൊണ്ടിരിക്കുമ്പോൾ മരിക്കാനാണ് മിക്ക കേരളീയരും ഇഷ്ടപ്പെടുക. (ജീവിതം നാടകമാണ്. നാം കഥാപാത്രങ്ങളാണ്. അഭിനയിച്ചുകൊണ്ടിരിക്കെ രംഗത്തുനിന്നു പിൻവാങ്ങുന്നു. രംഗബോധമില്ലാത്ത കോമാളിയെപ്പോലെ

മരണം കടന്നുവരുന്നു തുടങ്ങിയ തത്ത്വങ്ങളെ വി.കെ.എൻ വെറുതെ പറഞ്ഞുപോകുന്ന ഒരു വരിയിൽ നിബന്ധിക്കുന്നു) ഇവിടെ തൊഴിലില്ലായ്മയ്ക്ക് വ്യവസായവൽക്കരണമല്ല, നാടകവൽക്കരണമാണ് ആവശ്യം. മുക്കിനുമുക്കിനു നാടകക്കളരികൾ."

നാട്ടിൻപുറത്തെ നാടകങ്ങൾ, മലയാള നാടകമെഴുത്തുകാരുടെ നേതൃത്വത്തിൽ നടന്നിരുന്ന നാടകക്കളരികൾ ഇവയൊക്കെ പരിഹസിക്കുകയാണിവിടെ.

വി.കെ.എൻ എല്ലാം വീക്ഷിക്കുന്നു. കൃഷിയും കച്ചവടവും കഥകളിയും കച്ചേരിയും രാഷ്ട്രീയവുമെല്ലാം മൂന്നുപേജ് വരുന്ന കഥയിൽ നിരത്തിവച്ച് അവയെ ഏകീകരിക്കുന്നു. 'കഥയില്ലായ്മയിൽ' നിന്ന് കഥയുണ്ടാക്കുകയാണ് ഈ രചനാകല. ഇത് മലയാളത്തിൽ വി.കെ. എന്നിന് മാത്രം സാധിക്കുന്ന ആഖ്യാനതന്ത്രമാണ്. ചരിത്രവും ഭൂമിശാസ്ത്രവും കലയും രാഷ്ട്രീയവും സ്പോർട്സും എല്ലാം ഒരു കഥക്കീഴിൽ കൊണ്ടുവന്ന് അത് സമൂഹത്തിന്റെ നേർക്ക് കാണിച്ചുകൊണ്ട് വി.കെ.എൻ. നിസ്സംഗനായി ഇരിക്കുന്നു. ഈ കാഴ്ച കണ്ട് നമ്മൾ ചിരിക്കുന്നു. വി.കെ.എൻ ഒരു കഥയിലും ചിരിക്കുന്നില്ല. ചിരി എന്നൊരു വാക്ക്, ചിരി എന്ന ചിന്ത വി.കെ.എൻ കൃതികളിൽ വരുന്നില്ല. അവനവൻ ചിരിക്കാതെ മറ്റുള്ളവരെ ചിരിപ്പിക്കുന്ന പുതിയൊരു ഹാസമാർഗ്ഗമാണ് അദ്ദേഹത്തിന്റേത്.

വി.കെ.എന്നിനെ ഹാസസാഹിത്യത്തിന്റെ അതിരിൽ അതിലെ അതികായനായി വിശേഷിപ്പിക്കുന്നത് അപരാധമാണ്. മലയാളത്തിൽ മികച്ച നോവലിസ്റ്റുകളിൽ ഒന്നാംനിരയിൽ തന്നെയാണ് വി.കെ. എന്നിന്റേയും സ്ഥാനം. ആരോഹണം, പിതാമഹൻ, ജനറൽ ചാത്തൻസ് എന്നിവയിൽ മാറുന്ന മലയാള നോവലിന്റെ എല്ലാ ഘടകങ്ങളുമുണ്ട്. സാമൂഹിക രാഷ്ട്രീയനോവലുകളെന്ന ഗണത്തിലും വി.കെ.എൻ കൃതികളെ കാണരുത്. ആഖ്യാനം, താളം, പരിസരം, കഥാപാത്രങ്ങൾ, ഭാഷ ഇവയൊക്കെ സ്വന്തമായി സൃഷ്ടിച്ചാണ് വി.കെ.എൻ നോവലെഴുതിയിട്ടുള്ളത്. പയ്യൻകഥകളെ ചെറുകഥയായി അംഗീകരിക്കുവാൻ പലർക്കും വിഷമമാണ്. പയ്യനിൽ ഒരു സമൂഹമുണ്ട്. ആദിമധ്യാന്തപ്പൊരുത്തമുള്ള ചെറുകഥ വി.കെ.എന്നിൽനിന്നും പ്രതീക്ഷിക്കുന്നവർക്കാണ് പയ്യൻ കഥകളെ കഥകളായി കാണാൻ വിഷമം എന്നു തോന്നുന്നത്.

മലയാളത്തിൽ ഉത്തരാധുനികതയുടെ തച്ചുശാസ്ത്രമെഴുതുന്നവർ, ഭാഷയെ ശീർഷാസനം ചെയ്യിച്ച് ചിരിക്കുന്ന പെരുന്തച്ചനെ - വി.കെ. എന്നിനെ മറക്കുന്നു. വിഷയസമീപനത്തിലും ഭാഷയിലും അദ്ദേഹത്തോളം സ്വാതന്ത്ര്യമെടുത്ത് എഴുതിയവർ വേറെയില്ല. വി.കെ.എന്നിന്റെ ഭാഷ ഏകപക്ഷീയമാണ്. ഉത്തരാധുനികതയെക്കുറിച്ചുള്ള പല ലേഖനങ്ങളിലും വി.കെ.എൻ പരാമർശപ്പേരു മാത്രമാവുന്നു. വി.കെ.എന്നിനെ

വായിച്ച് ഉൾക്കൊള്ളാത്ത ഒരു സമൂഹമുണ്ട്. വടക്കൻ കേരളത്തിലെ നിരൂപകർക്ക് വടക്കാഞ്ചേരി ഉത്രാളിക്കാവും ഒറ്റപ്പാലം പാലപ്പുറം കാവിലെ പൂരക്കാലത്തെ നിലവിളിയും പഴയന്നൂരംശവുമെല്ലാം അജ്ഞാതമാകുന്നതിൽ അദ്ഭുതമില്ല. വി.കെ.എൻ കൃതികളിലെ സ്ഥലകാലങ്ങൾ അദ്ദേഹത്തിന്റെ കൃതികളുടെ ആസ്വാദനത്തിനു തടസ്സം നില്ക്കുന്നു. വ്യാഖ്യാനമില്ലാത്ത രചനാശൈലിയാണ് അദ്ദേഹത്തിന്റേത്. സംഭാഷണ പ്രധാനമാണ് മിക്ക കഥകളും. ഭാഷയ്ക്കുള്ളിലെ ഭാഷയെപ്പറ്റി ചിന്തിക്കേണ്ടിവരുന്നത് വി.കെ.എൻ കഥകൾ വായിക്കുമ്പോഴാണ്. വി.കെ. എന്നിന്റെ ഭാഷ ഒറ്റമൂലിക്ക് സമമാണ്. ഈ ഭാഷാഔഷധംകൊണ്ട് അദ്ദേഹം സമൂഹാഘാതത്തെ ചികിത്സിക്കുന്നു. ഈ സമൂഹമാണ് വി.കെ.എന്നിന് വിഷയം. സമകാലസമൂഹത്തിന്റെ ഫോട്ടോസ്റ്റാറ്റ് കോപ്പികളാണ് വി.കെ.എന്നിന്റെ കൃതികൾ.

മലയാളത്തിലെ ആദ്യകാലകഥകളിൽ കാണുന്ന ഹാസ്യത്തിന്റെ തുടർച്ചയല്ല വി.കെ.എന്നിന്റേത്. ഒറ്റപ്പെട്ടവന്റെ ദുഃഖമാണ് അദ്ദേഹം അവതരിപ്പിക്കുന്നത്. 'കണ്ണീർ പുറത്തുകാണാതിരിക്കാൻ പയ്യൻ ചിരിച്ചു' എന്ന് വി.കെ.എൻ എഴുതുമ്പോൾ ഈ സത്യം മനസ്സിലാവുന്നു.

ഭൂതകാലവും വർത്തമാനകാലവും നർമ്മ നിർമ്മമതയോടെ പകർത്തിയെഴുതിയ വി.കെ.എൻ എന്ന മഹാസാഹിത്യകാരനെ ഭാവികാലം ആദരവിന്റെ പുഞ്ചിരിയോടെ ഓർമ്മിക്കും.

വില്വാദ്രിയിലെ വ്യാസൻ

വരയുടെ സ്വാതന്ത്ര്യവും സന്തോഷവും ഏറ്റവും അധികം അനുഭവിക്കുന്നത് വി.കെ.എന്നിനുവേണ്ടി വരയ്ക്കുമ്പോഴാണെന്ന് നമ്പൂരി പറയാറുണ്ട്. വി.കെ.എൻ വരച്ച അക്ഷരചിത്രം നമ്പൂതിരി രേഖാചിത്രമാക്കുന്നു. വി.കെ.എൻ ഉദ്ദേശിച്ച രീതിയിൽ കഥാപാത്രങ്ങളെ അതിപുരുഷന്മാരും വിലാസവതികളുമാക്കി പൊലിപ്പിച്ചെടുക്കാൻ നമ്പൂതിരിക്ക് അറിയാം. വി.കെ.എന്നിന്റെ ഏറ്റവും നല്ല വായനക്കാരൻ നമ്പൂതിരിയും നമ്പൂതിരിയുടെ ഏറ്റവും നല്ല ആസ്വാദകൻ വി.കെ.എന്നും ആകുന്നു. മുഖത്തിന് യുവത്വവും ഉടലിന് കുട്ടിത്തവുമുള്ള പയ്യനെ 'വരച്ചുണ്ടാക്കിയത്' നമ്പൂതിരിയാണെന്ന് വി.കെ.എൻ പറയുകയുണ്ടായി. നമ്പൂതിരിക്ക് വരയ്ക്കാൻ പാകത്തിലുള്ള കഥാപാത്രങ്ങളും അന്തരീക്ഷവും വി.കെ.എൻ ഒരുക്കാറുണ്ട്. നമ്പൂതിരിക്കുമതേ. എല്ലാ അധികാരങ്ങളോടും വി.കെ. എൻ കഥകളിൽ വിചിത്ര പരിസരങ്ങൾ സൃഷ്ടിക്കുകയുമാവാം. മഹാഭാരതത്തിന്റെ ആധുനികവും വർത്തമാനവുമായ പുനരാഖ്യാനത്തിൽ, ഭീഷ്മർ പെണ്ണന്വേഷിച്ചു പോകുന്നത് തിരുവില്വാമല വഴിയാക്കുകയും വി.കെ.എന്നിന്റെ തറവാട്ടുപേരു കൊത്തിയ കല്ലത്താണി വരയ്ക്കുകയും ചെയ്ത് നമ്പൂതിരി വി.കെ.എൻ കഥയിൽ പുതുതായ അന്തരീക്ഷമുണ്ടാക്കുന്നു.

നമ്പൂതിരിയുടെ ചിത്രമെഴുത്ത് യഥാർത്ഥത്തിൽ വായിക്കപ്പെടുന്നത് വി.കെ.എൻ കഥയ്ക്കൊപ്പമാകുന്നു. മഹാഭാരതം പുതിയ കാലത്തിൽ പുനരാവിഷ്കരിക്കുകയാണ് ഇപ്പോൾ വി.കെ.എൻ ഈ പരീക്ഷണഘട്ടത്തിൽ, ആ കഥകൾക്ക് നമ്പൂതിരി വരച്ച ചിത്രങ്ങൾ തുടർന്നെഴുതാൻ പ്രേരണയായിട്ടുണ്ടെന്ന് വി.കെ.എൻ പറയുന്നു. ആർട്ടിസ്റ്റ് നമ്പൂതിരി കാർട്ടൂണിസ്റ്റാകുന്നത് വി.കെ.എന്നിന് വരയ്ക്കുമ്പോഴാണ്. സംഭാഷണപ്രധാനങ്ങളായ മിക്ക വി.കെ.എൻ കഥകളിലും കാർട്ടൂണിന് പാകത്തിലുള്ള രംഗങ്ങളുണ്ട്. ഇവിടെ നമ്പൂതിരി വലിയ കാർട്ടൂണുകൾ വരയ്ക്കുന്നു. വി.കെ.എൻ ചിരിയ്ക്ക് അനുബന്ധമാണ് നമ്പൂതിരിയുടെ വര. നമ്പൂതിരി ചിത്രങ്ങൾ ചിരിപരത്തുന്നത് വി.കെ.എൻ കഥാപാത്രങ്ങളിലൂടെയാണ്.

വി.കെ.എന്നിന്റെ രചനാശൈലി മാറിയതുപോലെ നമ്പൂതിരിയുടെ വരയുടെ ശൈലിയും മാറിയിരിക്കുന്നു. ചാത്തുവിൽനിന്ന് ഭീഷ്മരി

ലേക്കുള്ള മാറ്റം നമ്പൂതിരിചിത്രത്തിലും വി.കെ.എന്നിന്റെ എഴുത്തിലും കൃത്യമായി അനുഭവപ്പെടുന്നുണ്ട്. പഴയ ആഖ്യാനശൈലി വി.കെ.എൻ ഉപേക്ഷിച്ചു. എന്നാൽ നമ്പൂതിരിചിത്രങ്ങൾ ഇപ്പോൾ ആഖ്യാനപ്രധാന മായി കാണുന്നു. ആഖ്യാനാത്മക ഹാസ്യത്തിൽനിന്ന് ചുവടുമാറി വി.കെ.എൻ ഇപ്പോൾ കൂടുതൽ ശൈലീകൃതമായിരിക്കുന്നു. ആത്മാനു കരണത്തിന്റെ ഒരു സ്വഭാവവും പുതിയ വി.കെ.എൻ രചനകളിൽ ഇല്ല. അദ്ദേഹം എന്നും കാലത്തോടൊപ്പവും കാലത്തിന് ഒരു ചുവടുമുന്നിലും നടന്ന എഴുത്തുകാരനാകുന്നു. ചരിത്രവും രാഷ്ട്രീയവും സംസ്കാരവും പരിസ്ഥിതിയും ഭൂമിശാസ്ത്രവും സാമ്പത്തികശാസ്ത്രവും സ്പോർട്സും കലകളുമെല്ലാം വി.കെ.എൻ കഥകളിൽ യഥേഷ്ടം. വിഷയാധിഷ്ഠിത മല്ല എന്നതാണ് വി.കെ.എൻ കൃതികളുടെ മൗലികത. കഥാപാത്രങ്ങ ളുടെ വർത്തമാനം ഏതുവഴിക്കാണ് തിരിയുക എന്നറിയില്ല. ഒടുവിൽ വി.കെ.എൻ ഇടപെട്ട് കഥ പുതിയൊരു വഴിത്തിരിവിലെത്തിക്കും. മല യാള കഥയിൽ വി.കെ.എന്നിന് മാത്രം കഴിയുന്ന ഭാഷാതന്ത്രങ്ങളും ആഖ്യാനതന്ത്രങ്ങളുമുണ്ട്. ചില്ലുചേർത്തും വിട്ടുകളഞ്ഞും പുതിയ ചിഹ്നങ്ങൾ ഉപയോഗിച്ചും ജീവിച്ചിരിപ്പുള്ളവരെ കൊണ്ടുവന്നും, കവിത രചിച്ചും കവിതയ്ക്ക് പാരഡി തീർത്തും വിവർത്തനം ചെയ്തും പുതു ശൈലിയും ഭാഷാരൂപവും വി.കെ.എൻ സൃഷ്ടിച്ചു. വായനക്കാരെ ചിരി പ്പിക്കുന്ന വി.കെ.എന്നിൽ ഗൗരവപ്പെട്ട ഒരു മനസ്സുണ്ട്. വി.കെ.എന്നിനെ വായിച്ച് പൊട്ടിച്ചിരിക്കുന്നവർ അദ്ദേഹത്തിന്റെ ആസ്വാദകനല്ല. ഗൂഢമായ ചിരിയാണ് വരേണ്ടത്. വീക്ഷണത്തിലും നിരീക്ഷണത്തിലും ഗൗരവമു ള്ളയാൾക്കേ എന്നും പുതുമ സൃഷ്ടിക്കാൻ കഴിയൂ.

മലയാളത്തിൽ ഹാസസാഹിത്യത്തിന്റെ ചെറിയ ഇടത്തിലെ അതി കായനായിട്ടില്ല വി.കെ.എന്നിനെ കാണേണ്ടത്. ഹാസ്യത്തിന്റെ പേരിൽ ഒരു പുരസ്കാരവും അദ്ദേഹം സ്വീകരിച്ചിട്ടുമില്ല. മലയാളത്തിലെ ഏറ്റവും വലിയ ഗൗരവസാഹിത്യമാണ് വി.കെ.എന്നിന്റേത്. അതുകൊണ്ടാണ് വി.കെ.എൻ സാഹിത്യം ഒറ്റയ്ക്ക് പഠിക്കപ്പെടാത്തതും. ബഷീറിനോടും സഞ്ജയനോടും ഒപ്പമുള്ള താരതമ്യപഠനത്തിന് പാകത്തിലുള്ളതല്ല വി.കെ.എൻ രചനകൾ.

ഉയർന്ന ചിന്തയാണ് ഹാസ്യത്തിന്റെ ഉദ്ഭവം. കൈവഴക്കവും ചിന്താ വഴക്കവുമാണ് വി.കെ.എന്നിന്റെ ചില എഴുത്തഭ്യാസങ്ങളെ എക്കാലവും ഓർമയിൽ നിർത്തുന്നത്. ഏറ്റവും ഒടുവിൽ കുഞ്ഞികൃഷ്ണമേനോൻ, എം.കെ. സാനു പ്രദേശം, കോഴിക്കോട് ഒന്ന്, ഏറിയാൽ രണ്ട് തുടങ്ങിയ പ്രയോഗങ്ങൾ മലയാളത്തിൽ വി.കെ.എന്നിനു മാത്രം എഴുതാൻ കഴി യുന്നതാകുന്നു.

എല്ലാ വിഷയങ്ങളിലും സ്പർശനശേഷിയുള്ള ചിന്തയാണ് വി.കെ. എന്നിന്റേത്. അദ്ദേഹം ഒരു വിഷയത്തെയും ശീർഷാസനം ചെയ്യിക്കുന്നില്ല. ഇങ്ങനെയൊരു ശീർഷാസന ചിന്ത വായനക്കാരിൽ വരുത്തുന്നതാണ്

വി.കെ.എൻ എഴുത്തിന്റെ കലയും സ്വഭാവവും. അദ്ദേഹം ഗൗരവമായി സമീപിക്കുന്ന ഏതു വസ്തുതയും അതേ ലാഘവത്തിൽ സരസമായും നിരീക്ഷിക്കും. ഈ സരസനിരീക്ഷണത്തിൽ മാത്രമാണ് നമ്മുടെ വായന ഒതുങ്ങിനിൽക്കുന്നത്. യഥാർത്ഥത്തിൽ ഇത് വി.കെ.എൻ എന്ന എഴുത്തുകാരനോട് വായനക്കാർ ചെയ്യുന്ന അപരാധമാകുന്നു.

വി.കെ.എന്നിന്റെ അസ്തമിക്കാത്ത പ്രതിഭയുടെ തെളിച്ചം അദ്ദേഹത്തിന്റെ വർത്തമാനകാല രചനകളിൽ, പ്രത്യേകിച്ച് മഹാഭാരതത്തെ ആസ്പദിച്ചെഴുതുന്ന രചനകളിൽ കാണുന്നുണ്ട്. മഹാഭാരതത്തെ പുതിയ കാലത്തിലേക്ക് പരാവർത്തനം ചെയ്യാനാണ് വി.കെ.എന്നിന്റെ ശ്രമം. മഹാഭാരതം ഉപജീവിച്ചെഴുതപ്പെട്ട കൃതികളെല്ലാം അതതു കാലത്തോടും പരിസരത്തോടും അന്തരീക്ഷത്തോടും കൂറു പുലർത്തിയിട്ടുണ്ട്. ഇതിന് അനുകൂലവും പ്രതികൂലവുമായ വശങ്ങളുണ്ട്. വി.കെ.എന്നിന്റെ ഭാരതവ്യാഖ്യാനം ഈ ഉപഭോഗ സംസ്കാരകാലത്തെ പ്രതിനിധാനം ചെയ്യുന്നതാണ്. ഈ നൂറ്റാണ്ട് അവസാനിക്കുമ്പോഴുള്ള ഭാരതത്തിന്റെ അവസ്ഥ ഈ മഹാഭാരതത്തിൽ കാണുന്നു. നളചരിതം ആട്ടക്കഥയെ പുതിയ കാലത്തിലേക്ക് പറിച്ചുനട്ടുകൊണ്ട് നളചരിതംമൂലം എന്ന ദീർഘകഥ വി.കെ.എൻ മുമ്പ് എഴുതിയിട്ടുണ്ട്. മഹാഭാരതത്തിന്റെ സാരം ചോർന്നുപോകാതെ, കഥാപാത്രങ്ങളെയും സംഭവങ്ങളെയും ക്രോഡീകരിച്ച് വിചിത്ര പരിസരങ്ങൾ ഒരുക്കുകയാണ് വി.കെ.എൻ 'എന്ന സമാചാരം?' പത്രത്തിന് എഡിറ്റോറിയൽ എഴുതുന്ന വിദുരൻ, ധൃതരാഷ്ട്രാലിംഗനം മറ്റൊരവസരത്തിലേക്ക് മാറ്റിവെച്ച് വെറുതെ ആലിംഗനം നടിക്കുന്ന ധൃതരാഷ്ട്രർ, ദളിതനായ ഏകലവ്യൻ, മുടി ബോബ് ചെയ്യാൻ ഉദ്ദേശിക്കുന്ന പാഞ്ചാലി, ദുശ്ശാസനൻ വസ്ത്രാക്ഷേപത്തിനൊരുങ്ങുമ്പോൾ മന്ത, ഞാൻ രജസ്വലയാണ് എന്ന് കുട്ടികൃഷ്ണമാരാരുടെ 'ഭാരതപര്യടനം' ഉദ്ധരിക്കുന്ന ദ്രൗപദി - ഇങ്ങനെ പുതിയകാലത്തിൽ നിന്നുകൊണ്ട് പഴയകാലത്തെ വി.കെ.എൻ പുനഃസൃഷ്ടിക്കുന്നു. വി.കെ.എൻ ഒരുക്കുന്ന പാഞ്ചാലി പരിണയവേദി നോക്കുക: "രണ്ടു കരിമ്പനപ്പൊക്കത്തിൽ ആകാശത്ത് വൃത്തത്തിൽ ഇരുമ്പുകൊണ്ട് ഒരു യന്ത്രം തീർത്തു. അതിനുമുമ്പ് വേറൊരു യന്ത്രവും തീർത്തു. എന്നിട്ട് ദിനപ്പത്രങ്ങളുടെ മുൻപേജിൽ ഒരു പരസ്യം കൊടുത്തു. താഴെ നിലത്ത് ഒരു വില്ലും ശരങ്ങളും ഒരുക്കിയിട്ടുണ്ട്. ശരവർഷം ചെയ്ത് ഗുരുത്വാകർഷണം വഴി ആകാശത്തെ വൃത്തത്തിന് നടുക്ക് വേറെ വൃത്തത്തിൽ വച്ചിരിക്കുന്ന എള്ളുണ്ടയെ താഴെ വീഴ്ത്തി അത് തിന്മാൻ കഴിവുള്ളവനാണ് നാം ദ്രൗപദിയെ പിടിച്ചുകൊടുക്കുക. മന്നവർ മാനം നോക്കിയിരിക്കട്ടെ. പാർത്ഥനല്ലാതെ ഗുരുത്വാകർഷണ സിദ്ധാന്തത്തെ ഭേദിക്കാൻ കഴിയില്ലെന്ന് രാജാവിന് ഉറപ്പായിരുന്നു. വില്ലാളി വീരനുള്ളതാണ് എള്ളുണ്ട." ലഡ്ഡുവിനും ജിലേബിക്കും പകരം എള്ളുണ്ട വച്ചത് ദ്രുപദന്റെ പിശുക്കിനെ സൂചിപ്പിക്കുന്നുവെന്ന് വി.കെ.എന്നിന്റെ വ്യാഖ്യാനം.

'മറ്റു പൂച്ചെടി ചെന്നുതിന്നാൻ' എന്ന കഥ അർജ്ജുനനെ സംബന്ധിച്ചാണ്. അർജ്ജുനൻ എന്ന പേരിലെ ഉച്ചാരണത്തെ വി.കെ.എൻ ചില ഉപാധികളോടെ ലഘുതരമാക്കുന്നു. ഈ പേര് അർജിൻ എന്ന ലഹരി പദാർത്ഥമായി ചുരുങ്ങിയത് ഇപ്രകാരമാണ്. "അർജ്ജുനൻ എന്ന വാക്ക് എഴുതാനും കമ്പോസ് ചെയ്യാനും അച്ചടിക്കാനും ലിപി പരിഷ്കരണ വേളയിൽ വിഷമം വന്നുഭവിച്ചതുകൊണ്ടാണ് ആശാനെ അർജൻ എന്നു ചുരുക്കി രൂപഭദ്രമാക്കാൻ ഇടയായത്." - വൈലോപ്പിള്ളിയേയും മുണ്ടശ്ശേരിയെയും ഓർമ്മിക്കാനുള്ള അവസരവും വി.കെ.എൻ ഒരുക്കുന്നു. പാഞ്ചാലി ധർമ്മപുത്രരുമായി സംസാരിക്കുന്ന ഭാഗത്തെ രതിയുടെ സൂചനകളുമായി ബന്ധപ്പെടുത്തി വി.കെ.എൻ എഴുതുന്നു. രതിയുടെ സരസമായ ആഖ്യാനം വി.കെ.എന്നിന്റെ എഴുത്തിൽ ധാരാളമണ്ട്. നേരമ്പോക്ക്, തരാവുക തുടങ്ങിയ രതിസൂചകങ്ങൾ അദ്ദേഹം സ്ഥിരമായി പ്രയോഗിക്കാറുമുണ്ട്. ധർമ്മപുത്രരുമൊത്ത് - ധർമ്മോത്തര് എന്ന് ലോപം - പാഞ്ചാലി സല്ലപിക്കുമ്പോൾ അബദ്ധവശാൽ അവിടേക്കു ചെന്ന അർജ്ജുനനോട് "ഇടയ്ക്കുവന്ന് ഞങ്ങൾ ചൊല്ലിയാടുന്നത് ഒളിഞ്ഞുനോക്കരുത്" എന്ന് പാഞ്ചാലി പറയുന്നു. 'എഞ്ചിനുകൾ പ്രവർത്തിക്കാൻ തുടങ്ങിയിട്ടേ ഉണ്ടായിരുന്നുള്ളൂ' എന്നാണ് മറ്റൊരു ചൊല്ലിയാട്ടങ്ങൾ വി.കെ.എൻ സരസമാക്കുന്നത് നോക്കുക:

"ഒരൂഴത്തിൽ പാഞ്ചാലിയെ തനിക്ക് ആറുമാസം മതിയെന്ന് ധർമ്മോത്തര് പറഞ്ഞു. തനിക്ക് രണ്ടുകൊല്ലം തീർത്തും വേണമെന്നായി ഭീമൻ. പാർത്ഥനും ആറുമാസം മതി. നകുലനും സഹദേവനും കൂടി അരക്കൊല്ലവും. നാരദൻ പറഞ്ഞു. അപ്പോൾ മൊത്തം മൂന്നരവർഷത്തെ മിനക്കെടേ പാഞ്ചാലിക്കുവേണ്ടൂ. അഞ്ചുവർഷം കൂടുമ്പോൾ ഒന്നരക്കൊല്ലം തൊഴിലില്ലാതിരിക്കുന്നതിലെ രസമോർത്ത് പാഞ്ചാലി നാരദനെ വീണ്ടും തൈർശാതമൂട്ടി വായുവിൽ വിട്ടു (വിഭക്തഭാരതം). രതിയുടെ സ്റ്റാറ്റിസ്റ്റിക്സാണ് വി.കെ.എൻ അവതരിപ്പിക്കുന്നത്. പാഞ്ചാലിക്ക് സഹശയനമെന്നത് തൊഴിലാകുന്നു. മാദ്രിയിൽ രമിച്ചുമരിച്ച പാണ്ഡുവിനെക്കുറിച്ച് 'അവസാനശ്വാസംവരെ അനുഭവിക്കാൻ തരായല്ലോ' എന്നാണ് കഥാകാരന്റെ നിരീക്ഷണം. പാഞ്ചാലീപരിണയാനന്തരം താമസസ്ഥലത്തെത്തിയ പാണ്ഡവർ 'മാതാവേ ഞങ്ങൾക്കിന്ന് അതിശായ ഒരുജാതി ഭിക്ഷ തരായി' എന്നാണ് പറയുന്നത്. കുന്തിയുടെ സ്വാഭാവിക മറുപടിയിൽ വി.കെ.എൻ ഒരു വാചകം കൂട്ടിച്ചേർത്തു പൊലിപ്പിച്ചു. "എന്നാലത് നിങ്ങൾ അഞ്ചുപേരും ചേർന്ന് തുല്യമായി അനുഭവിച്ചുകോൾക. ആറാമനൊരാൾക്കു കൊടുക്കരുത്." അതിശായഭിക്ഷകണ്ട് അമ്പരന്ന കുന്തിയുടെ പ്രതികരണത്തിലും വി.കെ.എൻ രതിയുടെ നർമ്മം കൊളുത്തുന്നു. "നിങ്ങൾ അഞ്ചുപേരും ചേർന്ന് ഈ കൊച്ചിനെ മറ്റേ കൂട്ടത്തിലാക്കുമല്ലോ." അപ്പോൾ ഭീമൻ കുന്തിയുടെ ഭൂതകാലം പറയുന്നു. "സൂര്യൻ മുതൽ യമനടക്കം പ്രാണവായുവെ വരെ എടമ്പ്രല്ലാണ്ട് വശം

കെടുത്തിയ അമ്മച്ചിതന്നെയാണ് ഇങ്ങനെ പറയേണ്ടത്. 'അഞ്ചെങ്കിലഞ്ചും കണക്കവൾക്കില്ലൊരു ചാഞ്ചല്യമേതും' എന്നാണ് കിള്ളൂർശിമംഗലം നമ്പ്യാർ ഇവളെക്കുറിച്ച് പാടിയിട്ടുള്ളത്" – സൂര്യൻ മുതൽ യമനടക്കം പ്രാണവായുവെവരെ എന്നത് പുതിയ വി.കെ.എന്നിൽ കാണുന്ന ശൈലിയാണ്. ഭീമൻ കുഞ്ചൻനമ്പ്യാരെ ഉദ്ധരിക്കുന്നു. അനന്തരം അവർ രണ്ടാംലോക മഹായുദ്ധത്തിൽ ഹിറ്റ്ലർ സഖ്യശക്തികൾക്കെതിരെ പ്രയോഗിച്ച പ്രതിരോധതന്ത്രങ്ങൾ സവിസ്തരം പ്രതിപാദിക്കുകയും അസ്ത്രശാസ്ത്രവിന്യാസത്തെക്കുറിച്ച് തോറ്റംപാട്ടുണ്ടാക്കുകയും ചെയ്യുന്നു. പഴയകാലത്തെ പുതിയ കാലത്തിലേക്ക് പുനഃസൃഷ്ടിക്കുമ്പോൾ വരാവുന്ന പ്രതിബന്ധങ്ങളെ വി.കെ.എൻ എളുപ്പം അതിജീവിക്കുന്നു. അസ്വാഭാവികത തോന്നിക്കാത്ത രീതിയിൽ സന്ദർഭാനുസരണമായി, പൊരുത്തമില്ലാത്ത വസ്തുതകൾ വരെ നിരത്തുന്നു. പൊരുത്തക്കേടിൽനിന്ന് ഹാസ്യം ജനിപ്പിക്കാനുള്ള കല വി.കെ.എന്നിന്റെ സ്വന്തവുമാകുന്നു.

ഹിഡിംബ വനത്തിൽ എത്തിയ പാണ്ഡവർക്ക് ഭീമൻ കാവലിരുന്നതിനെ 'ദുര്യോധനവധം കഥകളിയിലെ രൗദ്രഭീമന്റെ വേഷം കെട്ടി ഭീമപരാക്രമൻ അവർക്ക് കാവലിരുന്നു' എന്ന് വി.കെ.എൻ. എഴുതുന്നു.

കഥകളിവേഷവുമായി ചേർത്തുകൊണ്ടുള്ള രംഗങ്ങൾ സൃഷ്ടിക്കുക എന്നത് വി.കെ.എന്നിന്റെ പുതിയ കഥകളുടെ പൊതുസ്വഭാവമായിത്തീർന്നിട്ടുണ്ട്.

മയനെ കോപ്പനാശാരിയുടെ വേഷത്തിൽ ബംഗ്ലാവ് നിർമ്മിക്കാനും വി.കെ.എൻ പറഞ്ഞയക്കും. ദ്രൗപദിയെ കഥകളിയിലെ പതിഞ്ഞ പദത്തിൽ 'പാഞ്ചാലരാജതനയേ' എന്നു സംബോധന ചെയ്യും. കിർമ്മീരവധത്തിന് പുതിയ അന്തരീക്ഷമുണ്ടാക്കും.

കഥകളി സമ്പ്രദായങ്ങളേയും വേഷസൗന്ദര്യത്തേയും ഉയർന്ന ഹാസ്യത്തിന്റെ മൂന്നാം കണ്ണുകൊണ്ടേ വി.കെ.എൻ നോക്കിക്കാണൂ. ദ്രോണർ ശിഷ്യന്മാർക്ക് കൊടുക്കുന്ന പരിരക്ഷയെക്കുറിച്ചും വി.കെ. എന്നിന്റെ രംഗപാഠമുണ്ട്. "മരംകൊണ്ട് കൊച്ചുപക്ഷിയെ ഉണ്ടാക്കി. അതിനെ ഒരു വൃക്ഷത്തിന്റെ നെറുകയിൽ സ്ഥാപിച്ചു. പൊടികവികൂടിയായ ദുര്യോധനൻ പാടി. 'മരത്തിനിടയിൽ കാണാമേ...' മിണ്ടിപ്പോകരുത്. ദ്രോണർ പറഞ്ഞു. കഥകളിയല്ലിത്." ആരും നോക്കാത്ത കണ്ണിലൂടെ നോക്കി ആരും കാണാത്ത കാഴ്ച കാണുകയും അത് കാണിച്ചുതരികയുമാണ് വി.കെ.എൻ പ്രത്യുൽപന്ന മതിത്വമാണ് വി.കെ.എൻ കഥകളുടെ വ്യാപ്തികൾ വർദ്ധിപ്പിക്കുന്നത്. കഥകളി മാത്രമല്ല ക്രിക്കറ്റ് കളിയും തനതു നാടകം കളിയും വി.കെ.എൻ ഭാരതത്തിലുണ്ട്. 'കുതിരകളെ മുൻകാലിൽ പൊക്കിനിർത്തി നാടകസങ്കേതത്തിൽ അവനവൻ കടമ്പകൾ ചാടി. ചാടായിവന്ന ശകടാസുരന്മാരായി (കാവാലം നാരായണ

പ്പണിക്കരെയും കുഞ്ചൻനമ്പ്യാരെയും എത്ര എളുപ്പത്തിലാണ് വി.കെ. എൻ വിളക്കിച്ചേർക്കുന്നത്. വി.കെ.എന്നിന്റെ വായനയെ തടസ്സപ്പെടുത്തുന്നതും ഇത്തരം വസ്തുതകളാണ്. ശ്രീകൃഷ്ണചരിതം മണിപ്രവാളം ഹൃദിസ്ഥമാക്കാത്തവർക്കും കാവാലത്തിന്റെ നാടകത്തെക്കുറിച്ച് അറിയാത്തവർക്കും ഈ രചനാകൗശലം ആസ്വദിക്കുക വയ്യ. ആദിപ്രാസവും അന്ത്യപ്രാസവും ഉപയോഗിച്ചും വ്യാജസ്തുതി അലങ്കാരം പ്രയോഗിച്ചും വി.കെ.എൻ ഹാസ്യം ജനിപ്പിക്കുന്നു. വാക്കിനെ തിരിച്ചിട്ടും വികലമാക്കിയും വാചകത്തിന് വിപരീതാർത്ഥം ഉല്പാദിപ്പിച്ചും വി.കെ.എൻ ചിരിയുതിർക്കുന്നു. ഭാഷയിൽ ആധിപത്യമുള്ള എഴുത്തുകാരുടെ ഒന്നാംനിരയിലാണ് വി.കെ.എന്ന് സ്ഥാനം. ഭാഷാവഴക്കത്തിൽ അദ്ദേഹം ഒന്നാമനുമാണ്). കിരിക്കറ്റുകളിയിലെ ശൈലിയിൽ ലോങ്ഓഫിലും ലോങ്ഓണിലും മിഡോണിലും. സെക്കന്റ് സ്ലിപ്പ്, സിലി പോയിന്റ് എന്നിവിടങ്ങളിലും കുതിരകൾ പൂരംകളിച്ചു എന്ന് ക്രിക്കറ്റ്കളിയെയും ആര്യങ്കാവ് പൂരത്തെയും അദ്ദേഹം ബന്ധിപ്പിക്കുന്നു. (കഥ: കേണൽ കർണൻ)

ആയുധവിദ്യയെ ഇന്നത്തെ ആണവപരീക്ഷണങ്ങളോടു കലർത്തി വി.കെ.എൻ ആലോചിക്കുന്നു. ദ്രോണർ അർജുനന് ആണവശരം കൊടുത്ത് ഇപ്രകാരം പറയുന്നു: പ്രയോഗിച്ചാൽ മൂവേഴുലകും ഭസ്മമാകും. അത്ര മാരകമായ ആറ്റം ഫിസിക്സാണ് നിറയെ. ഭാവിയിൽ പൊഖ്റാനിൽ പരീക്ഷിക്കാനിരിക്കുന്നത് (മൂലധനം). 'നാഴിയിൽനിന്നെടുത്ത ആദ്യത്തെ ശരത്തെ വേറൊന്നുകൊണ്ട് കൊളുത്തി രണ്ടിനെയും 'അഗ്നി' മിസൈലുകളാക്കി ശൂന്യതയിൽ അപ്രത്യക്ഷമാക്കി അർജ്ജുനൻ. (കേണൽ കർണൻ). ആവനാഴി എന്ന് വി.കെ.എൻ മനഃപ്പൂർവ്വം പ്രയോഗിക്കാതിരുന്നതാണ്. അസ്ത്രവിദ്യയെ ആണവവിദ്യയിലേക്ക് അന്വയിച്ച് സമകാലികമാക്കാൻ വി.കെ.എന്നിന്റെ ഭാഷാവഴക്കത്തിന് സാധിക്കുന്നു.

ദുര്യോധനൻ കർണന് രാജപദവി കല്പിച്ചുകൊടുത്തതിനെപ്പറ്റിയുള്ള വി.കെ.എന്നിന്റെ പാഠം. 'ഒരു തുടക്കത്തിന് ഇന്ത്യൻ ആർമിയിലെ ഒരു ഫുൾ കേണലിന്റെ പദവി ഞാൻ താങ്കൾക്ക് കല്പിച്ചുതരുന്നു. കർണഭൂഷണം എന്ന ഖണ്ഡകാവ്യം പാരായണംചെയ്യാൻ നിൽക്കാതെ ശടേന്ന് എന്നോടു പോരിനു വരാൻ വെല്ലുവിളിക്കുന്നു.' - കർണനെക്കുറിച്ച് പറയുമ്പോൾ സന്ദർഭാനുസാരിയായി കർണഭൂഷണത്തെക്കുറിച്ച് പറഞ്ഞ് പുതുതെളിച്ചവും പുതുവഴിയുമുണ്ടാക്കി രംഗത്തെ മറ്റൊരു വിതാനത്തിലേക്ക് വി.കെ.എൻ എത്തിക്കുന്നു.

ദ്രോണർ ഏകലവ്യന്റെ വിരൽ ദക്ഷിണയായി ആവശ്യപ്പെട്ട കഥയ്ക്ക് വി.കെ.എൻ അനുബന്ധമെഴുതുന്നു. 'വരുംകാലത്തും രാജ്യത്ത് ജനാധിപത്യപ്രക്രിയയും മറ്റും നടപ്പിലാവുമ്പോൾ മനുഷ്യാവകാശകമ്മീഷനും മറ്റും പറയും ഞാൻ ചെയ്തത് ചതിയാണെന്ന്' എന്നാകുന്നു

ദ്രോണചിന്ത. വി.കെ.എന്നിന്റെ ഭാരതീയർ വരുംകാലത്തെക്കുറിച്ചും ചിന്തിക്കുന്നു. മഹാഭാരതത്തിന്റെ കാലത്തിൽനിന്നുകൊണ്ട് വരും കാലത്തെ നിരീക്ഷിക്കുകയാണവർ. സാമൂഹികവിമർശനത്തിനുള്ള ഉപാധികൂടിയാണ് വി.കെ.എന്നിന് എഴുത്ത്. വിമർശനത്തിന്റെ മുൾ മുനയല്ല ഇളംതലോടലാണ് അദ്ദേഹത്തിൽനിന്ന് ഏൽക്കുക. സാമൂഹിക നിരൂപണമാണ് വി.കെ.എൻ സാധിക്കുന്നത്. കേണൽ കർണൻ എന്ന കഥയിൽ പരിസ്ഥിതിവാദക്കാരേയും സിദ്ധാന്തക്കാരേയും പറ്റി പറ യുന്നു. കൗരവ-പാണ്ഡവ അഭ്യാസവേദിയെപ്പറ്റി നല്ല വാക്കുപറഞ്ഞ് പരിസ്ഥിതിവാദികളെ പാട്ടിലാക്കിയശേഷം അവിടെയുണ്ടായിരുന്ന കാടുംപടലും മരങ്ങളും വെട്ടിമാറ്റി തീയിട്ടു. ഭൂമി നിരപ്പാക്കി എന്നെഴു തുന്നു.

ചരിത്രപരവും നരവംശശാസ്ത്രപരവുമായ നിരീക്ഷണങ്ങളും വി.കെ.എൻ കഥാപാത്രങ്ങളുടെ വർത്തമാനനിരീക്ഷണ ആത്മഗതങ്ങളി ലൂടെ സാധിക്കുന്നു. 'ഞങ്ങൾ ആര്യന്മാർക്കിടയിൽ പുരുഷന്മാർ അധികവും സ്ത്രീകൾ കുറവുമായതുകൊണ്ടാണ് പിതൃക്കൾ പെരു കിയും അമ്മദൈവം നാമമാത്രമായും വന്നുകൂടുന്നത്' എന്നാണ് ഭീമൻ ഹിഡുംബിയോടു പറയുന്നത്. (വാചകവധം).

പിതാമഹാളികൾ എന്നാണ് വി.കെ.എന്നിന്റെ നീണ്ട കഥാശീർഷകം. ഒന്നിലധികം ഭീഷ്മർ പുരാണേതിഹാസങ്ങളിലുള്ളതുകൊണ്ടാണ് നമ്മുടെ വിദ്വാന് ഭീഷ്മർ എന്ന ബഹുവചനം ഫെല്ലോഷിപ്പായി വെച്ചു കൊടുത്തിട്ടുള്ളത്. ഇദ്ദേഹത്തിന് പഞ്ചാബി കിരിക്കറ്റിൽ പര്യായം ബിഷൻസിംഗ് ബേദി എന്നാണ്. കഥാപാത്രങ്ങളുടെ പേരിന്റെ ഉല്പത്തി വരെ വി.കെ.എൻ തന്റേതായ ചിന്തയിൽ അന്വേഷിക്കുന്നു. മഹാഭാരത ത്തിന്റെ നിത്യപാരായണം കുടുംബഛിദ്രമുണ്ടാക്കുമെന്നാണ് വിശ്വാസം. ഈ വിശ്വാസത്തിന് ഒരു തിരുത്താകുന്നു. വി.കെ.എൻ ഭാരതം. കണ്വാ ശ്രമത്തിൽ എത്തിപ്പെട്ട ദുഷ്യന്തന് കടവല്ലൂർ അന്യോന്യത്തിൽ എത്തിയ പോലെയാണ് അനുഭവപ്പെട്ടത് എന്ന് 'ദുഷ്യന്തൻമാഷിൽ' വി.കെ.എൻ എഴുതുന്നു. ഇടക്കാലത്തുവന്ന ഏറ്റവും ശക്തമായ വി.കെ.എൻ രചന ദുഷ്യന്തൻമാഷാകുന്നു.

'ഒരിടവേളക്കും ദൂരദർശനിൽ വാർത്ത വായിക്കുന്നതിനിടക്കുള്ള പരസ്യപ്രദർശനത്തിനും ശേഷം ഗർഭം വീണ്ടും സത്യവതിക്കുവന്നു.' ഈ പതിറ്റാണ്ടിൽ വി.കെ.എൻ എഴുതിയ ഏറ്റവും വ്യാപ്തിയാർന്ന വാചകം ഇതാണെന്നു തോന്നുന്നു. ദൂരദർശനിലെ വാർത്തവായനക്കിട യിലുള്ള പരസ്യഇടവേളയെക്കുറിച്ചുള്ള അറിയിപ്പിനെ എത്ര വിദഗ്ധമാ യിട്ടാണ് അദ്ദേഹം മാറ്റിയെഴുതി പരിഹസിക്കുന്നത്. ഇത്തരം മാറ്റി യെഴുത്താണ് വി.കെ.എൻ രചനകളുടെ ഹാസ്യത്തിന്റെ ജീവൻ എന്നു പറയാം.

മഹാഭാരതത്തെക്കുറിച്ചും മഹർഷിമാരെക്കുറിച്ചും വി.കെ.എന്നിന്റെ വേറിട്ട നിരീക്ഷണം കാണുക. മഹർഷിമാരെപ്പറ്റി 'സമയംപോകാൻ ഇവ ന്മാർ സദാ തപസ്സുചെയ്യുകയായിരിക്കും.

ഫോർ ടൈംപാസ് - ടൈംപാസ്റ്റ് ടൈംപ്രസന്റ് എന്ന് ടി.എസ്. എലിയറ്റ് - ആഖ്യാനതന്ത്രത്തിലെ മറ്റൊരു ടെക്നിക്കിനെ വി.കെ.എൻ ഇപ്രകാരം വിലയിരുത്തുന്നു. 'രാജാവിന്റെ ചിതയിൽ ചാടി മാദ്രി ലോകാന്തരം ഗമിച്ചു. കുന്തിപ്പുഴ ശാന്തമായൊഴുകി. ('മഹാഭാരതകഥ യിലെ ഒരു ടെക്നിക്കാണിത്. ഇടയ്ക്കിടെ ഓരോ കഥാപാത്രത്തെ ഒഴി വാക്കുക കഥനത്തിന് കനംവെക്കും).

വി.കെ.എന്നിന്റെ കഥാകഥനത്തിന് കനംവെക്കുന്നതാണ് ഈ മഹാഭാരതപരാവർത്തനം. വി.കെ.എന്നിന്റെ ഭാഷയിൽ മഹാഭാരത വിവർത്തനത്തിന്റെ അന്തകനാണ് കൊടുങ്ങല്ലൂർ കുഞ്ഞിക്കുട്ടൻ തമ്പുരാൻ. തമ്പുരാന്റെ പരിഭാഷ വി.കെ.എന്നിനെ സ്വാധീനിച്ചിട്ടുണ്ട്. കേരളവ്യാസന്റെ പദ്യവഴക്കത്തെ ഓർമ്മിപ്പിക്കുന്നതാണ് വില്വാദ്രിയിലെ വ്യാസൻ വി.കെ.എന്നിന്റെ കഥനകല.

കൃഷീവലപൗരുഷഹർഷം

അശ്വതി മുതൽ ചോതിവരെ പതിനഞ്ചു നാളുകൾ ശീർഷകങ്ങളായ കഥകൾ വി.കെ.എൻ എഴുതിയിട്ടുണ്ട്. ചാത്തൻസ് എന്ന സമാഹാരം വായിക്കുമ്പോൾ വ്യത്യസ്തനായൊരു വി.കെ.എന്നിനെയാണ് അറിയുക. എല്ലാ മേഖലകളിലും സജീവമായ അറിവുള്ള, ആ അറിവ് തന്റെ രചനകളിൽ കലാപരമായി പ്രയോജനപ്പെടുത്തുന്ന വി.കെ.എന്നിന്റെ നാട്ടറിവുകളുടെകൂടി സമാഹാരമാണ് ചാത്തൻസ്. പ്രകൃതിയും ഭൂമിശാസ്ത്രവുമെല്ലാം സ്ഥലകാലങ്ങളില്ലാതെ വി.കെ.എൻ കൃതികളിൽ രസാവഹമായി പ്രതിപാദിക്കപ്പെടുന്നു.

ചാത്തൻസിലെ ഓരോ കഥയും സ്വതന്ത്രമായി നിലനിൽക്കുമെങ്കിലും നാൾത്തുടർച്ചപോലെ കഥയും ഒന്നിനോടൊന്നു പൊരുത്തപ്പെട്ടു നിൽക്കുന്നു. ചാത്തൻസാണ് കഥകളിലെ കേന്ദ്രപ്രമേയം. അവൻസിന്റെ അമാനുഷവചനങ്ങൾക്കും പ്രവൃത്തികൾക്കും സാക്ഷിയാവുന്നവർ കഥയിലെ ഘടകകഥാപാത്രങ്ങളും.

കൃഷിയാണ് ചാത്തൻസ് കഥകളിൽ ആവർത്തിച്ചുവരുന്ന ഒരു പശ്ചാത്തലം. പൊയ്പ്പോയ ഗ്രാമീണസംസ്കൃതിയുടേയും കൃഷിക്കാലത്തിന്റെയും അടയാളങ്ങളെ വി.കെ.എൻ ടച്ചുകൊണ്ട്, ആ സ്വാതന്ത്ര്യം കൊണ്ട് പുതുക്കിയെഴുതി മറ്റൊരു ഭാവതലം സ്വരൂപിക്കുന്നതുകാണുക. 'അശ്വതി' എന്ന കഥ തുടങ്ങുന്നത് ഇങ്ങനെ.

'ചെമ്പും നീലയും നിറമായ ആകാശത്തിലൂടെ താണുപറക്കുന്ന മിനിജറ്റുകൾമാതിരി വിഷുപ്പക്ഷികൾ ഊളിയിട്ടുപോയി. ഇലക്ട്രിക് ഹോണിന്റെ ശബ്ദത്തിൽ 'കീ' എന്ന് അവ കാലത്തെ വിളിച്ചറിയിച്ചു.

"കിഴക്കേ വാ

വിത്തും കൈക്കോട്ടും

ഇൻക്വിലാബ് സിന്ദാബാദ്."

പഴയകാല സംസ്കൃതിയെ അന്വേഷിക്കുന്നതോടൊപ്പം അതിൽ വർത്തമാനകാല സംസ്കാരത്തെ പ്രതിനിധാനം ചെയ്യുന്ന മുദ്രാവാക്യം എഴുതിച്ചേർക്കുകവഴി കഥയുടെ വരുംവരായ്കകളിലേക്ക് ഒരു മുന്നറിയിപ്പുകൂടി നല്കുകയാണ് വി.കെ.എൻ.

സുപ്രഭാതകീർത്തനത്തിലും പാഠഭേദമുണ്ട്.

വെള്ളച്ചീ സുപ്രജാ ചാത്താ
പൂർവ്വാ സന്ധ്യാപ്രവർത്തതേ
ഉത്തിഷ്ഠ ചെറുമധ്വജ
ത്രൈലോക്യം വിപ്ലവം കുരു

വിപ്ലവാസക്തമായ ഒരു കാലത്തിലേക്കാണ് വി.കെ.എൻ ഭാഷയിൽ 'ചാത്തൻസ് പായവിട്ടു സ്വയം പൊക്കിയെടുക്കപ്പെട്ടത്.'

പ്രകൃതിയും വർഷവും തമ്മിലുള്ള വിശ്വാസത്തെ, അതിന്റെ പൊരുളിനെ അന്വേഷിക്കുന്ന വിവരങ്ങൾ ചാത്തൻസിലുണ്ട്. 'അശ്വതി പിറന്നിട്ടും മഴകിട്ടാതെ കിടക്കുന്ന പാടം; മകരത്തിൽ കരിയും കന്നും വരച്ചിട്ട മയിൽരൂപങ്ങൾ എന്നാണ് ഉഴുന്നതിലെ സൗന്ദര്യത്തെ വി.കെ.എൻ നോക്കിക്കാണുന്നത് പുതിയ ട്രാക്റ്റർ യുഗത്തിൽ 'കരിയും കന്നും' പഴയ കാർഷിക സംസ്കൃതിയുടെ പ്രൗഢ അടയാളങ്ങളായി അവശേഷിക്കുന്നു. കന്നുപൂട്ടലിലെ കവിതയാണ് മയിൽച്ചിത്രങ്ങളെന്ന വിശേഷണത്തിലൂടെ സാധിക്കുന്നത്. അല്ലെങ്കിൽ ഉഴുന്നതിലെ കല.

നമ്മുടെ പരിതിസ്ഥിതിയുടെ ദയനീയതയിലേക്ക് പതിറ്റാണ്ടുകൾക്കു മുമ്പുതന്നെ വി.കെ.എന്റെ കണ്ണുചെന്നിരുന്നു. തിളയ്ക്കുന്ന പകലിനെക്കുറിച്ചും അതിന്റെ ചൂടിൽ വാടി സ്തബ്ധമായി നില്ക്കുന്ന രാത്രിയെക്കുറിച്ചും വറ്റി, ചേറാണ്ട് കറപിടിച്ചുനില്ക്കുന്ന കുളങ്ങളെക്കുറിച്ചും, പുഴ ഒഴുകിയിരുന്നിടത്തു കാണുന്ന സമൃദ്ധിയായ മണലിനെക്കുറിച്ചും വി.കെ.എൻ ഈ കഥയിൽ വിവരിക്കുന്നുണ്ട്.

പണിക്കന്മാർ വിഷുഫലം പനയോലയിലാക്കി കൊണ്ടുവന്നിരുന്ന ഒരു കാലം ഓർമ്മ മാത്രമാവുന്നു. ഇപ്പോഴും ചില ദേശങ്ങളിൽ ഈ പതിവുണ്ട്. പനയോലയിൽ നാരായംകൊണ്ടുള്ള എഴുത്ത് ആദ്യം ലറ്റർ പ്രസ്സിലേക്കും പിന്നീട് ഓഫ്സെറ്റ് പ്രസ്സിലേക്കും വഴിമാറിയതോടെ ഒരു ഗ്രാമസംസ്കാരവും വിശ്വാസവും പൊയ്പ്പോവുന്നു. ആ വിഷുഫലത്തെ ആശ്രയിച്ചിരിക്കും വിളവ്. 'മൂന്നുപറ വർഷത്തിൽ കുതിർന്നു വിളവ് സമൃദ്ധിയായിരിക്കും' എന്നായിരുന്നു ആ വർഷത്തെ വിഷുഫലം. ഈ വരൾച്ചയെ അതിജീവിച്ചുള്ള വിളവിനെക്കുറിച്ച്, അശാസ്ത്രീയമായ പ്രവചനത്തെപ്പറ്റി 'സ്തൂ' എന്നാണ് ചാത്തൻസ് പരിഹസിക്കുന്നത്. ഒപ്പം സുസജ്ജമായ കാലാവസ്ഥാ നിരീക്ഷണ സമ്പ്രദായത്തിന്റെ അഭാവത്തെക്കുറിച്ച് ചാത്തൻസ് ചിന്തിക്കുന്നുമുണ്ട്. ഇവിടെയാണ് വി.കെ.എൻ പ്രതിഭ കഥകളിൽ ഹാസ്യം വിട്ട് ഗൗരവത്തിലേക്കു നീങ്ങുന്നത്. കേരളത്തിലെ എക്കാലത്തെയും മികച്ച ഹാസ്യപ്രതിഭ, എക്കാലത്തെയും മികച്ച ഗൗരവപ്രതിഭ കൂടിയാവുന്നതാണ് വി.കെ.എൻ വായനയുടെ ഫലശ്രുതി. 'മറ്റെല്ലാം അണഞ്ഞിട്ടും ആളിക്കത്തുന്ന തീപോലെ പൂത്തുനിൽക്കുന്ന

പൂമരങ്ങൾ' തുടങ്ങിയ ആലങ്കാരിക പ്രയോഗങ്ങളും വി.കെ.എൻ കഥകളിൽ ധാരാളം.

വേനലിന്റെ വരൾച്ചയെ, ഹാജിയുടെ ഭാഷയിൽ 'പൂ പൂപോലെ പൊന്തണ ബായു (മരീചിക, മിറാഷ്, മിർജാഫർ എന്നെല്ലാം ഭൗതികരായ അജ്ഞർ) എന്നാണ് വി.കെ.എൻ വിശേഷിപ്പിക്കുക. ഇവിടെ ഭൗതികരായ അഞ്ജർ എന്നതിലെ നർമ്മം ശ്രദ്ധിക്കണം. ഭാഷയിലെ ഇന്ദ്രജാലം നോക്കുക:

ചാത്തൻസ് പറഞ്ഞു: വല്ലാത്ത ചൂട്.

സിക്രട്ടറി പറഞ്ഞു:

ഗ്രീഷ്മ പിതാമഹൻ എന്നു പറ.

ഗ്രീഷ്മത്തെ മഹൻ നമ്പൂതിരിപ്പാടായി സങ്കല്പിക്കുകയാണോ?

പുരാണ പരിചയമില്ലാത്തതിനാലാണ് നീ ഇങ്ങനെ ചോദിക്കുന്നത്.

ഗ്രീഷ്മം-ഭീഷ്മമായും പിതാമഹൻ മഹൻ നമ്പൂതിരിപ്പാടായും വ്യാവർത്തിപ്പിച്ച് പശ്ചാത്തലത്തിനു യോജിച്ചൊരു അവസ്ഥാന്തരം വി.കെ.എൻ സജ്ജമാക്കുന്നു.

ഭരണി എന്ന കഥയിൽ ചാത്തൻസും തണ്ടാരും ഉള്ളാലെ പ്രയോഗികളാണെങ്കിലും വിരിപ്പുപണിയെക്കുറിച്ചാണ് സംസാരിക്കുന്നത്. വിരിപ്പുകൃഷി ഇന്നത്തെ തലമുറയ്ക്ക് അജ്ഞാതമായിക്കൊണ്ടിരിക്കുകയാണ്. 'കനത്തും നേർത്തും പെയ്ത മഴയ്ക്കുശേഷം വരണ്ടുണങ്ങിയ ചെടികൾ ഇളംപച്ച നാമ്പു കാട്ടിത്തുടങ്ങിയിരിക്കുന്നു. രോഹിണി കഴിയുമ്പോഴേക്കും അവ നിലവിട്ടു വളർന്നു തഴയ്ക്കുമെന്ന് മനസ്സിൽ ഓർക്കുന്ന ചാത്തൻസിൽ ഒരു പ്രകൃതിസ്നേഹിയുണ്ട്. ഇവിടെ ഞാറ്റുവേലകളിൽ പെയ്യുന്ന മഴയ്ക്കനുസരിച്ചുള്ള പ്രകൃതിയുടെ ഹരിതകാന്തിയെക്കുറിച്ച് സൂചന കാണുന്നു.

മഴ വി.കെ.എന്നിന്റെ ചാത്തൻസ് കഥകളിൽ പ്രത്യാശയുടെ പ്രതീകമായി വരുന്നുണ്ട്. പ്രകൃതിയെ ശുദ്ധീകരിക്കുന്ന മഴ, ആ പ്രകൃതിസംശുദ്ധിയിൽ കുളുർക്കുന്ന മനസ്സ്, കൃഷിക്കും ജീവനത്തിനും ആവശ്യമായ മഴ, ആ മഴയുടെ തോത്, അതിന്റെ തണുപ്പ്, മഴക്കാല ഭക്ഷണത്തിലെ വേറിട്ട രുചി, മഴക്കാലത്തെ ആലസ്യം, മഴക്കാലത്തെ കൃഷിഭൂമിയും കൃഷിക്കാരും - ഇങ്ങനെ ഒരു മഴക്കാലഗ്രാമത്തിന്റെ സൗഭാഗ്യചിത്രങ്ങളെല്ലാം ഈ കഥയിൽ ഈറനണിഞ്ഞു പ്രത്യക്ഷപ്പെടുന്നുണ്ട്. വി.കെ.എന്നിന് മഴയോടുള്ള ഒബ്സഷൻ വെളിവാക്കുന്ന കഥകളാണ് ചാത്തൻസിലുള്ളത്.

"മഴ കഴുകിയിട്ട നിരത്ത് നീണ്ടുവളഞ്ഞ് വിജനമായി കിടപ്പാണ്. അലസമായി നിവർത്തിയിട്ട ഒരു കമ്പിളിക്കീറുപോലെ" എന്ന് വി.കെ.എൻ എഴുതുമ്പോൾ മഴക്കാലവിജനതയുടെ പേടിപ്പെടുത്തുന്ന ഇരുണ്ടചിത്രം

നമുക്ക് കിട്ടുന്നു. ഈയൊരു വിജനത ഇന്നില്ല. വാഹനത്തിന്റെ കണ്ണാടിച്ചില്ലിൽ ചിതറിത്തെറിച്ചു വീഴുന്ന വെള്ളത്തുള്ളികൾ കാണുമ്പോൾ വെള്ളത്തിന്നടിയിൽ കൺമിഴിച്ച മാതിരിയത്രെ ചാത്തൻസിനു തോന്നിയത്. അവിടെ മഴയെ പ്രതിരോധിക്കുന്ന വെപ്പറുകളുടെ ചലനം വി.കെ. എന്നിനെ സ്വാധീനിച്ചതിങ്ങനെ.

"ചരടു വലിച്ചാലാടുന്ന പാവകളെപ്പോലെ വൈപ്പറുകൾ വിൻഡ് സ്ക്രീനിൽ ചാഞ്ഞും ചരിഞ്ഞും അഭിനയം തുടങ്ങി."

മഴയെക്കുറിച്ചുള്ള വി.കെ.എന്നിന്റെ ആസ്വാദനം.

"പെട്ടെന്നുള്ള മഴ കനത്തു. ടാറിട്ട റോഡിൽ വീണ തുള്ളികൾ വലിയ കുമിളകളായി പൊട്ടി, തിരമാലകളായി പെയ്തുകയറുന്ന മഴ വാഹനത്തിനു പിന്നിലെ കൂരിരുട്ടിൽ തപ്പിത്തടഞ്ഞുവീഴുന്ന ശബ്ദം ഉരുക്കിന്റെ സംഗീതത്തെ കീഴ്പ്പെടുത്തി." (ഭരണി).

തുടർന്ന് ഈ കഥയിൽ വർഷത്തിന്റെ ഭ്രാന്തമായ വേഴ്ചയാണ്. ഞാറ്റുവേല മുടിയാറാവുമ്പോഴാണ് 'വർഷത്തിന്റെ തിരുതകൃതി' എന്ന് ചാത്തൻസ് വിചാരിക്കുന്നു. 'തിരുതകൃതി' എന്നതിലെ, നാടൻ മൊഴിയിലെ ചാരുത ശ്രദ്ധേയമാണ്. കാലവർഷത്തിന്റെ ഉത്സാഹമാണത്. അശ്വതിയിൽ ഗോപി തൊട്ട മഴ ഭരണി പിറന്നിട്ടും പിണങ്ങിയിരിക്കുന്നു. മഴയ്ക്കൊപ്പമുള്ള കാറ്റും വി.കെ.എന്നിന് വിഷയമാണ്. മഴയ്ക്കുണ്ട് എന്നതുപോലെ കാറ്റുമായി ബന്ധപ്പെട്ട ചൊല്ലുകളാണ്. മഴക്കാറ്റ് മഴയുടെ ഗതി നിയന്ത്രിക്കുന്നു. 'കോഴിക്കോടൻ കാറ്റടിച്ചാൽ കൊണ്ട കാള വിറ്റു മാറാം' എന്ന പ്രമാണം ചാത്തൻസ് ഉദ്ധരിക്കുന്നുണ്ട്. വടക്കുപടിഞ്ഞാറൻ കാറ്റ് തെക്കുപടിഞ്ഞാറായി വീശിയാൽ ഉണ്ടാകാവുന്ന കാലാവസ്ഥാമാറ്റത്തെക്കുറിച്ചും കഥയിൽ സൂചനകളുണ്ട്. 'ചാവക്കാടൻ കാറ്റടിച്ചാൽ ചത്ത കാള കെട്ടി പൂട്ടാം' എന്ന ചൊൽപഴമയും ചാത്തൻസിന് ഓർമ്മ വരുന്നുണ്ട്. അക്കാലത്തെ കൃഷിസമ്പ്രദായത്തെക്കുറിച്ച് വി.കെ.എൻ കൃതഹസ്തനായ കൃഷിക്കാരന്റെ അറിവനുഭവത്തോടെ വിവരിക്കുന്നത് വായിക്കുക:

"കാറ്റിനറുതിയിൽ ശക്തിയായി മഴ പെയ്തു. പിറ്റേന്ന് കന്നും കാലാളും പാടത്ത്. ഉഴവും വിതയും ഉഷാർ. നാലേ നാലു ദിവസം കൊണ്ടാണ് എല്ലാം പപ്പടമാക്കിയത്. മുപ്പതു പറയ്ക്കു വിതച്ചു. മുപ്പതു പറയ്ക്കു വേണ്ട ഞാറും പാവി. ഇനി കാർത്തിക കാലിൽ വെള്ളം കൂടിയാലായിരിക്കും കളി. വെള്ളം ബാക്കിനിൽക്കും. നടാൻ ഞാറാകണമെങ്കിൽ രോഹിണി പിറക്കണം."

ഇങ്ങനെയൊരു കാർഷികചിന്ത ഇന്ന് എത്രപേർക്കുണ്ടാകും? ഭരണി ഞാറ്റുവേലയിലും കൃഷിക്കാരന് ആശങ്കയാണ്. കാർത്തികകാലിൽ വെള്ളം കൂടിയാൽ ഞാറ് മുളയ്ക്കില്ല. ഞാറു മുളയ്ക്കുന്നതിന്റെ കണക്കും അത് പറിച്ചുനടേണ്ട കാലക്കണക്കുമൊക്കെയായി 'കാർത്തിക' എന്ന

കഥയും കൃഷിബിംബങ്ങളാൽ സമ്പന്നമാണ്. മഴക്കാറ് മഴയുടെ പ്രതീക്ഷയാണ്. മഴക്കാറിന്റെ സമയത്തെക്കുറിച്ചും അതു പെയ്യാനുള്ള സാധ്യതയെക്കുറിച്ചും ചില നിരീക്ഷണങ്ങളുണ്ട്. അനുഭവത്തിന്റെ സാക്ഷ്യങ്ങളായ നിരീക്ഷണങ്ങൾ.

'കാലത്തെ വിരുന്നും മഴക്കാറും നിൽക്കില്ല. ഇതേവരേയ്ക്കും നില നിന്നിട്ടുമില്ല.'

എന്നതാണ് ചാത്തൻസ് പുരാതനന് പറഞ്ഞുകൊടുക്കുന്ന ജ്ഞാനം. 'കൃഷിയുടെ ഭരണഘടന' എന്ന് കാർത്തിക എന്ന കഥയിൽ വി.കെ. എൻ പ്രയോഗിക്കുന്നുണ്ട്.

രോഹിണിയിലെങ്കിലും കൂടാവുന്ന വെള്ളത്തെ മുൻനിർത്തി കണ്ടങ്ങൾ പാകപ്പെടുത്തുന്ന തണ്ടാരിൽ ഒരു കർഷകന്റെ പ്രതീക്ഷയുണ്ട്. വർഷം ചതിക്കില്ലെന്ന, കൃഷിക്കാരന്റെ ബോധം. നിലം ആറുചാൽ വീതം ഉഴുതുമറിച്ച് ചാണകവും പച്ചിലവളവുമിട്ട് വീണ്ടും ഉഴുതുമറിക്കണം എന്നാണ് തണ്ടാർസ് പറയുന്നത്. ഇത്ര ചാൽ ഉഴുകുക എന്നതാണ് കണക്ക്. 'ചാൽ' ആണ് കൃഷിയുടെ ഗണിതം. അഥവാ ഗണിതഭാഷ.

കൃഷിഭൂമി കൃഷിക്കാരനെന്നും, കൃഷിയിൽ പണിയെടുക്കുന്നവനെന്നുമുള്ള വാദപ്രതിവാദങ്ങളും ഇവിടെ നടക്കുന്നുണ്ട്. കാർഷികവൃത്തിയുടെ സാമൂഹ്യവശങ്ങളും ഈ കഥയുടെ അടിയൊഴുക്കാകുന്നു.

ഇന്ത്യയിലെ കർഷകവൃത്തി ഋതുക്കളിന്മേലുള്ള ഒരു ചൂതാട്ടമായി വി.കെ.എൻ വിലയിരുത്തുന്നുണ്ട്. ഇന്ത്യൻ കാർഷികകമ്മീഷന്റെ ഈ നിഗമനത്തെ കഥയിൽ വിദഗ്ദ്ധമായി അദ്ദേഹം ഉൾച്ചേർക്കുന്നു. പ്രസ്തുത ആംഗലപ്രവചനത്തിന്റെ മൂലവും ഈ കഥയിൽ വായിക്കാം.

കമ്പോസ്റ്റ് വളത്തിന്റെ ഉല്പാദനതന്ത്രങ്ങളും ഈ കഥയിൽ ചർച്ച ചെയ്യപ്പെടുന്നുണ്ട്. ഇതിനു ബദലായി ചാത്തൻസ് തണ്ടാർക്ക് വളതത്ത്വോപദേശം നല്കുന്നുണ്ട്. ഈ ഭൂമിയിൽ ഒന്നും ഉത്ഭവിക്കുന്നില്ല, ചീയുന്നില്ല, വളമാകുന്നില്ല. ഇവിടെ പരമമായ സത്യം വിപ്ലവമാകുന്നു. ആയതു സംഭവിച്ചുകൊള്ളണമെന്നില്ല. (കാർത്തിക).

പൂട്ടിക്കെട്ടിയ കന്നുകാലികൾക്കു പിന്നിൽ കോലുമായി നില്ക്കുന്നവരുടെ ചിത്രം ഈ കഥയിലുണ്ട്. ഇന്ന് അപൂർവ്വദൃശ്യമായ ഒരു കൃഷിക്കാലാനുഭവം.

കൃഷിസ്ഥലത്തിന്റെ കിടപ്പിനെ 'ന്ന' എന്നെഴുതിയപോലെ തോന്നിക്കുന്ന മലയാറൻകുന്നിൻപുറത്ത് നിന്നുകൊണ്ടുള്ള കാഴ്ച ചാത്തൻസിന് ഹരം പകരുന്നുണ്ട്. (രോഹിണി). പോയ ജന്മത്തിൽ പുരോഗമന സാഹിത്യകാരനായിരുന്നപ്പോൾ കൈവന്ന സിദ്ധിമൂലമാണ് അക്ഷരാഭ്യാസമില്ലാത്ത തനിക്ക് ന്ന എന്ന അക്ഷരം സങ്കല്പിക്കാൻ കഴിഞ്ഞത് എന്ന് ചാത്തൻസിന്റെ ആത്മഗതം. എല്ലാ ജന്മത്തും അക്ഷരത്തിനു പിറകേ

പോയാൽ രാജ്യത്തെ സാമൂഹ്യ-സമ്പദ് വ്യവസ്ഥ കുഴയുമെന്നാണ് ചാത്തൻസിന്റെ നിഗമനം. ഞാറിന്റെ സമൃദ്ധിയെ 'ഇടതൂർന്ന് കണങ്കാലുയരത്തിൽ' എന്നാണ് വി.കെ.എൻ വിശേഷിപ്പിക്കുക. അശ്വതിയും ഭരണിയും കാർത്തികയും കഴിഞ്ഞ് രോഹിണിയ്ക്കൊപ്പം പുലർന്ന കാലവർഷവും ഇവിടെ വിവരിക്കപ്പെടുന്നു. ഞാറ്റുവേല പകുതിയായിട്ടും പകലിലെ വെയിൽ, തിമർത്തുപെയ്യുന്ന രാത്രിമഴ, തുടർന്ന് തെളിഞ്ഞ പ്രഭാതം ഇങ്ങനെ കാലാവസ്ഥയിലെ വിസ്മയ വ്യതിയാനങ്ങൾ കാവ്യാത്മകമായി വി.കെ.എൻ ഈ കഥയിൽ എഴുതുന്നു. പ്രകൃതി വർണ്ണനയ്ക്കൊപ്പം നനുത്ത ഹാസ്യസ്പർശമുള്ള ആകാശവർണ്ണനയുമുണ്ട്.

"ദ്രുതഗതിയിൽ കിഴക്കോട്ട് ഒഴുകിപ്പോകുന്ന ചെളിമേഘങ്ങൾ, അവയ്ക്കു മുകളിൽ നിശ്ചലമായി നില്ക്കുന്ന പഞ്ഞിപോലത്തെ മുകിൽക്കീറുകളുടെ മേലാപ്പ്. ഇടയ്ക്ക് നീലയുടെ പാളിച്ചകൾ. നനഞ്ഞ മണ്ണിൽ വീഴുന്ന സൂര്യന്റെ മില്യൺ സൂചികൾക്കു സ്വർണ്ണത്തിന്റെ നിറമാണ്. ഒരു കള്ളപ്പൊന്നും അടുത്തൊന്നും വരികയില്ല."

കാർഷികവൃത്തിയിലെ പ്രാധാന്യവും ആവേശവുമുള്ള ഒന്നാണ് കണ്ടംനിരത്തിൽ. നെരത്തലാണ് എന്ന് നാട്ടുമൊഴി വയലിന്റെ അതിരു നിശ്ചയിക്കുന്ന ഭാഷ 'ഇത്ര പറയ്ക്ക് കണ്ടം' അഥവാ കൃഷി എന്നതാണ്. ഇത് അതിരു മാത്രമല്ല അയാളുടെ സമ്പദ്വ്യവസ്ഥയിലേക്കും സമൂഹത്തിലുള്ള സ്ഥാനത്തിലേക്കുമുള്ള അളവുകോൽ കൂടിയാണ്. ഈ കണ്ടം നിരത്തിൽ ഒരു ഗ്രാമോത്സവത്തിന്റെ പ്രതീതിയുണ്ടാക്കിയിരുന്നു. അവിടെ അധ്വാനം ഉത്സവച്ഛായയിലേക്കു നീങ്ങുന്നു. ജീവിതമാണ് അവിടെ നട്ടുപിടിപ്പിക്കുന്നത്. അതുകൊണ്ട് മൃഗവും മനുഷ്യനും ചേർന്നുള്ള ഈ മനുഷ്യോത്സവവും മൃഗോത്സവവും കാണാൻ ആ 'നെരത്ത്' കാണാൻ കന്നുകമ്പക്കാരും അഭിമാനികളായ കർഷകരും എത്തുന്നു. അവിടെ പോത്തുകൾക്ക് തരംതിരിവുണ്ട്. മാട, ചെമ്പൻ എന്നിങ്ങനെ അവയുടെ സ്വഭാവത്തിനും ശരീരഭാഷയ്ക്കും അനുസരിച്ച് പേരു വിഭജനമുണ്ട്. ഈ കന്നുപൂട്ടുത്സവത്തെ, ആ നടീലുത്സവത്തെ വി.കെ. എൻ വർണ്ണിക്കുന്നത് ഇങ്ങനെ: "ഊക്കൻ പോത്തുകളെ മരത്തിൽ കെട്ടി നുകം ബന്ധിച്ചു. തലയിൽ കെട്ടിയ തോർത്തെടുത്ത് അരയിൽ ചുറ്റി. ഉടുത്തിരുന്ന വലിയ മുണ്ട് അയ്യങ്കാർ ശൈലിയിൽ തലയിലും ചൂടി. മുടിഞ്ഞ കോൽ കൈയിലേന്തി ചാത്തൻസ് മരത്തിൽ കയറി. ഇടതു പൂട്ടിയ മാടപ്പോത്തിന്റെ വാൽ ചുഴറ്റി മൃഗഭാഷകൾ ശബ്ദിച്ചു. പോത്തിൻ ഫെല്ലോകൾ അണ്ഡാകൃതിയിലുള്ള നീൾ-കുറുകൻ വൃത്തങ്ങൾ വരച്ചു കൊണ്ടു കണ്ടത്തിൽ പരക്കംപാഞ്ഞു. മണ്ണിളകി. ചേറിളകി. ചേറിന്റെ മക്കൾ കൂവിയാർത്തു. ഒന്നാമത്തെ ചാൽ കണ്ടത്തിനു നെടുകെയും രണ്ടാംചാൽ കുറുകെയും കഴിഞ്ഞ് മൂന്നാമത്തെ ചാൽ നെടുകെ ഉഴവു നടക്കുമ്പോഴാണ് സംഭവം."

കാർഷികവൃത്തിയിലെ സൂക്ഷ്മവശങ്ങളെപ്പോലും കലാപരമായി വി.കെ.എൻ വിന്യസിക്കുന്നു. ഞാറു നടുന്നതിലെ ശാസ്ത്രീയതയിൽ വരെ വി.കെ.എന്നിന്റെ നോട്ടം എത്തുന്നുണ്ട്.

'മകീര്യം' എന്ന കഥയിൽ ആകാശവാണിയെ അരമണിക്കൂർ 'പാട്ട'ത്തിനെടുത്ത് ചലച്ചിത്രഗാനപരിപാടി നടക്കുന്നവരെക്കുറിച്ച് പറയുന്നുണ്ട്. തുടർന്നുള്ള കാർഷികരംഗം വയലും വീടും പരിപാടിയെക്കുറിച്ച് 'വായും വയറും' പരിപാടിയെന്ന് വി.കെ.എൻ തിരുത്തുന്നു. അതിനു ന്യായവുമുണ്ട്. 'വയറിന്റെ വിളി നിവർത്തിക്കാൻ ഉദ്യോഗസ്ഥന്മാർ വായിട്ടടിക്കുന്നു. കൃഷിയെക്കുറിച്ച് അവർക്കെന്തറിയാം? അല്ലെങ്കിൽ മഴയെക്കുറിച്ച്. വർഷിച്ചശേഷമാണ് സാമാന്യം ശക്തിയോടെയും താളത്തിൽ മിതമായും പെയ്ത മാരിയെക്കുറിച്ച് പ്രവചനമുണ്ടാവുന്നത് എന്നാണ് ചാത്തൻസ് എന്ന കർഷകത്തൊഴിലാളിയെക്കൊണ്ട് വി.കെ. എൻ ചിന്തിപ്പിക്കുന്നത്.

കനത്ത മഴയോടെ പിറന്ന മകീര്യം ഞാറ്റുവേല വർഷിക്കാത്തത് എന്ത് എന്ന ചോദ്യം 'ദ്രോഹഭാഷിണി'യോട് ചോദിക്കാൻ ചാത്തൻസ് മുതിരുന്നു. ചാത്തൻസ്, തൃശൂർക്കാരായ ചാന്തപ്പനോട് സംസാരിക്കുമ്പോഴും പ്രധാന വിഷയം പാടത്തുപണിയും നടാൻ വെള്ളമില്ലാത്ത പ്രശ്നവുമൊക്കെയാകുന്നു. മഴയെത്തുടർന്ന് ഭൂമി തണുത്തു എങ്കിലും ജലാശയങ്ങൾ നിറയാത്തത് പാടത്തെ വെള്ളത്തിന്റെ നിലയെ ബാധിക്കുമെന്നാണ് അവരുടെ സംസാരത്തിന്റെ പൊരുൾ.

കർഷകത്തൊഴിലാളികളുടെ പ്രശ്നങ്ങളാണ് ചാത്തൻസിനു പരിഹരിക്കാനുള്ളത്. അതോടൊപ്പം ജന്മജർമ്മനായതിന്റെ അധഃമതാബോധവും ചാത്തൻസ് അനുഭവിക്കുന്നുണ്ട്. അധ്വാനിക്കുന്ന ജനവിഭാഗത്തിന്റെ നേതാവായ സഖാവായതിൽ അഭിമാനബോധവുമുണ്ട്. അതോടൊപ്പംതന്നെ സഖാക്കളെക്കുറിച്ചും അവരുടെ രാഷ്ട്രീയബോധത്തെക്കുറിച്ചും വ്യക്തമായ കാഴ്ചപ്പാടും ചാത്തൻസ് പുലർത്തുന്നു.

"നായഡുവിനെ വിശ്വസിക്കാം. കാരണം അവൻ സഖാവല്ല. അതുകൊണ്ട് സത്യം പറയും. ഇതിനു പ്രതിവിധി, കാര്യം പാർട്ടി യോഗത്തിൽ ഉന്നയിക്കുകയില്ല." (മകീര്യം) പുതിയൊരു കാർഷിക സംസ്കാരം രൂപപ്പെട്ടുവരുന്നതിന്റെ സാമൂഹ്യചിത്രവും ചരിത്രവും 'തിരുവാതിര' എന്ന കഥയിൽ വരുന്നു. അധ്വാനിക്കുന്നവന്റെ പ്രതിനിധികൾ കയറിക്കൂടിയ സർക്കാർ, അവരെ അധികാരത്തിൽ എത്തിച്ചതിന്റെ പ്രതിഫലമായി കാർഷികത്തൊഴിലാളികൾക്ക് മിനിമം കൂലി നിശ്ചയിച്ചുകൊണ്ട് കല്പന പുറപ്പെടുവിക്കുന്നു. 'ഏഴിനൊന്ന് പതമ്പ്. പുരുഷന് ആറിടങ്ങഴി കൂലി, സ്ത്രീക്ക് നാലിടങ്ങഴി. വഴിയെ പോകുന്നവർക്ക് ഒരിടങ്ങഴി' എന്നതായിരുന്നു കണക്ക്. അവസാനത്തെ കണക്കിലാണ് വി.കെ.എൻ സാമൂഹ്യവിമർശനം സാധിക്കുന്നത്. എന്നാൽ അറുസഖാക്കളായ പാട്ട

ക്കുടിയാന്മാർപോലും മിനിമം കൂലി കൊടുക്കാതിരുന്നു. കൃഷിയിൽ സ്ഥിരാവകാശം കിട്ടുമ്പോൾ മാത്രമേ പുതിയ നിരക്കിനു ശാസ്ത്രീയ മായ പ്രസക്തിയുള്ളൂ എന്നായിരുന്നു അവരുടെ വാദം. അങ്ങനെ കോരൻ കുമ്പിളിൽത്തന്നെ കഞ്ഞികുടിക്കുന്ന അവസ്ഥയെ വി.കെ.എൻ ഗൗരവ മായിത്തന്നെ തുറന്നെഴുതുന്നു.

കഥയുടെ അന്തരീക്ഷം പൊടുന്നനെ പ്രകൃതിയിലേക്ക് തിരിച്ചു വിടുന്ന വി.കെ.എൻ തന്ത്രം നോക്കുക:

"പെയ്യാൻ മറന്നുനില്ക്കുന്ന തിരുവാതിര ഞാറ്റുവേലയുടെ പ്രകൃ തിയാണ് ചുറ്റിനും. മുകളിൽ നരച്ച മേഘത്തിന്റെ പരമ്പുകൾ പരത്തി യിട്ട ആകാശം. മുന്നിൽ താഴെ, നിവർന്നു കോമലിച്ചു കിടക്കുന്ന പച്ച യുടെ ത്രിമാനങ്ങൾ. അന്തമില്ലാത്ത കോണങ്ങൾ ഗണിച്ചു രസിക്കാൻ കോംപസ് കരുതാമായിരുന്നുവെന്നു ചാത്തൻസിനു തോന്നി." (തിരുവാ തിര)

പക്ഷേ, അവിടെയും വി.കെ.എന്നിന്റെ സ്വതസിദ്ധമായ നർമ്മം പ്രവർത്തിക്കുന്നു. അത് ഒരിക്കലും വായിക്കുന്നവരെ ഉറക്കെ ചിരിപ്പി ക്കുന്നില്ല. മനസ്സിൽ മൗനമായി ചിരിക്കുക, അല്ലെങ്കിൽ ചിരി തള്ളിക്കയ റുക ഇങ്ങനെയൊരു വായനാനുഭവമാണ് വേണ്ടത്. വരികൾക്കിടയിൽ അപ്രതീക്ഷിത ഹാസ്യം ഉല്പാദിപ്പിക്കുന്നതിലാണ് വി.കെ.എന്നിന് ശ്രദ്ധ. അതോടെ ആഖ്യാനം മറ്റൊരു വിതാനത്തിൽ എത്തുന്നു. ക്ഷണത്തിൽ ചാത്തൻസിന്റെ ചിന്ത തീവണ്ടിയിലേക്കു തിരിയുന്നു. മദ്രാസ് മെയിൽ വൈകിയോടുകയാണെങ്കിൽ മങ്കരയിൽനിന്നു തെറ്റി കോങ്ങാട്, കല്ലടി ക്കോട്, നക്സൽബാരി വഴി മലതുരന്ന് എളുപ്പവഴി മദിരാശിക്കു പോയേക്കും. പിന്നെ കാണാം എന്നൊരു കൂക്കും. എന്തും സംഭവി ച്ചേക്കാം. സംഗതി തെക്കൻ റെയിൽവേയും ഒലവക്കോടു ഡിവി ഷനുമാണല്ലോ." (തിരുവാതിര).

ചിലപ്പോൾ അസംബന്ധം എന്നു തോന്നാവുന്ന രീതിയിലുള്ള ഈ വിഷയ വ്യതിചലനം വി.കെ.എൻ മനഃപൂർവം സൃഷ്ടിക്കുന്നതാണ്. അസംബന്ധാത്മകഥയിൽനിന്നും കല ഉരുത്തിരിച്ചെടുക്കാം. കഥക ളിൽനിന്ന് ഉപകഥകളിലേക്കും അവിടുന്ന് മറുകഥകളിലേക്കും സഞ്ചരിച്ച് ഒടുവിൽ കേന്ദ്രകഥയിലേക്കു പ്രവേശിക്കുക മാത്രം ചെയ്ത് അവസാ നിപ്പിക്കുന്ന കൂത്തു സമ്പ്രദായത്തോട് അടുപ്പമുള്ള കഥകൾ വി.കെ.എൻ രചനയുടെ കലാതന്ത്രത്തിന് നിദർശനമാകുന്നു.

തിരുതകൃതിയായി തിരുവാതിര വർഷിക്കാത്തതിലും തിരുവോണ ത്തിന് തിരിച്ചും മറിച്ചും തിമർത്തും തീയായും വർഷിച്ചതിലും ചാത്തൻസിന് ഉൽക്കണ്ഠയുണ്ട്.

ചാത്തൻസിലെ നാൾവഴിക്കഥകളോരോന്നും മഴയുടെ പശ്ചാത്തല ത്തിലാണ് തുടങ്ങുന്നത്. ചില്ലക്ഷരങ്ങളിൽനിന്ന് പുതിയ ഭാഷാരൂപം

വി.കെ.എൻ സൃഷ്ടിച്ചിട്ടുണ്ട്. ചില്ല് മാറ്റിയും ചേർത്തും. അവൻസ്, ഡ്രൈവൻ എന്നിവ പ്രഖ്യാതപ്രയോഗങ്ങളാണ്. അക്ഷരമാലകളുടെ അടുക്കും ചിട്ടയുമാർന്ന വരമൊഴി പ്രയോഗത്തെ വി.കെ.എൻ ബോധ പൂർവ്വം തിരസ്കരിച്ച് ഭാഷയുടെ മേൽ ആധിപത്യം നേടുന്നു. 'പുണർതം' കാലവർഷത്തെ 'കാലൻവർഷം' എന്ന് ചാത്തൻസ് ശപിക്കുന്നു. പറഞ്ഞ സമയത്തിനകം പെയ്തുതീർക്കാൻ കരാറെടുത്ത മാതിരിയാണ് മഴ പെയ്യുന്നത്. 'പുണർതം പുഴന്തോണിപോലെ' എന്ന പ്രമാണവും ചാത്തൻസ് ഓർമ്മിക്കുന്നുണ്ട്.

വർഷത്തിന്റെ താണ്ഡവത്തെ വി.കെ.എൻ സോഷ്യലിസ്റ്റ് വ്യവസ്ഥിതി യിലെ ഭൂനയത്തോടാണ് സാദൃശ്യപ്പെടുത്തുന്നത്. സമാവസ്ഥ. "കര കവിഞ്ഞാണു പ്രളയം. ഞാറിൻമുടികളും ആടൊട്ടകങ്ങളും ശപ്പുശവറു കളും മരത്തടിയുമായി കലങ്ങിക്കുത്തിയ കൊങ്ങൻവെള്ളം നുരയും പത യുമണിഞ്ഞു മതിമറന്നുവരുന്നു. ആറു തോടുകൾ കൈക്കുകൈ ചേർത്ത് ആഴിയെ വിളിച്ച് ആർത്തുചെല്ലുന്ന ഈരടി ചാത്തൻസ് മനസ്സിലുരുവിട്ടു. കുടിയൊഴിക്കലിൽ പറഞ്ഞ വിപ്ലവം വന്നു തുടങ്ങുകയാണോ?"

നിലവിലിരിക്കുന്ന ദുഷിച്ചുനാറിയ സാമൂഹ്യവ്യവസ്ഥിതിയെപ്പോലെ യാണ് പുണർതത്തിലെ മഴ എന്നു വി.കെ.എൻ ആറുഞാറ്റുവേലകളി ലായി പെയ്യാത്തത് പുണർതത്തിൽ പെയ്തതിന്റെ ഭീകരത:- "അഹോ രാത്രം വർഷാശനിപാതങ്ങൾ. രാത്രി പകലും പകൽ രാത്രിയുമാക്കുന്ന പേമാരി. പേടിപ്പെടുത്താൻ ഇടിവെട്ട്. ഉരഗങ്ങൾ നടുങ്ങി. അണ്ടർഗ്രൗ ണ്ടിൽ പോയിരിക്കാമെന്നതു ശരി. പക്ഷേ, എഴുത്തച്ഛൻ പറഞ്ഞ മയിലെ വിടെ? മയിൽസിനിടയ്ക്കുപോലും ഒരു മയിലിനെ കണ്ടിട്ടു നാളെത്ര യായി?"

വർഷാശനിപാതത്തിന്റെ സമഗ്ര ചിത്രീകരണത്തിനിടയ്ക്കാണ് 'മയിൽസിനിടയിലെ മയിൽ' എന്ന പ്രയോഗത്തിലൂടെ വി.കെ.എൻ ആഖ്യാനത്തിന് മറ്റൊരു വിതാനം സൃഷ്ടിക്കുന്നത്. അസ്ഥാനത്തെ അതി വർഷത്തിലും പിടിച്ചുനില്ക്കുന്ന നെൽച്ചെടികൾ വിത്തിന്റെ ഗുണത്തിന് സാക്ഷ്യങ്ങളായി നില്ക്കുന്നു. കൃഷിഭാഗ്യമുള്ളവനു വളം വേണ്ട; വരമ്പത്തു കയറി നടന്നാൽ മതി. നെല്ലുണ്ടായിക്കൊള്ളും തുടങ്ങിയ കാർഷികവിശ്വാസസത്യങ്ങളും കഥയിൽ ആവർത്തിക്കപ്പെട്ടുകാണുന്നു.

'ക്ഷോഭിക്കരുതമ്പേ! ചോദിക്കുമ്പേ' തുടങ്ങിയ ശൈലികളിലൂടെ പുരോഗമിക്കുന്ന സംഭാഷണങ്ങളും ചാത്തൻസിലെ ചില കഥകൾക്ക് കാർഷിക ഗ്രാമീണതയുടെ അന്തരീക്ഷമൊരുക്കുന്നു. കൃഷിഭാഗ്യ മുള്ളവനു വളം വേണ്ടാ എന്ന് വീരവാദം പറഞ്ഞ ഗോപാലൻനായർ (മൂത്താർ) രാത്രി എട്ടുനാഴിക ചെന്നപ്പോൾ കണ്ടത്തിലിറങ്ങി യൂറിയയി ടുന്നത് ചാത്തൻസ് കണ്ടുപിടിക്കുന്നു. കണ്ടുപിടിക്കപ്പെട്ടതിന്റെ ജാള്യ ത്തിൽ ഗോപാലൻനായർ ചാത്തൻസിനോട് പുറത്തു പാട്ടാക്കരുതെന്ന്

അപേക്ഷിക്കുന്നു. അതിനുപകരമായി ചാത്തൻസ് ആവശ്യപ്പെടുന്നത് "രഹസ്യമായെങ്കിലും കൃഷിഭാഗ്യം ഗോപാലൻനായർ എന്നു താങ്കളെ മനസ്സിൽ അഭിസംബോധന ചെയ്യാനുള്ള സ്വാതന്ത്ര്യം എനിക്ക് കല്പിച്ചു തരണം" എന്നാണ് അന്നേരം 'മഞ്ഞ പതിറ്റടി' കഴിഞ്ഞിരുന്നതിനാൽ ഗോപാലൻനായർ ചാത്തൻസിനെ പറഞ്ഞയയ്ക്കുകയാണ്.

ഈ കഥയിൽ ചാത്തൻസിന്റെ ആവശ്യം വംശീയമായ അധമ ബോധത്തിൽനിന്നു പിറവിയെടുക്കുന്നതാണ്. അയാൾക്ക് അത്തരമൊരു അധികാരം അഥവാ അവകാശം ഒരു മുഹൂർത്തത്തിലെങ്കിലും കിട്ടണം. അവിടെ ജന്മിയും കുടിയാനുമല്ല; രണ്ടു മനുഷ്യാവസ്ഥകൾ തമ്മിലാണ് ഏറ്റുമുട്ടുന്നത്. മൂത്താരേ എന്ന് വിനീതവിധേയനായി വിളിക്കപ്പെടുന്ന തിൽനിന്ന് സർവ്വദാസ്യവും കുടഞ്ഞുകളഞ്ഞ് ഗോപാലൻനായരേ എന്നു പേരു ചേർത്തുള്ളൊരു വിളി ഒരു സാമൂഹ്യക്രമം അനുശാസിക്കുന്ന നിയമങ്ങൾക്ക് ഒരു തിരുത്ത്. അതായിരുന്നു കമ്മ്യൂണിസ്റ്റുകൂടിയായ ചാത്തൻസിന്റെ ലക്ഷ്യം.

മഴ മൂലം കൃഷിയെ പ്രതികൂലമായി ബാധിക്കുന്ന പലവിധ വിഷമ ങ്ങൾ പൂയ്യം എന്ന കഥയിൽ കാണാം. ഉച്ചമഴയ്ക്ക് വരമ്പിടിഞ്ഞത്. വര മ്പിടിഞ്ഞ് രണ്ടു പരമ്പുവട്ടം സ്ഥലത്തെ നെൽച്ചെടി മണ്ണിന്നടിയിലായത്. കിളയ്ക്കുമ്പോൾ വരമ്പിന്റെ മൂർദ്ധാവിൽ ചെത്തരുതെന്ന വിശ്വാസം ഇങ്ങനെ 'കിള'യെക്കുറിച്ചുള്ള നാട്ടുവിശ്വാസങ്ങൾ "വെട്ടും കിളയും ചെല്ലുന്നമാതിരിയാണ് മണ്ണും പെണ്ണും നന്നാവുക" എന്നൊരു നാട്ടുചൊ ല്ലിൽ കൊണ്ടെത്തിക്കുന്നു വി.കെ.എൻ. ഇത്തരമൊരു ആഖ്യാനസ്വരൂപം മലയാളത്തിൽ വി.കെ.എൻ രചനകളിൽ മാത്രം കാണുന്ന സൗഭാഗ്യ മാണ്. വരമ്പു ശരിപ്പെടുത്തുന്ന വിധത്തെക്കുറിച്ച് വി.കെ.എൻ എഴുതുന്നു - "കാഞ്ഞിരത്തിന്റെ കുറ്റിയും ഒടുകിന്റെ തോലും എന്നാണ് അഷ്ടാംഗ ജലപ്രമാണം. കാരസ്യ കുറ്റ്യാ ഒടുകസ്യ തോലാം എന്നു ശ്ലോകം."

അഷ്ടാംഗഹൃദയത്തെ ഓർമ്മിപ്പിക്കുന്ന ഒരു ജലശാസ്ത്രം വി.കെ. എൻ നിർമ്മിച്ചിരിക്കുന്നതിലെ ഹാസ്യം വി.കെ.എന്നു മാത്രം സാധ്യം.

പെയ്യാൻ തയ്യാറായി നിൽക്കുന്ന മേഘമുള്ള ആകാശം നോക്കിയ പ്പോൾ 'ഗീതഗോവിന്ദത്തിലെ' മേഘേർ മേദുരമംബരം, രാധേ ഗൃഹം പ്രാപയ' എന്ന വരികളാണ് ചാത്തൻസിനു തോന്നുന്നത്. ഇതും കഥാ ഗതിയെ പുതിയൊരു വിതാനത്തിലെത്തിക്കുന്നു. ഇത് വി.കെ.എൻ സൂത്രമാകുന്നു. വ്യക്തികൾ, സ്ഥലങ്ങൾ, പേരുകൾ, കവിതാശകലങ്ങൾ എന്നിവകൊണ്ട് സന്ദർഭത്തിനു യോജിച്ച പശ്ചാത്തലം സൃഷ്ടിക്കുക. ഇവിടെ യുക്തമായ ചേരുവകൾ കൊണ്ടുവരുന്നതിലാണ് വി.കെ.എൻ പ്രതിഭയുടെ അസാമാന്യമായ തിളക്കം ദൃശ്യമാകുന്നത്.

നാൾവഴിക്കഥകളിലെ പൂർവ്വസംഭവങ്ങളും സംഭാഷണങ്ങളും 'പൂയ്യം' എന്ന കഥയിൽ കാണുന്നുണ്ട്.

പുണർതം കഥയിലെയും, കാർത്തികക്കഥയിലേയും തിരുവാതിര ക്കഥയിലെയും സംഭാഷണങ്ങളും പ്രവൃത്തികളും ചാത്തൻസ് ഇവിടെ ഓർമ്മിക്കുന്നുണ്ട്. ജാതിപരമായി നിലനിന്നിരുന്ന സ്ഥാനമാനങ്ങ ളിലെ സങ്കല്പങ്ങളും ഇവിടെ വിചാരണ ചെയ്യപ്പെടുന്നു. "ഏഴ്ശ്ശന്റെ വിപ്ലവം നായരാവുകയാണെങ്കിൽ തണ്ടാരിന്റെ വിപ്ലവം ഏഴ്ശ്ശനാവു കയാണ്."

-"ജർമ്മൻ സ്ത്രീയെ ജർമ്മനി എന്നും ചെറുമി എന്നും നിങ്ങൾക്ക് മാറിമാറി വിളിക്കാമെങ്കിൽ തണ്ടാന്റെ പെണ്ണിനെ തണ്ടാത്തി എന്നു ഞങ്ങൾക്കും വിളിക്കാം. രണ്ടുവഴിയ്ക്കും ഒപ്പമാണ് ദൂരം. പഴിക്കു പഴി."

ഇവിടെ നമ്മുടെ സാമൂഹ്യക്രമത്തിലെ വൈരുധ്യങ്ങളെ അപഹസി ക്കുകയാണ് വി.കെ.എൻ ചെയ്യുന്നത്. പക്ഷേ, പലർക്കും വി.കെ.എൻ പ്രയോഗങ്ങളും അതിന്റെ പൊരുളും അറിയാം. വായിച്ച് ദുർവ്യാഖ്യാനം ചെയ്യുന്നുണ്ട്. സവർണ്ണതയുടെ ഭൂപടങ്ങളാണ് വി.കെ.എൻ കൃതികളെന്ന് വിലയിരുത്തുന്നവർ വിട്ടുപോയ ഒരു കാഴ്ചയുണ്ട്. ഒരു കീഴാള സംസ്കാരം - ഇന്ന് അങ്ങനെയും വിഭജനമുണ്ടല്ലോ. അവർക്ക് അനു കൂലമായ വിധത്തിൽ മലയാളകഥയിലെ നോവലിലും വി.കെ.എൻ ആവിഷ്ക്കരിച്ചിട്ടുണ്ട്.

ഹാസ്യാവബോധമില്ലാത്ത, അഥവാ വി.കെ.എൻ ഹാസ്യത്തോടൊപ്പം എത്താൻ കഴിയാത്ത വായനക്കാർക്ക് അതു പിടികിട്ടിയില്ല. ചാത്തൻസ് സവർണ്ണതയെ നേരിടുകയാണ് ചെയ്യുന്നത്. അത് സൂക്ഷ്മവായനയിലേ ബോധ്യപ്പെടുകയുള്ളൂ. രണ്ടു സംസ്കാരങ്ങളെ മുന്നിൽ നിർത്തിക്കൊണ്ട് പ്രതിസംസ്കാരത്തെ സ്ഥാപിക്കുകകൂടി ഇവിടെ ലക്ഷ്യമാകുന്നു. വരമ്പു പണിക്ക് അതിന്റെ സമയപരിധി ബാധകമല്ലാതെ ശരാശരി മുക്കാൽ നേരത്തെ കൂലി. ആണിനും പെണ്ണിനും സമാസമം ചോദിച്ചുവാങ്ങുന്ന ചാത്തൻസ് 'സെല്ലേഴ്സ് മാർക്കറ്റി'ന്റെ വാണിജ്യശാസ്ത്രം തണ്ടാരെ പഠിപ്പിക്കുന്നുണ്ട്.

സന്ധ്യനേരത്തെ കന്നുപൂട്ടിനെക്കുറിച്ച് ചോദിച്ച സെക്രട്ടറിയോട് അതിന്റെ പൊരുൾ അറിയണമെങ്കിൽ അല്പമെങ്കിലും കൃഷി സംസ്ക്കാരം ഉള്ളിലുണ്ടാവണമെന്ന് ചാത്തൻസ് പറയുന്നു. വിശദീക രണം ഇങ്ങനെ:

"ഇത് മകമാണ്. ഞാറ്റുവേല. പൊന്നിൻചിങ്ങം ഒന്നാം തിയ്യതി. മക ത്തിന്റെ മുഖത്ത് എള്ളെറിയുക എന്നൊരേർപ്പാടുണ്ട്." - ഒരു ചാലെ ത്തിക്കഴിഞ്ഞാൽ വിതയ്ക്കുക. അതുകഴിഞ്ഞു വിത്തുമാറ്റം. - ഇങ്ങനെ കാർഷികവൃത്തിയിലെ കമ്പോടുകമ്പ് വി.കെ.എന്നിന് ഹൃദിസ്ഥം.

'അത്തം' തുടങ്ങുന്നത് 'പിത്തദോഷം പോലെയും പിതൃശാപം പോലെയും അരശർകോപം പോലെയും മനിസർ താപംപോലെയും അഖണ്ഡമായി വർഷിക്കുന്ന 'ഞാറ്റുവേലനവർകളെ'ക്കുറിച്ചുള്ള

വിവരണത്തോടെയാണ്. 'നീരനീരം മാരി വർഷിച്ചുകൊണ്ടിരുന്ന ഘോര ഘോരമായ പ്രഭാതം' എന്നാണ് ഒരു വികെ.എൻ. വർണ്ണന.

വയലും വീടും പരിപാടിയിലേക്ക് നവീനകൃഷിമാതൃകയെക്കുറിച്ച് സംഭാഷണസുവിശേഷം സംഘടിപ്പിക്കാനെത്തുന്ന ആകാശവാണി ഉദ്യോഗസ്ഥരും ചാത്തൻസും തമ്മിലുള്ള അഭിമുഖസംഭാഷണം, ചാത്തൻസിന്റെ തറുതലനർമ്മത്താൽ വശിഷ്ടമായൊരു വായനാനുഭവ മാക്കാൻ വി.കെ.എൻന്നു കഴിയുന്നുണ്ട്. ചില ഭാഗങ്ങൾ നോക്കുക.

"ഒരുപ്പൂവോ ഇരുപ്പൂവോ?"

"മുപ്പൂ."

"ഐ.ആർ. 8 കൃഷി ചെയ്തിട്ടുണ്ടോ?"

"അതു മാത്രമോ? അന്നപൂർണ്ണ, ജയ, പത്മ, ചിന്നമ്മു, കുഞ്ഞിമാളു, പി.ടി.പി., കെ.ടി.പി., പി.എസ്.പി., കെ.എസ്.പി. മുതൽപേരും എന്റെ പാടശേഖരങ്ങളിൽ സമൃദ്ധമായി വിളയുന്നവരാണ്.

അടിവളം ഇടാറുണ്ടോ?

ആദ്യമെല്ലാം വെണ്ണീർ വിതറുമായിരുന്നു. എന്നാലിപ്പോൾ തൊണ്ണൂറു പൂട്ടിയാൽ വെണ്ണീറുവേണ്ട എന്ന പഴമൊഴിയനുസരിച്ച് തൊണ്ണൂറു ചാൽ പൂട്ടി ചുമ്മാ വിത്തെറിയാറാണ് പതിവ്.

എൻഡ്രീനും പരാമറും ബോർഡോമിശ്രവും എന്തളവിലാണ് തളി ക്കാറ് എന്ന ചോദ്യത്തിന് 'കണ്ണുചിമ്മി' എന്നാണ് ചാത്തൻസിന്റെ ഉത്തരം. ഓരോ നുരിയ്ക്ക് ഓരോന്നു വീതം എന്ന കണക്കിൽ 'കീടന്റെ' വരവിനെക്കുറിച്ചും ചാത്തൻസിന് പറയാനുണ്ട്. തണ്ടുതുരപ്പൻ, തൊണ്ട ചൊറിയൻ, തലപൊളിയൻ, ഓലചുരുട്ടൻ എന്നിവയത്രെ കീടപ്രധാനി കൾ. വർഷംപ്രതി ഏഴായിരം പറ നെല്ല് ലാഭം കിട്ടുന്ന വിധവും ചാത്തൻസ് വിശദീകരിക്കുന്നുണ്ട്. ആകാശവാണിയിലെ വയലും വീടും പരിപാടിയിൽ വന്നിരുന്ന കാർഷികമുഖാമുഖങ്ങളെ വി.കെ.എൻ പുനഃ സൃഷ്ടിക്കുന്നത് 'അത്തം' കഥയിലെ ഹൃദ്യമായ വായനാനുഭവമാകുന്നു. ആകാശവാണിക്കാരോടൊപ്പം വന്ന ആദായനികുതി ഉദ്യോഗസ്ഥനെയും ചാത്തൻസ് തിരസ്കരിക്കുന്നുണ്ട്. ഇൻസ്പെക്ടറുടെ ഭീഷണികളെ വകവയ്ക്കാതെ ചാത്തൻസ് നോട്ടീസ് നിരസിക്കുന്നു. അവർ പോയി ക്കഴിഞ്ഞപ്പോൾ, ചായക്കടയിലിരിക്കുകയായിരുന്ന ചാത്തൻസ് (ചായ പ്പീടികയിൽ വച്ചായിരുന്നു അഭിമുഖം) 'കടുപ്പത്തിൽ ഒരു ചായ'യ്ക്കു പറയുന്നതോടെ കഥ അവസാനിക്കുന്നു. ചാത്തൻസ് എന്ന കഥാപാത്ര സൃഷ്ടിക്കുതകുന്ന സംഭാഷണങ്ങളാണ് വി.കെ.എൻ ഒരുക്കുന്നത്. നർമ്മനിർമ്മതയോടെയാണ് ചാത്തൻസ് എല്ലാം നോക്കിക്കാണുന്നത്. എന്നാൽ കൃഷിസംബന്ധമായ പാഠങ്ങളും പ്രയോഗങ്ങളും ചാത്തൻസിന് ഹൃദിസ്ഥവുമാണ്. തന്റെ സാമൂഹ്യസ്വാധീനവും രാഷ്ട്രീയബലവും

അധ്വാനിക്കുന്ന വർഗ്ഗത്തിന്റെ നേതൃസ്ഥാനീയനെന്ന മഹിമയും ചാത്തൻസിന് ആത്മവിശ്വാസമേകുന്നുണ്ട്.

ചിത്ര കിഴക്കനും പടിഞ്ഞാറനുമായി മാറിമാറി വർഷിച്ച തുലാവർഷത്തിന്റെ, ഡബ്ബിൾറോളിൽ പെയ്യുന്ന മഴാനുഭവത്തോടെയാണ് ആരംഭിക്കുന്നത്. ഉച്ചവരെ വെയിൽ. ഉച്ചതിരിഞ്ഞാൽ മുട്ടൻമഴ. ഇത് കണ്ടറിഞ്ഞവനാണ് 'വിചിത്രം, ചിത്രം' എന്ന് ഞാറ്റുവേലയ്ക്ക് പേരിട്ടിരിക്കുന്നത് എന്ന് വി.കെ.എൻ.

കാർഷികോപകരണങ്ങൾ നിർമ്മിക്കുന്ന അപ്പുക്കുട്ടൻ മുതലാളി ഉപകരണങ്ങൾ സപ്ലൈ ചെയ്യാതെ, അതിനനുവദിച്ച തുക ദുരുപയോഗപ്പെടുത്തിയ കഥയും ചാത്തൻസ് മറനീക്കി പുറത്തുകൊണ്ടുവരുന്നു.

ചോതിയാണ് ചാത്തൻസിലെ അവസാനത്തെ കഥ. അതിലാകട്ടെ ഫസ്റ്റ് സിക്രട്ടറി കുട്ടിക്കൃഷ്ണൻനായരുടെ ഭാര്യ പാർവ്വതിയമ്മയ്ക്കുള്ള പാലയ്ക്കാമോതിരത്തിനായി പണം സ്വരൂപിക്കാൻ ചാത്തൻസ് പ്രയോഗിക്കുന്ന തന്ത്രങ്ങളാണ്. കാഴ്ചയായി ലഭിച്ച പച്ചക്കറികൾ തമിഴ്നാട്ടിലേക്ക് കടത്തി നല്ലൊരു തുക സ്വരൂപിച്ച ചാത്തൻസ് കസവുമുണ്ടും ടെറികോട്ടൻ ഷർട്ടുമിട്ട് പടിഞ്ഞാറ്റുമുറി ഗ്രാമചത്വരത്തിൽ പ്രത്യക്ഷപ്പെടുന്നതോടെ കഥ അവസാനിക്കുന്നു. വി.കെ.എൻ കഥകളിലെ വ്യത്യസ്ത ലോകമാണ് 'ചാത്തൻസി'ൽ കാണുന്നത്.

തിരുവില്വാമലയാണ് വി.കെ.എന്നിന്റെ സ്വദേശം. തൃശൂർ ജില്ലയുടേയും പാലക്കാട് ജില്ലയുടേയും അതിർത്തിദേശമെന്ന ഭൂമിശാസ്ത്രപരമായ പ്രാധാന്യവും തിരുവില്വാമലയ്ക്കുണ്ട്. ക്ലാസിക്കൽ കലാസംസ്കാരത്തിന്റെ സമൃദ്ധിയോടൊപ്പം തന്നെ കാർഷിക സംസ്കാരത്തിന്റെ നന്മകളും ഈ ഗ്രാമത്തിനുണ്ട്. പാലക്കാടിന്റെ കൃഷിസമ്പത്ത് തിരുവില്വാമലപ്പാടങ്ങൾകൂടി ഉൾപ്പെട്ടതാകുന്നു. അവിടെ സാധാരണക്കാരായ കാർഷികത്തൊഴിലാളികളുണ്ട്. മേലാളരും കീഴാളരുമുണ്ട്. ഈ മേലാളജന്മിത്വത്തെ കീഴാളതൊഴിലാളികളുടെ നേർക്കുനേർ നിർത്തി അവർക്കെതിരെ തുറന്ന കലഹമാണ് വി.കെ.എൻ സാധിക്കുന്നത്. തകഴിയുടെ കൃഷിക്കാരൻപോലുള്ള കഥകളിൽ പ്രതിഫലിക്കുന്ന കാർഷിക പശ്ചാത്തലമല്ല ചാത്തൻസിൽ കാണുക. ഇത് പുതിയ കാലത്തിന്റെ കഥയാവുന്നു. എന്നാൽ വി.കെ.എൻ വെറും കഥ പറയുകയല്ല. കഥയില്ലാക്കഥയിലൂടെ ഒരു കാലത്തിന്റെ സാമൂഹ്യരാഷ്ട്രീയ വർത്തമാനവിശകലനമാണ് അദ്ദേഹം സാധിക്കുന്നത്. ക്രോധം ഹാസ്യമായി പരിണമിക്കുകയാണ്. വി.കെ.എൻ കഥകളിലെ ഹാസ്യം മാത്രം രസിക്കുന്നവർ ആ കഥകളിൽ അന്തർലീനമായിട്ടുള്ള ഗൗരവപ്പെട്ട ഉള്ളടക്കങ്ങൾ മനസ്സിലാക്കാതെ പോകുന്നു.

ഏതുമേഖലയിലെ വിജ്ഞാനവും തനിക്ക് അന്യമല്ലെന്ന് തെളിയിക്കുന്നവയാണ് വി.കെ.എൻ രചനകൾ. തിരുവില്വാമലയുടെ ഗ്രാമീണത

സ്വാധീനിച്ച, കൂട്ടുകുടുംബ പശ്ചാത്തലം അനുഭവിച്ച, കാർഷികവൃത്തിയോട് ആഭിമുഖ്യമുള്ള, കാർഷികസംസ്കാരത്തിന്റെ മഹിമയിലും പവിത്രതയിലും വിശ്വസിക്കുന്ന വി.കെ.എന്നിനെയാണ് ചാത്തൻസ് കഥകളിൽ കാണുന്നത്. വൈലോപ്പിള്ളിയുടെ ഭാഷയിൽ 'കൃഷീവലപൗരുഷഹർഷത്തോടെ' നില്ക്കുന്ന വി.കെ.എന്നിനെ ഈ കഥകളിൽ കാണാം. മലയാളത്തിന്റെ പ്രകൃതിവാദക്കാരും പരിസ്ഥിതിക്കഥാപഠനക്കാരുമൊക്കെ, നാട്ടറിവുകളുടെ കേദാരം കൂടിയായ ഈ കഥകൾക്കുനേരെ മുഖം തിരിച്ചത് എന്തുകൊണ്ടാവാം. അല്ലെങ്കിലും വി.കെ.എൻ വേണ്ട വിധം പഠിക്കപ്പെട്ടിട്ടുണ്ടോ? ഒരു കള്ളിയിലും ഒതുങ്ങാൻ കൂട്ടാക്കാത്തതാണല്ലോ വി.കെ.എൻ പ്രതിഭ. ഈ ഒറ്റയാനെ തളയ്ക്കാൻ എഴുത്തുകാരനായ ഒരു പാപ്പാനും സാധിക്കുകയുമില്ല.

കത്തുകൾ

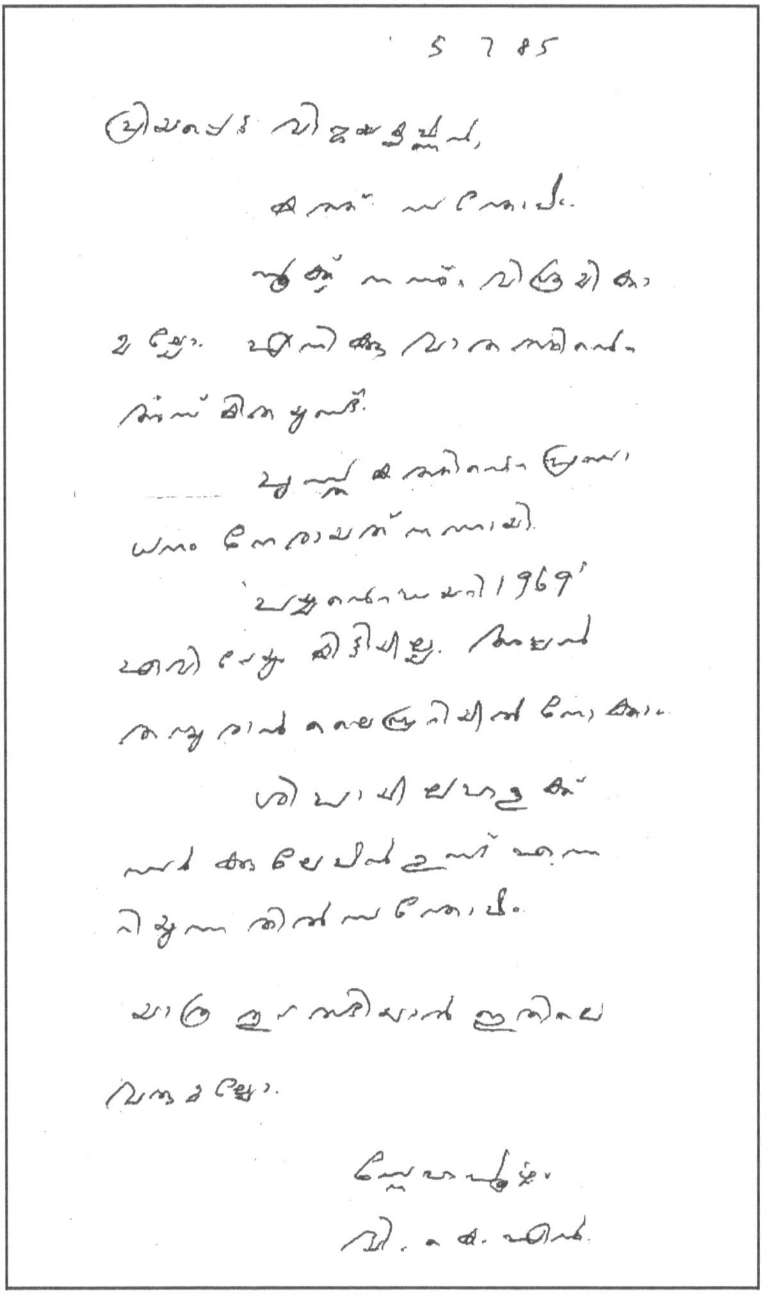

5 7 85

പ്രിയപ്പെട്ട വിജയകൃഷ്ണൻ,

കത്ത് [illegible] സന്തോഷം.

[illegible]

'[illegible] 1969'

[illegible]

സ്നേഹപൂർവ്വം,

[illegible]

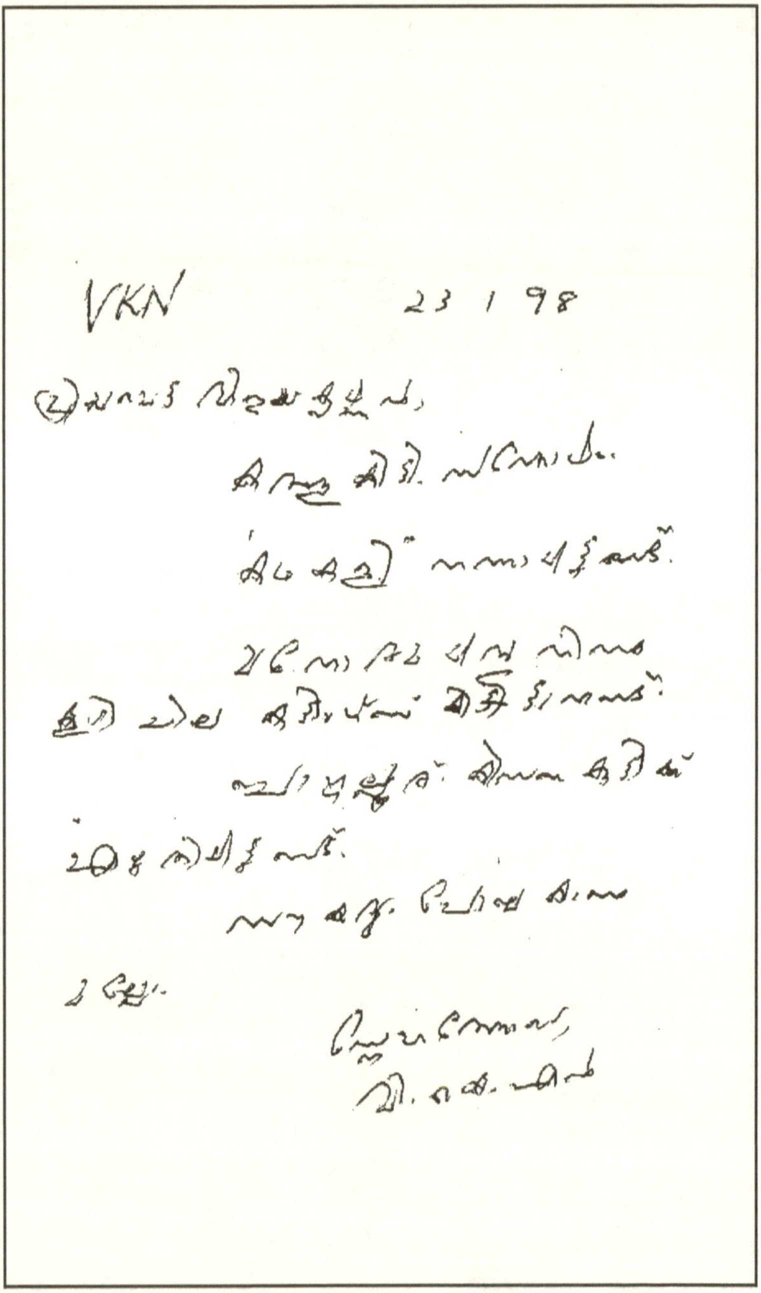
VKN 23 1 98

[illegible] വിജയകൃഷ്ണൻ,

[illegible]

വി.കെ.എൻ

30-4-99

[illegible]

'[illegible]' [illegible]

[illegible]
DC Books [illegible]

[illegible]

[illegible]

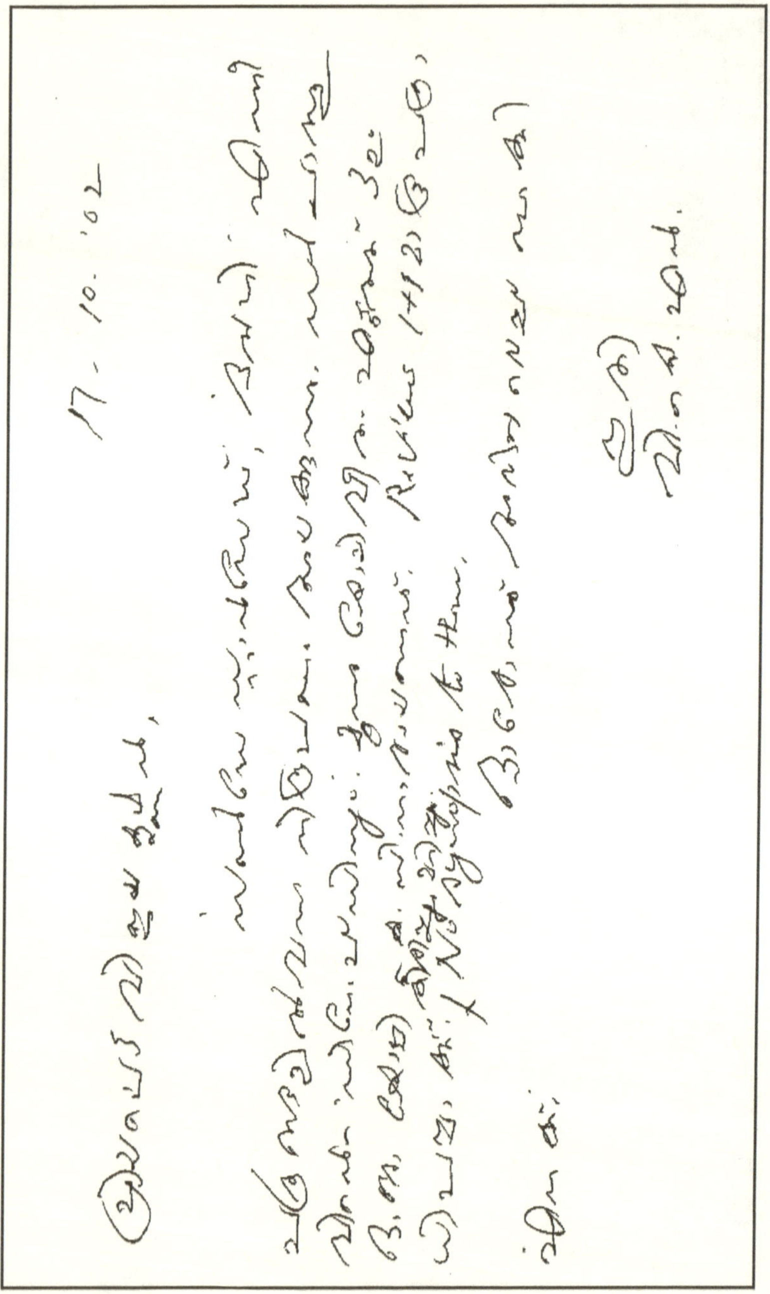

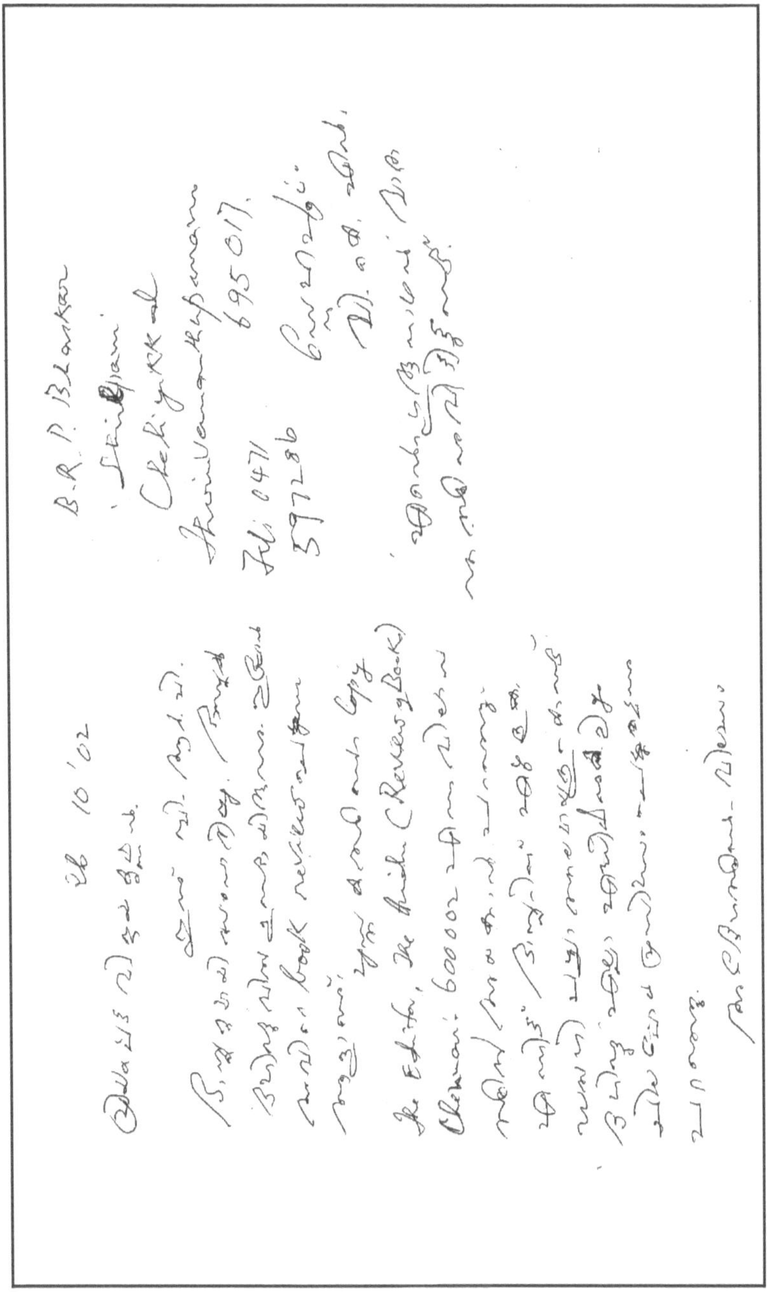
26 10 '02
book reviews
copy
The Editor, The Hindu (Reviewing Book)
Chennai: 600002
B.R.P. Bhaskar
695 017.
Tel: 0471 597286

20/12

[illegible]

[illegible]

[illegible]

[illegible]

[illegible]

[illegible]

[illegible]

[illegible]

വി.കെ.എൻ.

അനുബന്ധം

വാദ്യവിദ്യ

വി.കെ.എൻ.

ഇടയ്ക്ക, തിമില, കൊമ്പ്, ചെണ്ട, കിണ്ട്യാപ്പ്സ് തുടങ്ങിയ വാദ്യോപകരണങ്ങളെയും അവയുടെ പ്രയോക്താക്കളെയും പറ്റിയാണല്ലോ ഈ ഗ്രന്ഥത്തിൽ പരാമൃഷ്ടമായിട്ടുള്ളത്. മൃഷ്ടാന്നം.

ഒരിക്കൽ വായിച്ചാൽ മേല്പടി വാദ്യങ്ങളൊക്കെ കർണാരൂഹ്യദമാം വിധം കർണപുടങ്ങളിൽ വന്നലയ്ക്കും. കഥകളി കണ്ട് പിറ്റേന്നു രാവിലെ കിടന്നുറങ്ങുമ്പോൾ കൊട്ടും പാട്ടും വേഷങ്ങളുമൊക്കെ തലയ്ക്കു ചുറ്റും വന്ന് അലയടിക്കുന്നപോലെ, ഭാഗ്യവശാൽ ഓടക്കുഴൽ വായന ഇവിടെ പ്രതിവാദ്യമായിട്ടില്ല. അതിപ്പോൾ മിക്കവാറും സ്ത്രീകൾക്ക് അവാർഡിനുള്ള ആയുധമായാണല്ലോ സംവരണം ചെയ്യപ്പെട്ടിട്ടുള്ളത്. മൂവായിരം രൂപയ്ക്ക് ഒരു കുറി വായന, ഒട്ടും മുഷിയില്ലതാനും. നീട്ടിയും കുറുക്കിയും വായിച്ചശേഷം അടയ്ക്കാതെ പിടിച്ച വായുമായി ഒരു സ്ത്രീയുടെ പടം ഈയിടെ ഒരു പത്രത്തിൽ കണ്ടു. അതവർ ക്ലോസ് ചെയ്യാൻ വിട്ടുപോയതാകും. അതെന്തായാലും വായന കഴിഞ്ഞാൽ കോലോ കുഴലോ മറ്റെന്തോ കി(സ)മണ്ടിയോ എന്താച്ചാൽ പ്രയോഗിക്കുന്ന അവയവം കൊട്ടിയടച്ച് പൂർവസ്ഥിതിയിൽ ആക്കുകയാവും ഭംഗി. ശീലിച്ചതേ പാലിക്കൂ എന്നും ഇത്തരുണത്തിൽ പ്രസ്താവ്യമാണ്. ഇത്രയും ആമുഖമായി പ്രസ്താവിച്ച് ഇപ്പോൾത്തന്നെ ക്രമാതീതമായി നീണ്ടുപോയ ഈ ആമുഖത്തെ, പാഠത്തെ, പീഠികയെ കൂടുതൽ പാഠഭേദമില്ലാതെ വായനക്കാരന്റെ ചെവിയിലേക്ക് വിടുന്നു. കർണപുടങ്ങളിലേക്ക് എന്നും പറയാം.

ഇതൊരു സ്വതന്ത്രരാജ്യമാകയാൽ ആർക്കും എപ്പാ എന്താ തോന്നണ്ച്ചാൽ അപ്പയ്ക്കപ്പേ എന്തു വാദ്യവും പ്രയോഗിക്കാമല്ലോ. 'ഗദകമ്പളിതമായ കർണയുഗ്മം വദനവിഭൂഷണമായി ചമഞ്ഞിട്ടില്ലാത്തവർക്ക്, വിശിഷ്യ.

എൻ.പി. വിജയകൃഷ്ണന്റെ 'കേരളീയ കലാപഠനങ്ങൾ' എന്ന പുസ്തകത്തിനെഴുതിയ ആമുഖം.

വി.കെ.എൻ. സ്പന്ദനം

മലയാളത്തിന് പുതിയ മനുഷ്യഭാഷയും പദാവലികളും സൃഷ്ടിച്ച വി.കെ.എന്നിന് ആമുഖവും വിശേഷണവും അധികപ്പറ്റാവുന്നു. മലയാളത്തിലെ മൗലികതയുള്ള എഴുത്തുകാരിൽ മുമ്പനായ വി.കെ.എൻ ഇടക്കാലത്തെ മൗനത്തിനുശേഷം എഴുത്തിൽ സജീവമാണ്. ഗുരു എന്ന് വി.കെ.എൻ തന്നെ മുമ്പ് വിശേഷിപ്പിച്ചിട്ടുള്ള ബഷീറിന്റെ പേരിലുള്ള പുരസ്കാരം ഈയിടെ വി.കെ.എന്നിന് ലഭിക്കുകയുണ്ടായി. വി.കെ.എന്നിന്റെ രചനകലയെ ഈ പരിമിതസ്ഥലത്ത് നിജപ്പെടുത്തുക എന്നത് മഹാപരാധമാണ്. പക്ഷേ, വി.കെ.എന്നിന്റെ ഓരോ വാക്കിനും അധികവില കല്പിക്കുന്ന വായനാസമൂഹം ഇന്നുമുണ്ട്. ഇരുപത്തിമൂന്നാം വയസ്സിലാണ് 'വിവാഹപ്പിറ്റേന്ന്' എന്ന കഥ വി.കെ.എൻ എഴുതുന്നത്. ആ ഒറ്റക്കഥയിലൂടെതന്നെ മലയാളത്തിൽ അദ്ദേഹം സ്വന്തം ഇടവും ഇരിപ്പിടവും കണ്ടെത്തി. ഡൽഹിയിലെ ജീവിതമാണ് വി.കെ.എന്നിന്റെ എഴുത്തിന് പുതിയ ദിശാബോധമുണ്ടാക്കിയത്. പിന്നീട് ഡൽഹി വിട്ട് തിരുവില്വാമലയിൽ ഇരുന്നുകൊണ്ടാണ് അദ്ദേഹം 'അധികാരം' എഴുതിയത്.

- ഡൽഹി പശ്ചാത്തലമായി ഇനി ഒരു നോവലിനു സാധ്യതയുണ്ടോ? വി.കെ.എൻ പറഞ്ഞത് ഇങ്ങനെയാണ്.

  ഡൽഹി ഇപ്പോൾ തികച്ചും അരൂപിയായി. ജനസംഖ്യ ഒരു കോടി കവിഞ്ഞു. ഇനി ഡൽഹി പുനഃസൃഷ്ടിക്കാൻ പറ്റില്ല. അന്നത്തെ കഥാപാത്രങ്ങൾ മറവിയിലുണ്ടാകും എന്നല്ലാതെ സംഘടിതമായി എടുത്തുപറയാൻ സാധിക്കില്ല. അവരെ കൊണ്ടുനടക്കുക, ഓർമ്മിക്കുക. അത്രയേ പറ്റൂ. അവരെ ഒരു ക്രൗഡിൽ കാണാൻ കഴിയില്ല. 'ആരോഹണം' മട്ടിലൊന്ന് ഇന്ന് എഴുതാൻ വയ്യ. കാരണം രാഷ്ട്രീയം നില്ക്കുകയാണ്. ചരിത്രം ആവർത്തിക്കുന്നത് എപ്പോഴും വീർക്കും. അപ്പഴാണ് പഴയത് സ്മരണയിൽ നില്ക്കുക.

- എങ്കിൽ കേരള രാഷ്ട്രീയം കേന്ദ്രമാക്കി ഒരു നോവൽ എഴുതിക്കൂടേ എന്നു ചോദിച്ചപ്പോൾ വി.കെ.എന്നിന്റെ കമന്റ് ഇപ്രകാരമായിരുന്നു.

അതിനു കഴിയില്ല. കാരണം നമുക്ക് രാഷ്ട്രീയത്തേക്കാൾ പ്രായമായി എന്നതാണ് സംഗതി.

- വി.കെ.എൻ കഥകളിൽ ഇപ്പോൾ പയ്യനെ കാണുന്നില്ല. എന്നാൽ പഴയ ചില കഥാപാത്രങ്ങൾ പുതുരൂപത്തിൽ വരുന്നുമുണ്ട്. ഈ സമൂഹത്തിൽ പയ്യന് ഇടപെടാനായി പ്രത്യേകിച്ചൊന്നുമില്ലെന്ന തോന്നലാണോ ഇതിനു പിന്നിലെന്ന സംശയത്തിന് വി.കെ.എൻ പ്രതികരിക്കുന്നു.

ഇന്ന് ഒന്നും സംഭവിക്കുന്നില്ല. എല്ലാവരും പഴയതിലേക്കാണ് പോകുന്നത്. വലിയ പണ്ഡിതന്മാരാണെന്നു ധരിച്ച കൂട്ടരുടെ ഉള്ള് പൊള്ളയാണെന്ന് അറിയുന്നു. എഴുത്തച്ഛന്റെ എഴുത്താണ് നിത്യനൂതനമായി തോന്നുന്നത്. പുതുതായി ഒന്നും സംഭവിക്കാത്ത നിലയ്ക്ക് അന്നത്തെ കൂട്ടരൊക്കെ മാറ്റമില്ലാതെ നില്ക്കുന്നു. അക്കാലത്തെ സ്ത്രീകളുടെ കാര്യംതന്നെ എടുക്കാം. അവർക്ക് ഒരു വികാസം ഉണ്ടായിട്ടില്ല. എവടേം വികസിച്ചിട്ടില്യാന്നർഥം."

- വി.കെ.എൻ രചനകളിലെ സ്ത്രീകഥാപാത്രങ്ങളുടെ സൃഷ്ടിയിലും വാക്കിലും പ്രവൃത്തിയിലും ചിന്തയിലും വരെ സദാചാരബാഹ്യമായ ഘടകങ്ങൾ ഉണ്ടെന്ന് ഒരു ആരോപണമുണ്ട്. സ്ത്രീയെ ഭോഗോപകരണമായി ചിത്രീകരിക്കുന്നു എന്നൊരു കണ്ടെത്തൽവരെ സ്ത്രീവാദക്കാർ നടത്തിക്കഴിഞ്ഞു. മലയാളിയുടെ കപടസദാചാരബോധത്തിൽ നിന്നാണ് ഇങ്ങനെയൊരു വിമർശനം വരുന്നതെന്നും യഥാർത്ഥത്തിൽ കേരളത്തിലെ സ്ത്രീജീവിതത്തിന്റെ ഭൂതകാലം പരിശോധിച്ചാൽ വി.കെ.എന്നിന്റെ ആവിഷ്കരണം സത്യസന്ധമാണെന്നും ബോധ്യപ്പെടും. ഈ വിഷയത്തെക്കുറിച്ച് വി.കെ.എന്നിന്റെ നിലപാട് നോക്കുക.

പ്രാഥമികമായിട്ട് സ്ത്രീകളെക്കൊണ്ട് ഉദ്ദേശിക്കുന്നത് എന്താണ്? അടിസ്ഥാനപരമായി അവർ നിർവഹിക്കേണ്ട ചിലതുണ്ട്. എന്നാലേ പ്രകൃതി നിലനില്ക്കൂ. 'സ്ത്രീതന്നെ വഹിക്കണമമ്മഹാഭാരം ഗർഭം' എന്ന് ഉള്ളൂർ എഴുതിയിട്ടുണ്ട്. 'ശിവഃശക്ത്യായുക്തോ' എന്നാണ് പ്രമാണം. രണ്ടാളുമില്ലെങ്കിൽ 'നഖലുസ്പന്ദിതുമതി' എന്നാണ് സ്ത്രീപുരുഷയോജിപ്പില്ലെങ്കിൽ പ്രകൃതിക്ക് സ്പന്ദിക്കാൻപോലും പറ്റില്ല എന്നർത്ഥം. പുരുഷൻ ചെയ്യുന്നത് സ്ത്രീയും ചെയ്യുന്നുണ്ട്. ചിലർ കവിതയിൽ ഭ്രമിക്കുന്നു. ചിലർ പഴയതിലേക്ക് തിരിച്ചുപോകുന്നു.

എന്ന് വി.കെ.എൻ പറഞ്ഞത് ഫ്യൂഡലിസത്തിന്റെ പുനരാവിഷ്കാരമായി തെറ്റിദ്ധരിക്കപ്പെട്ടേക്കാം.

- ഫ്യൂഡലിസത്തിന്റെ രണ്ടാമൂഴമാണ് വി.കെ.എൻ വായനയുടെ ഫല ശ്രുതി എന്ന മട്ടിലുള്ള 'വായന'കൾ വന്നിട്ടുണ്ട്. ഇതിന് വി.കെ.എ ന്നിന് വ്യക്തമായ മറുപടിയുണ്ട്:

  ഫ്യൂഡലിസത്തിൽനിന്ന് വ്യാവസായിക യുഗത്തിലേക്കുള്ള വരവിനെപ്പറ്റിയാണ് എഴുതിയിട്ടുള്ളത്. അത് വിവരിക്കാനും വികസിപ്പിക്കാനും ഫ്യൂഡൽ ചാതുര്യം ആദ്യം പ്രയോഗിക്കേണ്ടി വരും. വ്യാവസായികമായ ഇടപാടുകളെയാണ് ഉന്നംവെക്കുന്നത്. ഓട്ടുകമ്പനി തുടങ്ങുന്നതൊക്കെ അതിന്റെ ഭാഗമാണ്. കുറേ കഴിയു മ്പോൾ പണം മാത്രം പ്രയോഗിക്കേണ്ടിവരും. അങ്ങനെയാണ് വ്യവ സ്ഥിതിയുടെ പോക്ക്. പഴമയുടെ ചാരുതയാണ് ചരിത്രത്തിന്റെ ചാരുത. സേവനം ചെയ്തതിന് കുട്ടിരാമെഴ്ശ്ശന് പത്തുപറ കണ്ടമാണ് പ്രതിഫലമായിട്ട് എഴ്തിക്കൊടുക്കണത്. ഈയൊരു ആവിഷ്കരണ ത്തിന്റെ ഭാഗമായി ഫ്യൂഡൽകാലം വരിക സ്വാഭാവികമാണ്.

- സമസ്തമേഖലകളിലുമുള്ള വിജ്ഞാനത്തിന്റെ അംശങ്ങൾ തന്റെ രചനയിൽ ഉൾക്കൊള്ളിക്കുക വി.കെ.എന്റെ ശീലമാണ്. വി.കെ. എന്നെപ്പോലെ വേറിട്ട് എഴുതുന്ന ഒരാളിൽ അബോധമായി പ്രവർത്തി ക്കുന്ന പ്രക്രിയയാണിത്. വി.കെ.എൻ കൈകാര്യം ചെയ്യാത്ത വിഷ യങ്ങളില്ല. വി.കെ.എൻ പഠനങ്ങളിൽ വരാത്തതും അദ്ദേഹത്തോട് ആരും ചോദിക്കാത്തതുമായ വിഷയമാണ് വി.കെ.എന്നിലെ കൃഷി ക്കാരന്റെ മനസ്സ് അശ്വതി മുതൽ ചോതിവരെ ശീർഷകമാക്കി നാൾത്തുടർച്ച കഥകൾ എഴുതിയ പശ്ചാത്തലം വി.കെ.എൻ പറയു കയുണ്ടായി.

  ഞാറ്റുവേലയുമായി ബന്ധപ്പെട്ടതാണ് ആ കഥകൾ. പതിനാലു ദിവസത്തിന് ഒരു ഞാറ്റുവേല. അതുമായി ബന്ധപ്പെട്ടൊക്കെ നാടൻമൊഴികളുണ്ട്. രോഹിണിപട്ട്, കാർത്തികകാലിൽ വെള്ളം കൂടും. പുണർതം പുഴന്തോണിപോലെ. തിരുവാതിര തിരിമുറിയാതെ എല്ലാം കഴിഞ്ഞ് പാട്ടിൽ 'കൂന്തൽ മിനുക്കാൻ ഞാറ്റുവേല'യായി. കൃഷിസംബന്ധമായി നാട്ടിൻപുറത്ത് സംസാരങ്ങളൊക്കെ ഉണ്ടായി രുന്നു. ഇതൊക്കെ നിരീക്ഷിച്ചുപോന്നു. തറവാട്ടിൽ കൃഷിയുണ്ടാ യിരുന്നു. വർഷപാതങ്ങളൊക്കെ എന്നെ സ്വാധീനിച്ചു. ഞാൻ കൃഷി ചെയ്തിട്ടുണ്ട്. കന്നുപൂട്ടിയിട്ടുണ്ട്. ഊർന്നിട്ടുണ്ട്. ഊർച്ചയൊക്കെ ഹര മായിരുന്നു. വരമ്പിന്റെ അരികിൽ കൊണ്ടുപോയി വളച്ചുകൊണ്ടു പോകുക. കന്നുപൂട്ടുമ്പോൾ മയിൽ ചിത്രാകൃതിയാക്കുക. കന്നു പൂട്ടിന് വായ്ത്താരികളൊക്കെയുണ്ട്. 'ആ പോത്ത് വലത്ത്' എന്നി ങ്ങനെ. ചിലപ്പോൾ ഇടത്തുവഴി പോകുന്നതായിരിക്കും ശരി. എന്നാലും വായ്ത്താരി 'വലത്ത്' എന്നാണ്. ട്രാക്റ്റർ വന്നപ്പോൾ പൂട്ടിന്റെ തനിമയൊക്കെ നഷ്ടമായി. ചേറിന്റെ ഫീലിങ്ങ് ഞാൻ ആസ്വ ദിച്ചിട്ടുണ്ട്. ചേറിൽ കാല് പൂന്തുക. അതിനെ വലിച്ചെടുക്കുക. ഇതിൽ

നിന്നൊക്കെയാണ് ഞാറ്റുവേലക്കഥകൾക്ക് പ്രചോദനം. കർക്കിടമാസത്തിൽ പോത്തിനു ദേഹരക്ഷയുണ്ട്. കോഴി, നല്ലെണ്ണ, മഞ്ഞൾ ഒക്കെ കൊടുക്കുമായിരുന്നു.

- പുതിയ കൃഷിരീതിയുടെ വരവോടെ നമ്മുടെ കാർഷിക സംസ്കാരവും അതിലെ നന്മകളും അവസാനിച്ചു. കേരളീയമായ ഗ്രാമീണതയുടെ സൗഭാഗ്യവും നഷ്ടപ്പെട്ടുതുടങ്ങി. നമ്മുടെ അന്നത്തിന് അയൽ ദേശങ്ങൾ ആശ്രയമായി. കൃഷി ഒബ്സഷനായി കൊണ്ടുനടക്കുന്ന വി.കെ.എൻ പുതിയ കാർഷികകാഴ്ചയെ വിലയിരുത്തുകയുണ്ടായി.

യന്ത്രവത്ക്കരണം വന്നതിന്റെ ദോഷങ്ങൾ അനുഭവിക്കുന്നുണ്ടല്ലോ. കേരളത്തിൽ കുന്നും പള്ളയിലുമുള്ള കൃഷിയല്ലേയുള്ളൂ. തമിഴ് നാട്ടിലും കർണാടകത്തിലും ആന്ധ്രയിലും വെള്ളം സുലഭം. വലിയ ഏരിയ കേരളത്തിൽ കൃഷി എന്ന വാക്കിന് മറ്റു പല അർഥങ്ങളു മാണ് ഇന്നുള്ളത്. "ഇപ്പൊ എന്താ കൃഷി?" "കൃഷികൊള്ളലോ!" ഇങ്ങനെ കള്ളത്തരത്തിന്റെ പര്യായമായിട്ടുണ്ട് കൃഷി.

- വി.കെ.എൻ-ന്റെ കൃഷിക്കഥകളിലെ നായക കഥാപാത്രം 'ചാത്തൻസ് ആണ്. ചാത്തൻസിന്റെ ഉല്പത്തിക്കഥ ഇപ്രകാരമെന്ന് വി.കെ.എൻ

ശാസ്താവ് ലോപിച്ചാണ് ചാത്തൻസ് വരുന്നത്. Underdog (God) ആയിരുന്നു ശാസ്താവ്. നാട്ടറിവുകൾ കണ്ടും കേട്ടും അനുഭവിച്ചും രൂപപ്പെട്ടുവന്ന കഥാപാത്രമാണ്. എല്ലാ നാട്ടിലും ഇക്കൂട്ടർ ഉണ്ട്.

- ശവമഞ്ചത്തിൽനിന്നും എഴുന്നേറ്റ് 'നാളെ അവിടെയും ഇഡ്ഢലി യല്ലേ' എന്നു ചോദിക്കുന്ന ഒരു കവി വി.കെ.എൻ കഥാപാത്രമുണ്ട്. വി.കെ.എൻ കഥകളിൽ ആവർത്തിച്ചുവരുന്ന ഭക്ഷണവിവരങ്ങളും അന്നവിവരണങ്ങളും പ്രധാനം.

അന്നമാണ് ജീവിതത്തിന്റെ അടിസ്ഥാനം. ഇതിനുവേണ്ടിയിട്ടല്ലേ കൃഷി നടത്തുന്നത്. ഭാവിയിൽ ഒരു ഭടന്റെ ചുമലിൽനിന്ന് രണ്ടു പാക്കറ്റ് പോവും. വെള്ളത്തിന്റേയും ഭക്ഷണത്തിന്റേയും. ഒരു പക ലന്ത്യോളം കഴിയാൻ രണ്ടു ഗുളിക മതിയാവും. നിർജലീകരണത്തിന് ഒരു ഗുളിക എന്ന കണക്ക് വരും. പിന്നെ അന്നപാനത്തിന് ഗ്യാര ണ്ടിയില്ല. 'ചോറൊളമ്പ്' എന്ന നെലോളിച്ചിട്ട് കാര്യല്ല. ഇത് എല്ലാ വർക്കും വിധിച്ചിട്ടില്ല. ഉള്ളോര് സുഖായിട്ട് ഭക്ഷിക്ക്യാ അത്രേന്നെ.

- വി.കെ.എൻ കഥകളിൽ സവിശേഷമായൊരു ഭൂമിശാസ്ത്രം പ്രവർത്തിക്കുന്നുണ്ട്. കേരള ഭൂപടത്തിന്റെ മിക്കവാറും അതിരുകളും ഭാഷയും അതിന്റെ തനിമയിൽ വി.കെ.എൻ രചനകളിൽ ആവിഷ്ക്ക രിക്കപ്പെടുന്നു. വി.കെ.എൻ രചനകളിലെ പ്രദേശികതത്വത്തെക്കുറിച്ച് അജ്ഞത നടിക്കുന്നവർ ശ്രദ്ധിക്കാത്ത ഒരു കാര്യമാണിത്. ഈ സഞ്ചാരഗതിയെക്കുറിച്ച് വി.കെ.എൻ:

ഒരു വിഭാഗം പൊന്തിവരുമ്പോൾ അവിടത്തെ ഭാഷ മനസ്സിൽ വരികയാണ്.ഭക്ഷണം പോരാഞ്ഞിട്ടാണെന്ന് തോന്നുന്നു ചിലർ വാക്കുകൾ അധികം വെക്കുന്നു. 'തിരുവോണത്തിനൊരാറു പർപ്പട കവും കൂട്ടിയിട്ട് ഉണ്ടേച്ചും വച്ച്' ഇത്യാദി. ഇവന്മാർ ആർത്തികൊണ്ട് ഭാഷയെയാണ് തിന്നുന്നത്. ഭാഷ അവസാനിക്കുകയാണെന്ന തോന്ന ലിന് ഈ വക വർത്തമാനങ്ങൾ ധാരാളം.

- വി.കെ.എൻ കഥാപാത്രങ്ങളിൽ പലർക്കും കാർട്ടൂൺ ഛായയുണ്ട്. വി.കെ.എൻ വാക്കുകൾകൊണ്ട് വരയ്ക്കുന്നു. വി.കെ.എന്റെ വാക്കെഴുത്തിന് പൊലിമയേകുന്നതാണ് നമ്പൂതിരിയുടെ ചിത്ര മെഴുത്ത്. എന്റെ എഴുത്തുകാരൻ എന്ന് നമ്പൂതിരി വി.കെ.എൻ.നെ കുറിച്ച് പറയുന്നു. തന്റെ കഥയെഴുത്തിന്റെ പൂർണത നമ്പൂതിരിച്ചിത്ര ങ്ങളിലൂടെയാണെന്ന് വികെ.എന്നും. അപൂർവമായ ഈ ബന്ധത്തെ ക്കുറിച്ച് വി.കെ.എൻ ഇങ്ങനെ പറയും:

  ഞാൻ കുറുക്കി ചിന്തിച്ച് അതിലും കുറുക്കി എഴുതുന്നു. ആ ചിന്ത നമ്പൂതിരി വരകളിൽ ആവർത്തിക്കുന്നു. മാനസികമായ അടുപ്പം കൂടി ഇതിനു പിന്നിലുണ്ട്.

- മഹാഭാരതത്തെ പുതിയ കാലത്തിലേക്ക് വ്യാവർത്തിപ്പിച്ചുകൊണ്ട് വി.കെ.എൻ ധാരാളം എഴുതുകയുണ്ടായി. 'ദുഷ്യന്തൻമാഷ്' എന്ന നീണ്ട കഥയിലൂടെ ഉജ്വലമായ തിരിച്ചുവരവാണ് അദ്ദേഹം നടത്തി യത്. ഇതിഹാസ പുനഃസൃഷ്ടിക്കു പ്രേരകമായ മാനസികാവസ്ഥ വി.കെ.എൻ വ്യാഖ്യാനിക്കുന്നു.

  ഇപ്പോൾ രാജ്യത്ത് നടക്കുന്ന സംഭവങ്ങളേക്കാൾ എന്തുകൊണ്ടും ഗംഭീരം ഇതിഹാസകാലത്തെ ചിത്രങ്ങളും ചെയ്തികളുമാണെന്ന ബോധ്യത്തിൽ നിന്നാണ് അങ്ങെയൊരു പരീക്ഷണം നടത്തിയത്.

- വി.കെ.എൻ ഫലിതം നമ്പൂതിരിഫലിതത്തിന്റെ തുടർച്ചയാണെന്ന് ഒരുകൂട്ടർ. അല്ല ചാക്യാരുടെ സ്വാധീനമാണെന്ന് മറ്റൊരു വാദം. അതു മല്ല നമ്പ്യാരുടെ വഴിയാണെന്ന് എതിർവാദം. വി.കെ.എൻ തീർപ്പു കല്പിക്കുന്നു.

  ചാക്യാർ ഫലിതം കുറേക്കൂടി വിസ്തരിച്ച് ആഴത്തിൽ പോയതാണ് എന്റെ മാർഗം. ഇത് വായനയിൽ നിന്നുണ്ടായതാണ്. നമുക്ക് രാഷ്ട്രീയം, ചരിത്രം, സാമ്പത്തികശാസ്ത്രം, കല, എല്ലാം എടുത്ത് പ്രയോഗിക്കാം. 'സൂചിക താണു അല്ലേ?' എന്ന് എഴുതുമ്പോൾ ഇത് വിലനിലവാരസൂചികയാവാം. അതിന്റെ പ്രവർത്തനം ആവാം. സാമ്പത്തികശാസ്ത്രം അറിയുന്നവർക്ക് മനസ്സിലാവും. അതുമതി. ചാക്യാന്മാർക്ക് പുരാണപരിചയത്തിൽ നിന്നുള്ള കാര്യങ്ങൾ പ്രാദേശിക ചാപല്യങ്ങളുമായി ഇണക്കാനേ കഴിയൂ. നമ്പൂതിരി

ഫലിതത്തിൽ ശബ്ദത്തിനേ പ്രാധാന്യമുള്ളൂ. ചില ആംഗ്യ ങ്ങൾക്കും സരസതയുണ്ട്. നമ്പ്യാർ ഫലിതം ഗംഭീരമാണ്. അത് പണ്ഡിതന്റെ ഫലിതമാണ്. പാശ്ചാത്യഫലിതം സംസ്കൃതത്തിലെ അല്പോക്തി, ശ്ലേഷം ഇവയോടൊക്കെ അടുത്തുനില്ക്കുന്നു. 'ജന്മനാ അന്ധനായിരുന്നു ഹോമറെങ്കിലും ടിയാന് സ്ത്രീകളിൽ ഒരു കണ്ണു ണ്ടായിരുന്നു' എന്ന രീതിയിലാണ് അതിന്റെ പോക്ക്.

- വി.കെ.എൻ കഥകളിൽ ക്ലാസിക്കൽ കലകളുമായി ബന്ധപ്പെട്ട വിഷയങ്ങൾ വരുന്നുണ്ട്. ഇത് തിരുവില്വാമലപ്രദേശത്തിന്റെ സ്വാധീന മാണെന്നാണ് എല്ലാവരുടേയും നിഗമനം. എന്നാൽ വാസ്തവം അതല്ല എന്ന് വി.കെ.എൻ

ത്ര്ല്ലാമലയുടെ സ്വാധീനമല്ല അത്. ഇതിഹാസവായനയുടെ സ്വാധീനത്തിൽ നിന്നു വന്നതാണ്. ക്ലാസിക്കൽ കലകൾ അപചയ ത്തിലേക്കു നീങ്ങുകയാണ്. കഥകളിക്കാരുടെ വിദേശയാത്രയൊക്കെ നില്ക്കാൻ പോവുകയാണ്.

വേദവതി വി.കെ.എൻ. സംസാരിക്കുന്നു

കേരളത്തിൽ കഴിഞ്ഞ ആറു വർഷത്തിനിടയിൽ വ്യത്യസ്ത മേഖലകളിൽ സംഭവിച്ച കോലാഹലങ്ങളെക്കുറിച്ച് ചിന്തിക്കുമ്പോൾ, ഇപ്പോൾ നമുക്കിടയിൽ ഒരാൾ ഉണ്ടായിരുന്നുവെങ്കിൽ എന്ന് വിചാരിക്കുക സ്വാഭാവികം. 'എടപെട്ടതിനെയും ഞാൻ' എന്ന് മുന്നറിയിപ്പു നല്കിക്കൊണ്ടുള്ള ഒരു അതികായന്റെ നില്പ്. അതെ, വി.കെ.എൻ ഇല്ലാത്ത ഏഴു വർഷമാവുകയാണ്. വി.കെ.എന്നിനു മാത്രം വേറിട്ട് പ്രതികരിക്കാവുന്ന ധാരാളം സംഭവങ്ങൾ കേരളത്തിലുണ്ടായി. പകരക്കാരനില്ലാത്ത ശൂന്യത ശേഷിപ്പിച്ച് വി.കെ.എൻ വിടവാങ്ങി. വി.കെ.എൻ ഇല്ലാത്ത വീട്ടിൽ അദ്ദേഹത്തിന്റെ പത്നി വേദവതി താമസിക്കുന്നു. മലയാളത്തിലെ മാസ്റ്റർ പീസുകൾ പിറന്നുവീണ കുടിയാണ് വടക്കേകൂട്ടാല. അതിന് വേദവതി വി.കെ.എൻ സാക്ഷിയുമാണ്. വി.കെ.എന്നിന്റെ ജീവിതത്തിനും എഴുത്തിനും തുണനിന്ന അവർക്ക് ഭർത്താവിനെക്കുറിച്ച് ധാരാളം പറയാനുണ്ട്.

- വി.കെ.എൻ ഉള്ള വീടും ഇല്ലാത്ത വീടും. ഈ വ്യത്യാസം കൃത്യമായി അനുഭവപ്പെടുന്നില്ലേ?

  എങ്ങനെ അനുഭവപ്പെടാതിരിക്കാനാണ്. വി.കെ.എൻ ഉള്ളകാലത്ത് എപ്പോഴും ഫോൺ, സംസാരം, കാണാൻ വരുന്നവർ അങ്ങനെയായിരുന്നുവല്ലോ. ഇപ്പോൾ ഞങ്ങൾ തനിച്ചായി. പലരും വി.കെ.എന്നിന് ഫോൺ ചെയ്യും. തിരിച്ച് അങ്ങോട്ടും. പിന്നെ ചിരിയും തമാശയുമൊക്കെയാണ്. കാണാൻ വരുന്നവരോടുമതെ. ഇന്ന വിഷയങ്ങൾ സംസാരിക്കുക എന്നില്ല. വി.കെ.എന്നിന് ഇഷ്ടപ്പെട്ടവരാണെങ്കിൽ ഒരു പകൽ മുഴുവൻ വർത്തമാനം പറഞ്ഞിരിക്കും. താല്പര്യമില്ലാത്തവരാണെങ്കിൽ പത്തുമിനുട്ട്. കഴിഞ്ഞു. ചിലരെ കാണാനേ കൂട്ടാക്കില്ല. എപ്പോഴും വായന തന്നെയാണ്. ഇംഗ്ലീഷ് പുസ്തകങ്ങളാണ് അധികവും വായിക്കുക. പിന്നെ എഴുത്തും.

- വി.കെ.എൻ ഓർമയായി ഒരാണ്ടു തികഞ്ഞപ്പോൾ അനുസ്മരണങ്ങളൊക്കെ ഉണ്ടായല്ലൊ? പിന്നീട് അതൊരു ചടങ്ങായി. ഇതിലൊക്കെ ഖേദം തോന്നിയിട്ടുണ്ടോ?

തൃശൂരുവെച്ച് ആദ്യത്തെ കൊല്ലം അനുസ്മരണം ഉണ്ടായി. തിരുവില്വാമലയിൽ വച്ചും. വീട്ടിൽ ഒത്തുകൂടാൻ വി.കെ.എൻ ആരാധകർ വന്നു. പോലീസിലുണ്ടായിരുന്ന തോമസ് ഇക്കാര്യത്തിൽ മുന്നിലുണ്ടായിരുന്നു. വി.കെ.എൻ എന്നുവച്ചാൽ തോമസിന് ജീവനായിരുന്നു. തോമസ് പാവം നേരത്തെ മരിച്ചു. ഈയിടെ ചില പഠനയാത്രക്കാരൊക്കെ വന്നു. വീടു കാണാൻ.

- വി.കെ.എന്നിന് ജന്മനാട്ടിൽ സ്മാരകം ഉയരുന്നു എന്നു കേട്ടല്ലോ? പൊതുവെ ഇത്തരം സ്മാരകമണ്ഡപങ്ങളോടും പ്രതിമകളോടും എതിരായിരുന്നു വി.കെ.എന്നിന്റെ മനസ്സ്, അല്ലേ?

സ്മാരകം വരുന്നു എന്ന് കേട്ടു. നല്ലത്. വി.കെ.എന്നിന്റെ പുസ്തകങ്ങൾതന്നെ സ്മാരകമല്ലേ. പിന്നെ, പഞ്ചായത്തിന് സ്ഥലം വിട്ടുകൊടുത്തിട്ടുണ്ട്. പടിക്കൽതന്നെ. എല്ലാവരും ശ്രമിച്ചാൽ സ്മാരകമാവും. വേണ്ടതുതന്നെ.

- വി.കെ.എന്നിന് തിരുവില്വാമലക്കാരുമായി അടുക്കാൻ കഴിഞ്ഞിരുന്നില്ല. എന്തുകൊണ്ടാണത്?

തി്ല്ലാമലക്കാര് അധികം വന്നിരുന്നില്ല. എന്നാൽ പോളൊക്കെ വി.കെ.എന്നിന്റെ അടുത്തയാളാണ്. പിന്നെ രാമകുമാരൻ. അങ്ങനെ ചിലരുണ്ട്. പൊതുവെ നാടുമായി അത്രയടുപ്പം ഉണ്ടായിരുന്നില്ല. ഇവിടെ വീട്ടിലിരുന്ന് വായിക്കാനാണ് ഇഷ്ടം. അത് പറയുകയും ചെയ്യും. കുറച്ചുകാലം രാവിലെ നടക്കാനിറങ്ങുമായിരുന്നു. ആളുകൾ കുശലം ചോദിക്കുന്നതിന് മറുപടി പറയാൻ വയ്യ എന്നുപറഞ്ഞ് അതും നിർത്തി. പദപ്രശ്നം പൂരിപ്പിക്കുന്നതുപോലെയാണത്രെ ഈ ചോദ്യോത്തരം. അതുപോലെ നാട്ടിലെ ആഘോഷങ്ങളിൽനിന്നും വി.കെ.എൻ വിട്ടുനിൽക്കുമായിരുന്നു. ഒന്നിനും പോവില്ല.

- വി.കെ.എന്നിന്റെ മരണത്തിനുശേഷം വേണ്ടപ്പെട്ടവർ ഈ വഴി പോകുമ്പോൾ ഇവിടെ കയറുക പതിവുണ്ടോ?

ചിലരൊക്കെ വരും. ആർട്ടിസ്റ്റ് നമ്പൂതിരി ഒരു ദിവസം വന്നിരുന്നു. മാത്രമല്ല, വി.കെ.എന്നിന്റെ അടിയന്തിര ദിവസവും അദ്ദേഹം വന്നു. ഊണുകഴിച്ചു. നമ്പൂതിരി ഇപ്പോഴും വി.കെ.എന്നിനെക്കുറിച്ച് പലയിടത്തും പറയാറുണ്ട്. ആ ബന്ധം അത്രയ്ക്ക് സ്നേഹമുള്ളതായിരുന്നു. അങ്ങോട്ടും ഇങ്ങോട്ടും.

- വി.കെ.എൻ ജീവിച്ചിരിക്കേ അദ്ദേഹത്തെ വിമർശിക്കാത്തവർ മരണശേഷം പ്രത്യക്ഷമായി രംഗത്തുവരുന്നതായി കാണുന്നു. അത്തരം വി.കെ.എൻ വിമർശനങ്ങൾ കണ്ടുവോ?

ഇല്ല. ഇപ്പോഴിവിടെ വാരികകളൊന്നും വരാറില്ല. വി.കെ.എൻ ഉള്ള കാലത്ത് ഒരു കെട്ട് ഉരുപ്പടികളുമായിട്ടാണ് പോസ്റ്റ്മാൻ വരിക.

നിത്യവും. ഇപ്പോൾ ഇതൊന്നുമില്ല. ഉള്ളകാലത്ത് എഴുതിയാൽ നല്ല മറുപടി കിട്ടും എന്ന് വിചാരിച്ചതുകൊണ്ടാകണം അന്നൊന്നും എഴുതാത്തത്. പറയുന്നവര് പറയട്ടെ. അല്ലാതെന്താ? അതുകൊണ്ടൊന്നും വി.കെ.എൻ സാഹിത്യത്തിന് ഒന്നും പറ്റില്ല. വി.കെ.എൻ മഹാപ്രതിഭയാണെന്ന് മാതൃഭൂമിയിൽ കോവിലൻ എഴുതിയിരുന്നു. ഇതുകണ്ടപ്പോൾ സന്തോഷം തോന്നി. എല്ലാ എഴുത്തുകാരും വിമർശിക്കപ്പെടുന്നുണ്ടല്ലോ. അതൊന്നും ഞാൻ വായിക്കാറില്ല.

- വിചിത്രമായ ചില സ്വഭാവങ്ങൾ വി.കെ.എന്നിന് ഉള്ളതായി കേട്ടിട്ടുണ്ട്. ജീവിതത്തെ നർമനിർമമതയോടെ സമീപിക്കുന്ന ചിലരീതികൾ?

അങ്ങനെ ചില സ്വഭാവങ്ങൾ ഉണ്ടായിരുന്നു. കല്പിച്ചുകൂട്ടിയല്ല. ഓരോ മൂഡിൽ ഓരോന്നു തോന്നുകയാണ്. ഒരു പുസ്തകപ്രകാശനം. കോഴിക്കോട്ടുവച്ചാണ്. വരാമെന്നൊക്കെ സമ്മതിച്ചു. രാവിലെ അതിന്റെയാളുകൾ വന്നപ്പോഴേക്കും വി.കെ.എൻ ഇവിടെനിന്ന് മറ്റെങ്ങോട്ടോ പോയി. പൊതുവേദികളിൽ വരാനൊക്കെ മടിയായിരുന്നു. ചിലർ നിർബന്ധിക്കും. പറ്റില്ലെന്നു പറഞ്ഞാലും നിർബന്ധിക്കും. തൽക്കാലം സമ്മതിക്കും. പിന്നെ ഈ വഴിയാണ് തെരഞ്ഞെടുക്കുക. അതുപോലെ, വി.കെ.എന്നിന് ബഷീർ അവാർഡ് കൊടുക്കുന്ന സമയം. തിരുവില്വാമലയിൽ ചിത്രകലാക്യാമ്പും ഒക്കെയായി മൂന്നു ദിവസം. വി.കെ.എൻ അങ്ങോട്ടൊന്നും പോയില്ല. അവരൊക്കെ ഇവിടേക്കു വന്നു. ബഷീർ അവാർഡ് വാങ്ങാനും പോവുന്നില്ല എന്ന് വിചാരിച്ചിരിക്കുകയായിരുന്നു. ഉച്ചവരെ ഉറപ്പിച്ചിരുന്നു. ഉച്ചയ്ക്ക് എം.ടി. വീട്ടിൽ വന്നു. എം.ടി. വന്നതും വി.കെ.എന്നിന് ഉത്സാഹമായി. ചെന്നു. കലാമണ്ഡലം അപ്പുക്കുട്ടിപ്പൊതുവാളെ ആദരിക്കുന്ന ചടങ്ങിന് വി. കെ.എൻ ഉത്സാഹത്തോടെ പോയതായി ഓർമയുണ്ട്. പൊതുവേദികളിൽ പ്രസംഗിക്കുക ഇഷ്ടമേ ആയിരുന്നില്ല. പരമാവധി മാറിനിൽക്കാനാണ് ഇഷ്ടം. എഴുതുന്നതൊക്കെ നല്ല പരിചയമുള്ളതാക്കി മാറ്റാൻ കഴിഞ്ഞിരുന്നു. ഫ്രാൻസിനെപ്പറ്റി എഴുതുമ്പോൾ അവിടെ പോയിവന്നപോലെ തോന്നിച്ചു.

- ജീവിച്ചിരിക്കുന്ന പലരെയും വി.കെ.എൻ കഥാപാത്രമാക്കിയിട്ടുണ്ട്. തന്റെ നേർക്കുള്ള ഹാസ്യത്തെ പുഞ്ചിരിച്ചു സ്വീകരിക്കുന്നതിനു പകരം അതൊരു വേദനയായി എടുത്തവരുണ്ടോ? വി.കെ.എന്നിനോട് നേരിട്ടുവന്നു പറഞ്ഞ സംഭവങ്ങൾ? അങ്ങനെ വല്ലതും?

സത്യത്തിൽ വി.കെ.എന്നിന് ഒരാളോടും വിദ്വേഷം ഉണ്ടായിരുന്നില്ല. എല്ലാം ഹാസ്യവും വിമർശനവുമല്ലേ. പിന്നെ ഭാഷകൊണ്ടുള്ള ചില സംഗതികളും. അങ്ങനെ നേരിട്ടുവന്ന് ആരും പരാതി പറഞ്ഞതായിട്ടൊന്നും ഓർമയില്ല. ഒരു കഥയിൽ വളരെ വേണ്ടപ്പെട്ട ചിലരെപ്പറ്റി

എഴുതുകയുണ്ടായി. അവരിൽ ചിലർ ഒരു കെയ്സ് ബിയറുമായി വന്നു. വി.കെ.എൻ സസന്തോഷം അത് സ്വീകരിച്ചു. ഇരുവർക്കും കാര്യം മനസ്സിലായി. ഇങ്ങനെ അറിയുന്നവരെപ്പറ്റി എഴുതുന്നത് എന്തിനാണെന്നു ചോദിച്ചാൽ ഒന്നു ചിരിക്കും. അത്രതന്നെ.

- വി.കെ.എന്നിന്റെ മദ്യപാനവും പ്രസിദ്ധമാണല്ലോ? പലരും എഴുതിയിട്ടുണ്ട്. അതിന്റെ ദുരന്തം അനുഭവിച്ചിട്ടുണ്ടോ?

നന്നായി കഴിച്ചിരുന്ന കാലമുണ്ടായിരുന്നു. പിതാമഹനും മഞ്ചലുമൊക്കെ എഴുതുന്ന സമയം. ചിലപ്പോൾ എങ്ങോട്ടാണെന്നു പറയാതെ പോവും. രണ്ടാംദിവസം തിരിച്ചുവരും. നന്നായി കുടിച്ചിട്ടുണ്ടാകും. ഈ രണ്ടു ദിവസവും കുടിയായിരിക്കും. ഇവിടെ വന്നാൽ ഞാൻ നല്ലപോലെ മോരു കൊടുക്കും. മീനൊക്കെയായി നല്ല ഭക്ഷണം നല്ലപോലെ കൊടുക്കും. ഒന്നു കുളിച്ച് ഈ ഭക്ഷണവും കഴിച്ചാൽ പഴയ വി.കെ.എന്നാകും. പിന്നെ എഴുത്തു തുടങ്ങുകയായി. കുടിച്ചസമയത്ത് വി.കെ.എൻ ഒറ്റയക്ഷരം എഴുതിയിട്ടില്ല. കുടിക്കുന്ന സമയത്ത് ഒപ്പമുള്ളവർ പറയുന്ന കഥയെല്ലാം കേട്ടിരിക്കും. അതൊക്കെ പിന്നീട് കഥയിലൊക്കെ വരും. പലപ്പോഴും നിയന്ത്രണം വിട്ട് കുടിച്ചിട്ടുണ്ട്. പക്ഷേ, അതൊന്നും കുടുംബജീവിതത്തെ ബാധിച്ചിട്ടില്ല. ഇവിടെ അതിന്റെ പേരിൽ പ്രശ്നങ്ങളൊന്നും ഉണ്ടായിട്ടില്ല. കരുതിക്കൂട്ടി കുടിപ്പിക്കുന്നവരുണ്ട്. ഒരുകാലത്ത് കുടിക്കാതെ വയ്യ എന്ന അവസ്ഥയിലായിരുന്നു. അത് എഴുത്തിന് ഒരുതരം ശക്തി നല്കിയതായി തോന്നിയിട്ടുണ്ട്. കുടിക്കാതിരിക്കാനും കഴിഞ്ഞിരുന്നു വി.കെ.എന്നിന്. കുടിച്ചു വന്നതിന്റെ പേരിൽ ഞാൻ വി.കെ.എന്നിനെ ശപിച്ചിട്ടില്ല.

- കഥാപാത്രങ്ങളുടെ ഭക്ഷണപ്രിയത്വം വി.കെ.എന്നിന്റെയും സ്വഭാവമായിരുന്നുവല്ലോ. ഭക്ഷണത്തെ ആഘോഷമാക്കിയിരുന്നുവോ വി.കെ.എൻ? 'സസ്യവും അസസ്യവും' പ്രിയമായിരുന്നുവോ?

ഊണിന്റെ കാര്യത്തിൽ വിഭവസമൃദ്ധിയല്ല പ്രധാനം. ഉള്ളത് നന്നാവണം. ഭക്ഷണം കഴിച്ചാൽ 'സുഖമാവണം' എന്നായിരുന്നു വി.കെ. എന്നിന്റെ ഉള്ളിൽ. ഹോട്ടൽ ഭക്ഷണത്തോട് അത്രയ്ക്ക് താല്പര്യമുണ്ടായിരുന്നില്ല. ചില വൈകുന്നേരങ്ങളിൽ പരിപ്പുവട വരുത്തി കഴിച്ചിരുന്നു. ആദ്യകാലങ്ങളിൽ നന്നായി മാംസഭക്ഷണം കഴിച്ചിരുന്നു. പിന്നെ അസസ്യം വിട്ട് സസ്യമായി. പപ്പടം, കടുമാങ്ങ, മോര് ഇവയൊക്കെ ആസ്വദിച്ച് രുചിക്കും. അപ്പോൾതന്നെ കമന്റുകൾ പറയും. പന്ത്രണ്ടുമണിയുടെ ആകാശവാണി ഇംഗ്ലീഷ് വാർത്ത കഴിയുന്നതും വി.കെ.എൻ ഉണ്ണാൻ വരും. ഊണ് കഴിക്കല്ലേ എന്ന് വിളിച്ചു ചോദിക്കും. ഇഡ്ഢലി, ദോശ, കനമുള്ള ചായ ഇവയോടൊക്കെ പ്രിയമായിരുന്നു. പട്ടണംപൊടി, നൂർസേട്ട് ബീഡി, സിസർഫിൽറ്റർ

ഇങ്ങനെ ചില ഇഷ്ടങ്ങൾ കണ്ടിട്ടുണ്ട്. ഇടയ്ക്ക് ഓംലറ്റിനോട് താല്പര്യം. അതിന് കുരുമുളകുപൊടി ധാരാളം വേണം. ചൂർണ്ണം എന്നാണ് പറഞ്ഞിരുന്നത്. ആസ്വദിച്ചു കഴിക്കുക എന്നതായിരുന്നു വി.കെ.എന്നിന്റെ പ്രകൃതം.

- വി.കെ.എന്നിന്റെ എഴുത്ത് നേരിൽ കണ്ടിട്ടുണ്ടല്ലോ. അതിന്റെ സമ്പ്രദായം എങ്ങനെയായിരുന്നു?

ഈ വീട്ടിലെ ചെറിയ മുറിയിലിരുന്ന് വി.കെ.എൻ എത്രയോ എഴുതി. തട്ടിട്ട മുറി. കസേരയിൽ ഇരുന്നാണ് എഴുത്ത്. മുമ്പൊക്കെ രാവിലെ കുളികഴിഞ്ഞ് നെയ്യിട്ട കഞ്ഞി കുടിച്ച് മുകളിലേക്ക് പോവും. അവിടെയായിരുന്നു എഴുത്തുമുറി. ഉച്ചവരെ എഴുത്തോട് എഴുത്ത്. ഇടയ്ക്ക് ബീഡി, സിഗററ്റ്, ചായ ഒക്കെയാവാം. ചില ദിവസങ്ങളിൽ ഊണിന്റെ സമയം കഴിയുന്നതൊന്നും അറിയില്ല. ഇങ്ങനെ ആലോചിച്ചിരിക്കുന്നതു കാണാം. എഴുത്തിന്റെ ഹരത്തിലാവും. കുറേ കഴിഞ്ഞാണ് താഴത്തേക്കിറങ്ങി വരുക. പിന്നെ, കുറച്ച് വിശ്രമിച്ച് വീണ്ടും എഴുതാനിരിക്കും. രാത്രി പതിനൊന്ന് മണിവരെയൊക്കെ ഇരുന്നെഴുതിയ ദിവസങ്ങൾ ഓർമ വരുന്നു. ഒന്നും എഴുതാത്ത കാലവും ഉണ്ടായിരുന്നു. പിന്നെ ധാരാളം എഴുതി. എഴുതാത്ത കാലത്ത് വായനതന്നെ.

- എഴുത്തുകൊണ്ടുമാത്രം ജീവിച്ച കാലം ഉണ്ടായിരുന്നുവല്ലോ. അല്ലേ?

ഡൽഹിയിൽ സ്ഥിരമായിരുന്നുവെങ്കിൽ മറ്റൊരു വി.കെ.എന്നിനെയാവും കിട്ടുക എന്ന് തോന്നിയിട്ടുണ്ട്. ഡൽഹിയിൽനിന്ന് മടങ്ങി. നാട്ടിലെ കൃഷി വിറ്റു. പിന്നെ പ്രധാനമായിട്ടും എഴുത്തുകൊണ്ടുതന്നെ ജീവിച്ചു. 'കടലാസും പെന്നുംകൊണ്ട് അവൻ ജീവിച്ചോളും' എന്ന് എന്റെ അച്ഛൻ വി.കെ.എന്നിനെക്കുറിച്ച് എന്നോട് പറഞ്ഞിട്ടുണ്ട്. അത് ശരിയായി. മകളുടെ മക്കളുടെ വിവാഹത്തിന് പാരിതോഷികം നല്കാൻ, മരുമകൾക്ക് വീട്ടിലേക്ക് സഹായത്തിന് ഒക്കെയായി ചില പുസ്തകങ്ങളുടെ കോപ്പിറൈറ്റ് നല്കുകയുണ്ടായി. കുടുംബകാര്യങ്ങളിലെല്ലാം വളരെ തല്പരനായിരുന്നു വി.കെ.എൻ. എല്ലാം അന്വേഷിക്കും. നോക്കിനടത്തും. എഴുത്തിനെക്കുറിച്ച് നേരത്തെ ഒന്നു പറയാൻ മറന്നു. വി.കെ.എന്നിന് എഴുതുക, മാറ്റി എഴുതുക, തിരുത്തുക അങ്ങനെ ശീലം ഉണ്ടായിരുന്നില്ല. നേരിട്ട് ഒറ്റ എഴുത്താണ്. ഇവിടെ കോപ്പി സൂക്ഷിക്കലും ഇല്ല. നേരിട്ട് അയക്കും. ഊണുകഴിക്കുമ്പോഴൊക്കെ ഞങ്ങളോട് പറയുന്ന കഥകൾ പിന്നീട് അച്ചടിച്ചുവരുന്നതു കാണാം.

- കഥപറയാൻ മിടുക്കുണ്ടായിരുന്നുവോ വി.കെ.എന്നിന്?

കഥ അങ്ങനെ പറയുകയല്ല. എവിടെയെങ്കിലുമുള്ള സംഭവങ്ങൾ ഇങ്ങനെ പറയും. വർത്തമാനം പറയുന്ന രീതിയിൽ എഴുതുന്ന

കഥയിൽ ഭാഷ വേറെയാവും. കഥയൊക്കെ പറഞ്ഞ് വി.കെ.എൻ ചിരിക്കുമായിരുന്നു. ഇവിടെ വരുന്നവരോട് ചില കഥകളൊക്കെ പറയുന്നതു കേട്ടിട്ടുണ്ട്. സംഭവകഥകൾ. ഡൽഹിയിലെ കഥകൾ. അത്രയ്ക്ക് അടുപ്പമുള്ളവരോടു മാത്രം.

- വി.കെ.എൻ. 'ഡൽഹി ഡേയ്സ്' എഴുതിയിരുന്നുവല്ലോ? എങ്ങനെയായിരുന്നു വി.കെ.എന്നിന്റെ ഡൽഹിക്കാലം?

ശങ്കേഴ്സ് വീക്ക്‌ലിയിൽ ജോലിയുണ്ടായിരുന്നു. പിന്നെ ഏതൊക്കെയോ ന്യൂസ് ഏജൻസികളിൽ പണിയെടുത്തു. ഇംഗ്ലീഷ് പത്രങ്ങളിൽ കോളം എഴുതിയിരുന്നു. അന്നൊക്കെ നാട്ടിലേക്ക് കത്തുകൾ അയയ്ക്കുമായിരുന്നു. ഞാൻ ഒപ്പം പോയപ്പോൾ ടു റൂം കിച്ചണുള്ള വീട് വാടകയ്ക്കെടുത്തു. സുഖതാമസം. സി.പി. രാമചന്ദ്രൻ, എം.പി. നാരായണപ്പിള്ള, വി.കെ. മാധവൻകുട്ടി, കെ.പി. ഉണ്ണിക്കൃഷ്ണൻ, ടി.കെ.എൻ. മേനോൻ, ഒ.എം. അനുജൻ, അകവൂർ നാരായണൻ അങ്ങനെ നല്ലൊരു സൗഹൃദക്കാരുണ്ടായിരുന്നു. രാഷ്ട്രീയത്തിലെ പല ഉന്നതരുമായും അടുപ്പമായിരുന്നു. മുൻപ്രധാനമന്ത്രി ഐ.കെ.ഗുജ്റാൾ അന്ന് വി.കെ.എന്നിന്റെ അടുത്തയാളായിരുന്നു.

- ഐ.കെ. ഗുജ്റാൾ പ്രധാനമന്ത്രിയായപ്പോൾ വി.കെ.എൻ. പഴയ ബന്ധം പുതുക്കുകയോ മറ്റോ ഉണ്ടായോ?

അങ്ങനെയൊന്നുമില്ല. വി.കെ.എന്നിന് അതിനോടൊന്നും താല്പര്യമില്ല. കെ.പി. ഉണ്ണിക്കൃഷ്ണനുമായി നല്ല ബന്ധമായിരുന്നു. അദ്ദേഹം പുസ്തകങ്ങൾ അയച്ചുകൊടുത്തിരുന്നു.

- വി.കെ.എന്നും ഒ.വി. വിജയനും ഡൽഹിയിൽ ഒരുമിച്ചുണ്ടായിരുന്നുവല്ലോ?

ഒ.വി. വിജയനും ചില ചിട്ടകളുണ്ടായിരുന്നു. ഏതു വേനൽക്കാലത്തും കൈ കഴുകാൻ ചൂടുവെള്ളം വേണം. വി.കെ.എൻ വിജയനെ ബുദ്ധിജീവി എന്നു വിളിക്കും. വീടൊഴിഞ്ഞ കാലത്ത് ഏതാണ്ട് ഒരു മാസം ഞങ്ങളുടെ ഒപ്പമായിരുന്നു ഒ.വി. വിജയൻ താമസിച്ചത്. സാധുപ്രകൃതം. ഒരു മുറിയിലിരുന്ന് കാർട്ടൂൺ വരയ്ക്കും. പുതിയ വീട് കിട്ടിയപ്പോൾ വിജയൻ മാറിത്താമസിച്ചു. ഒരു ദിവസം ഞങ്ങൾ പുറത്തുപോയി വന്നപ്പോൾ വാതിലിൽ വിജയന്റെ ഒരു കുറിപ്പ്. തെരേസയെ കല്യാണം കഴിച്ചു എന്നു മാത്രം. വിജയൻ തിരുവില്വാമലയിൽ വന്നിട്ടുണ്ട്. പാവം തോന്നുന്ന രീതിയായിരുന്നു വിജയന്റേത്. എല്ലാറ്റിനും പേടി. അങ്ങനെ.

- വി.കെ.എന്നിന്റെ ഒരു കഥയിൽ ഒ.വി. വിജയൻ കഥാപാത്രമായതു സംബന്ധിച്ച് അവർ തമ്മിൽ ചില സ്വരച്ചേർച്ചകൾ ഉണ്ടായി എന്ന് കേൾക്കുന്നതിൽ വാസ്തവമുണ്ടോ?

വി.കെ.എന്നും വിജയനും തമ്മിൽ നല്ല ബന്ധമായിരുന്നു. വി.കെ.എൻ. വേണമെന്നുവച്ച് എഴുതുകയൊന്നുമില്ല. പാലക്കാട്ട് വിജയൻ വന്നപ്പോൾ വി.കെ.എൻ കാണാൻ പോയി. വിജയന്റെ തെരഞ്ഞെടുത്ത കഥകൾക്ക് വി.കെ.എന്നിന്റെ അവതാരികയുണ്ടല്ലോ. വി.കെ.എൻ മരിച്ചപ്പോൾ ഒ.വി. വിജയൻ ഓർമക്കുറിപ്പെഴുതിയിട്ടുണ്ടല്ലോ.

- ഇരുവരും അടുത്തടുത്ത് അന്ത്യവിശ്രമം കൊള്ളുന്നു അല്ലേ?

അതെ. വി.കെ.എന്നിനെയും വിജയനെയും തിരുവില്വാമല ഭാരതപ്പുഴയോരത്താണ് സംസ്കരിച്ചത്.

- എഴുത്തുകാരായ സമകാലികരിൽ ആരൊക്കെയായിരുന്നു വി.കെ. എന്നിനു വേണ്ടപ്പെട്ടവർ?

അത് പറഞ്ഞാൽ ചില പേരുകൾ വിട്ടുപോയാൽ അവർക്ക് അലോഹ്യമാവും. അതുകൊണ്ട് പറയുന്നില്ല. ഇവിടെ ധാരാളം എഴുത്തുകാർ വരുമായിരുന്നു. വായനക്കാരും വരും. വി.കെ.എന്നിനെ ഒന്നു കാണുകമാത്രം മതി എന്നു പറഞ്ഞ് വരുന്നവരും ഉണ്ടായിരുന്നു.

- വി.കെ.എന്നിന്റെ പ്രേമവും വിവാഹവും എന്ന കഥ സത്യൻ അന്തിക്കാട് അപ്പുണ്ണി എന്ന പേരിൽ സിനിമയാക്കിയല്ലോ. അതു കണ്ടിട്ട് എന്തെങ്കിലും അഭിപ്രായം പറയുകയോ മറ്റോ ഉണ്ടായോ?

അതൊക്കെ വളരെ മുമ്പല്ലേ? ഷൂട്ടിംഗ് സ്ഥലത്തേക്ക് വി.കെ.എൻ പോയതായി അറിയാം. തിയേറ്ററിൽ പോയിരുന്ന് സിനിമ കാണുന്ന സ്വഭാവമൊന്നും ഇല്ലായിരുന്നു. റേഡിയോയിലൂടെ ചലച്ചിത്രഗാനങ്ങൾ കേൾക്കുന്ന ശീലമുണ്ടായിരുന്നു. അതുപോലെ കഥകളിപ്പദവും കേൾക്കും. പി. ഭാസ്കരന്റെ പാട്ടുകളോടായിരുന്നു ഇഷ്ടം. പി. ഭാസ്കരനെ കഴിഞ്ഞേ മറ്റൊരാളുള്ളൂ എന്ന് പറയും.

- റേഡിയോ വി.കെ.എന്നിന്റെ ജീവിതത്തിന്റെ ഭാഗമായിരുന്നു അല്ലേ? പല കഥകളിലും റേഡിയോ വരുന്നുണ്ട്?

അതെ. റേഡിയോ കേൾക്കുക ശീലമായിരുന്നു. ക്രിക്കറ്റ് കമന്ററിയൊക്കെ കേട്ടിരുന്നു. ടി.വി. വന്നപ്പോൾ ടെന്നീസ് കളി കാണുമായിരുന്നു. വി.കെ.എന്നിന്റെ റേഡിയോ ഇപ്പോൾ ഞങ്ങൾ കേൾക്കുന്നു.

- 'വിവാഹപ്പിറ്റേന്നി'ലൂടെയാണല്ലോ വി.കെ.എൻ ശ്രദ്ധേയനായത്. വിവാഹശേഷം എഴുതിയ കഥയാണോ അത്?

അല്ല. ഞങ്ങളുടെ വിവാഹത്തിനുംമുമ്പ് എഴുതിയതാണ്. വി.കെ.എൻ പല്ലാവൂർ ദേവസ്വത്തിൽ ഓഫീസറായിരുന്നകാലത്ത് പാലക്കാടൻ

ഭാഗങ്ങളിലെ ജീവിതവും ഭാഷയുമൊക്കെ മനസ്സിലാക്കി എഴുതിയ കഥയാണ് അത്. ഞാനത് വായിച്ച് ചിരിച്ചിട്ടുണ്ട്. പാലക്കാടൻ ഭാഷയെ നന്നായി പരിഹസിക്കുന്ന കഥ.

- നിങ്ങൾ തമ്മിൽ വിവാഹിതരായതിന്റെ പശ്ചാത്തലം എന്താണ്?

എന്റെ അച്ഛൻ ദേവസ്വം വകുപ്പിൽ അസിസ്റ്റന്റ് കമ്മീഷണർ ആയിരുന്നു. വി.കെ.എൻ ദേവസ്വം വകുപ്പിൽ ക്ലാർക്കും. അച്ഛനെ കാണിക്കേണ്ട ഫയലുകളുമായി വി.കെ.എൻ വീട്ടിൽ വന്നിട്ടുണ്ട്. ഞാൻ മേതിൽ കുടുംബമാണ്. അന്ന് കണ്ടിട്ടുണ്ട്. അച്ഛന് പാലക്കാട്ടേക്ക് മാറ്റമായി. ഓഫീസ് ആവശ്യവുമായി വി.കെ.എൻ വരും. ഈ സമയത്താണ് വി.കെ.എന്നിന്റെ വീട്ടുകാർ ആലോചനയുമായി വന്നത്. അച്ഛൻ സമ്മതിച്ചു. 1954 ഫെബ്രുവരിയിലായിരുന്നു വിവാഹം. ഞങ്ങൾ പല്ലാവൂരിലും പിന്നെ തൃക്കാളിയൂരിലും താമസിച്ചിട്ടുണ്ട്. തൃക്കാളിയൂരുള്ളപ്പോൾ കോഴിക്കോട്ടെ എഴുത്തുകാരുമായിട്ടായിരുന്നു ചങ്ങാത്തം.

- ദേവസ്വം വകുപ്പിലെ ജോലിയാണോ വി.കെ.എന്നിനെ കലാകാരന്മാരുമായി അടുപ്പിച്ചത്?

തിരുവില്വാമലക്കാർക്ക് പൊതുവെ കലകളോട് താല്പര്യമാണല്ലോ. തൃശൂർ പൂരം പഞ്ചവാദ്യവും മേളവുമൊക്കെ റേഡിയോയിലൂടെ കേൾക്കുമായിരുന്നു വി.കെ.എൻ. പല്ലാവൂർ അപ്പുമാരാർക്കും മണിയൻമാരാർക്കുമെല്ലാം വി.കെ.എന്നിനെ ബഹുമാനമായിരുന്നു. എഴുത്തുകാരൻ എന്ന നിലയ്ക്കല്ല. പഴയ എക്സിക്യൂട്ടീവ് ഓഫീസർ എന്ന നിലയ്ക്ക്. അപ്പുമാരാരും വി.കെ.എന്നും ഒരിക്കൽ ഒരു കല്യാണത്തിന് തിരുവില്വാമല അമ്പലത്തിൽവച്ച് കണ്ടുമുട്ടി. കുറേക്കാലത്തിനുശേഷം അപ്പുമാരാർ മരിച്ചപ്പോൾ വി.കെ.എൻ മാതൃഭൂമി പത്രത്തിൽ ഓർമക്കുറിപ്പെഴുതി. വാഴേങ്കട കുഞ്ചുനായർ, കോട്ടയ്ക്കൽ ശിവരാമൻ, അപ്പുക്കുട്ടി പൊതുവാൾ എന്നിവരുമായൊക്കെ നല്ല അടുപ്പമായിരുന്നു.

- വി.കെ.എൻ കഥകളിലെ അന്തരീക്ഷവും അദ്ദേഹത്തിന്റെ ജീവിതവും തമ്മിൽ ബന്ധമുണ്ടോ?

കഥ വേറെ. ജീവിതം വേറെ. ഇവിടെ ഞങ്ങളുടെ വീട്ടിലേക്ക് വരുന്ന വഴിയിലാണ് കോരുവിന്റെ വീട്. കോരു മരിച്ചു. കോരു വി.കെ.എന്നിന്റെ വിശ്വസ്തനായിരുന്നു. തിരിച്ചും. ധാരാളം സഹായിച്ചിട്ടുണ്ട്. അദ്ദേഹത്തിന് എല്ലാവരെയും വലിയ കാര്യമായിരുന്നു. മൂന്നു ദിവസത്തിലധികം ഞങ്ങൾ പിരിഞ്ഞിരുന്നിട്ടില്ല. അത്രയ്ക്കും കുടുംബസ്ഥനായിരുന്നു. മകളോടും മരുമകളോടും പേരക്കുട്ടികളോടും നല്ല വാത്സല്യമായിരുന്നു. കഥയുടെ അന്തരീക്ഷത്തിനനുസരിച്ച് എഴുതിച്ചേർക്കുന്നത് വേറെ.

- ഒരുകാലത്ത് വി.കെ.എൻ ശ്രദ്ധാപുരുഷനായത് 'അധികാരം' എന്ന നോവലുമായി ബന്ധപ്പെട്ടിട്ടാണല്ലോ? അന്ന് വി.കെ.എന്നിന്റെ അവസ്ഥ എന്തായിരുന്നു?

  അതൊന്നും വി.കെ.എന്നിനെ അലട്ടിയില്ല. പത്രത്തിലൊക്കെ വാർത്തകൾ വന്നിരുന്നു. കൂസലില്ലാത്ത പ്രകൃതമായിരുന്നു.

- എന്തായിരുന്നു വി.കെ.എന്നിന്റെ രാഷ്ട്രീയം?

  അത് അറിയില്ല. ആർക്കാണ് വോട്ടു ചെയ്തത് എന്നു ചോദിച്ചാൽ ഒരു ചിരിയായിരുന്നു മറുപടി. പിന്നെപ്പിന്നെ വോട്ടു ചെയ്യാതായി. എല്ലാവരെയും എല്ലാ പാർട്ടിക്കാരെയും വിമർശിച്ച് എഴുതിയിട്ടുണ്ട്.

- വി.കെ.എൻ മരിച്ചപ്പോൾ സർക്കാർ ഔദ്യോഗിക ബഹുമതികളോടെ സംസ്കാരച്ചടങ്ങ് നടത്തിയില്ല എന്ന ആക്ഷേപം ഉണ്ടായല്ലോ? അങ്ങനെ വേണമെന്നുണ്ടായിരുന്നുവോ? എന്തുതോന്നി അന്ന്?

  അതിലൊക്കെ എന്താണ് കാര്യം. ഇപ്പോൾ ഇതൊക്കെ പതിവായിരിക്കുന്നു. വിഷമമൊന്നും തോന്നിയില്ല. ധാരാളം പേർ വീട്ടിൽ വന്നു. വേണ്ടപ്പെട്ടവർക്ക് സദ്യ കൊടുത്തു. അതൊക്കെയാണ് കാര്യം.

- വി.കെ.എന്നിന് ആർഭാടങ്ങളോടും ആഘോഷങ്ങളോടും താല്പര്യമുണ്ടായിരുന്നില്ലല്ലോ?

  ഒട്ടും ഇല്ല. കിട്ടിയ അവാർഡുകളും മറ്റും മുറിയിലെ ഒരു അരികിലാണ് സൂക്ഷിച്ചുവച്ചിട്ടുള്ളത്. ഈ വീടുതന്നെ ഒട്ടും പുതുക്കിപ്പണിതില്ല. ഈ വീടിന്റെ സുഖം മാറ്റിപ്പണിതാൽ കിട്ടില്ല എന്നു പറയുമായിരുന്നു. രാവിലെ പേപ്പറൊക്കെ വായിച്ച് ഉമ്മറത്തു വന്നിരിക്കും. അതൊരു ശീലമായിരുന്നു. പിന്നെ ആ ചെറിയ മുറിയിൽ. തുറന്നിട്ട ജനലിലൂടെ നോക്കി ഇരിക്കും. മല്ലുമുണ്ടും ബനിയനുമായിരുന്നു സ്ഥിരം. പുറത്തുപോകുമ്പോൾ വെള്ള സ്ലാക്ക് ഷർട്ടിടുമായിരുന്നു.

- പൊതുവെ എഴുത്തിലെ ഫലിതം ജീവിതത്തിലും ഉണ്ടായിരുന്നുവോ വി.കെ.എന്നിന്?

  തമാശകൾ പറയുക ശീലമായിരുന്നു. ഊണുകഴിക്കുമ്പോഴൊക്കെയാണ് അധികം തമാശകൾ ഉണ്ടാവുക. വിഭവങ്ങളെക്കുറിച്ചൊക്കെ വിസ്തരിച്ച് പറയും.

- അവസാനകാലത്ത് വി.കെ.എൻ രോഗങ്ങൾ കാരണം ബുദ്ധിമുട്ടിയിരുന്നുവോ?

ഇടയ്ക്ക് ചികിത്സയുണ്ടായിരുന്നു. ആയുർവേദം. അതുകഴിഞ്ഞ് തൃശൂരും എറണാകുളത്തും കൊണ്ടുപോയി. അല്പം കിടന്നു. ആ സമയത്ത് ചില മാറിപ്പറയലുകളൊക്കെ ഉണ്ടായിരുന്നു. അപ്പോഴും ഇടയ്ക്കിടയ്ക്ക് ഹാസ്യം വരും. കവിതകൾ ചൊല്ലും. ജനുവരി കഴിഞ്ഞുകിട്ടിയാൽ രക്ഷപ്പെടുമെന്ന് പറഞ്ഞിരുന്നു. ജനുവരി കടന്നില്ലല്ലോ.

- പുതിയ തലമുറ വി.കെ.എന്നിനെ എങ്ങനെ വായിക്കും എന്നാണ് തോന്നുന്നത്?

വി.കെ.എന്നിനെ വായിക്കാൻ ശ്രദ്ധ വേണം. കുറേ അറിവുകൾ വേണം. ഹ്യൂമർ എല്ലാവർക്കും ഇഷ്ടമാവുമല്ലോ.

- വി.കെ.എൻ. ഇല്ല എന്ന അനാഥത്വം എങ്ങനെ അതിജീവിക്കുന്നു?

വി.കെ.എൻ ഇപ്പോഴും ഒപ്പമുണ്ട് എന്ന തോന്നൽകൊണ്ടുതന്നെ.

www.ingramcontent.com/pod-product-compliance
Lightning Source LLC
LaVergne TN
LVHW041608070526
838199LV00052B/3044
* 9 7 8 8 1 8 4 2 3 2 1 8 9 *